ፀሐዩ ዕንቆ ሥላሴ

“እኔ እስከማስታውሰው ድረስ፣ በጠቅላይ ገዥነትም ሆነ በክፍለ ሃገር እንደራሴነት ከተሾሙ ሹማምንት እንደ ራስ መንገሻ ሥዩምና ደጃዝማች ፀሐዩ ዕንቆ ሥላሴ በሄዱበት ክፍለ ሃገር ልማት ተኮር ሥራ የሠራ የለም። በጎጃምና ከፋ፣ ከዚያም በፊት ጋሞ ጎፋ የሠሩት የልማት ሥራ እስከ ዛሬ ቋሚ ምስክር ነው።”

ደጃዝማች ወልደ ሰማዕት ገብረ ወልድ፣ መጋቢት 2012።

“በ1950ዎቹ መጨረሻ ገደማ ደጃዝማች ፀሐዩ ዕንቆ ሥላሴ የክፍለ ሃገሩ አገር-ገዥ ሆነው ተሾሙ። አዲሱ ገዥ በነበራቸው ንቃት በተሾሙበት አካባቢ ሁሉ ሕዝቡን እያስተባበሩ የልማት ሥራ የሚያካሂዱ የልማት ሰው ስለነበሩ ምንም ልማት ያልተከናወነበትን የጎጃም ክፍለ-ሃገርን ሕዝብ ለልማት እንዲሰለፍ አነቃቁት። በርካታ ሥራዎችም ተሠሩ። የአስተዳደርም መሻሻልም አደረጉ። የመንግሥት ኃላፊዎችንም ለዚሁ ተግባር እንዲሰለፉ አስገደዷቸው። በዚህ የተነሳ ከአውራጃና ወረዳ ገዥዎች ጋር ተቃቃሩ። በክፉ ዐይንም ይመለከቷቸው ጀመር።”

ሻምበል ፍቅረ ሥላሴ ወግደረስ እኛና አብዮቱ፤ 2006፤ ገጽ 17

© የደራሲው መብት በሕግ የተጠበቀ ነው።

ያለ ደራሲው ፈቃድ መልሶ ማሳተም በሕግ የተከለከለ ነው።

አማገረ ተግባሩ በየነ (ዶ/ር)

ISBN 978-91-519-8706-4

ፀሐዩ ዕንቁ ሥላሴ
ፀረ ፋሽስት አርበኛና ያገር ባለውለታ

አዲስ አበባ

አብርሆት አሳታሚ

2013 ዓ.ም.

የአሳታሚው አድራሻ፡- አ.አ ለም ሆቴል

የሽፋን ሥዕል፡- ፕሮፌሰር አቻምዬለህ አምዴ ደበላ

መልክአ ገጽ፡- አበበ ወርቁ

ስ.ቀ፡- 0983-32-11-93

የደራሲው ቀደምት ሥራዎች

- Forests, Farmers, and the State. Environment and Resistance in Northeast Thailand. (1997 E.C.)
- ኃይሌ ፊዳና የግሌ ትዝታ (2010)
- ያንዲት ምድር ልጆች (2011 ዓ.ም.)
- አድዋ ከዋዜማሽ እስከ ድል ቀንሽ (2012)

መታሰቢያነቱ ከማይጨው ሽንፈት በኋላ ኢጣልያ ፋሽስትን በሽምቅ ውጊያ ሲፋለም እነዋሪ ላይ በተደረገው የጨበጣ ውጊያ ለተሰዋው የጥቁር አንበሳው ጀግና አጎታችን ለመቶ አለቃ ሣህሌ ዕንቆ ሥላሴ ነው፡፡

ማውጫ

መግቢያ i

መቅድም viii

ክፍል አንድ 1
ከ1909 እስከ 1932 1

ምዕራፍ አንድ 2
ቤተሰባዊ መሠረትና ፀረ-ፋሽስት የአርበኝነት ዘመን 2

ምዕራፍ ሁለት 33
ከበጅሮንድነት፣ አውራጃ ገዥነት እስከ ክፍለ ሃገር እንደራሴነት (ከ1932 እስከ 1945) 33

ምዕራፍ ሦስት 43
ከጤና ጥበቃ ሚንስትርነት እስከ ጋሞ ጎፋ ጠቅላይ ግዛት እንደራሴነት (1945 እስከ 1951) ... 43

ክፍል ሁለት 53
1952 እስከ 1960 53

ምዕራፍ አንድ 54
የጎጃም ክፍለ ሃገር እንደራሴ 54

ምዕራፍ ሁለት 81
ጎጃም ሲያወድስም ሲረግምም መቀኘቱ አይቀርም 81

ክፍል ሦስት 124
ከ1960 እስከ 1966 124

ምዕራፍ አንድ 125
የከፋ ክፍለ ሃገር እንደራሴነትና የካቲት 1966 አብዮት መባቻ 125

ምዕራፍ ሁለት	140
ከየካቲት 66 አብዮት እስከ ነሐሴ 1966	140
ምዕራፍ ሶስት	153
ደጃዝማች ፀሐዩ በልጆቻቸው ዐይን	153
ምዕራፍ አራት	164
መደምደሚያ	164
አባሪ አንድ	176
አባሪ ሁለት	178
ዋቢ ምንጮች	181
መጠቁም	183

መግቢያ

ፀሐዩ ዕንቆ ሥላሴ ስም ከመቃብር በላይ ይዉላል

አማረ ተግባሩ ገና ከልጅነት ዕድሜው ጀምሮ በብጣሽ ወረቀቶችና ደብተሮች የቀን ማስታወሻ የመያዝ (ዳያሪ) ፍቅር ያደረበት፣ ሥነ ጽሑፉን በአማርኛ ያዳበረና ከግሩም ኢትዮጵያውያን ደራሲዎቻችን መካከል አንዱ ነዉ ቢባል ማጋነን አይሆንም። ለዚህም ይኸው ለአራተኛ ጊዜ ይዞልን የቀረበው "ፀሐዩ ዕንቆ ሥላሴ ፀረ ፋሺስት አርበኛና ያገር ባለ ዉለታ" በሚል የሰየመው መፅሐፍ እንድ ቋሚ ምስክር ነው። ይህንን መጽሐፍ ልዩ የሚያደረገው ደራሲው ከልጅነት ጀምሮ በማስታወሻው የያዛቸውን መረጃዎችና ትዝታዎች መጠቀሙ ብቻ አይደለም። ከሁሉም በላይ የሜዳ ጥናት (field research) ለማካሄድ ባለው ችሎታ በመጠቀም፣ ይህም ብቃት የሚጠይቀውን ሳይንሳዊ የምርምር ዘዴና አቀራረብ ዋነኛ መሳሪያው በማድረግ ሀቀኛዉን መረጃዎች ለማግኘት ያነጋገራቸዉ በርካታ ሰዎች ብዝህነትና ለማመሳከሪያም ያደረጋቸው ጥረቶች በዚህ መጽሐፍ ውስጥ ቁልጭ ብለው መቅረባቸው ለዚህ ጉልህ ምስክር ነው። በቀድሞው ዘመን በጠቅላይ ግዛትነት በሚታወቁት ግዛቶች በመዘዋወር በቃለ መጠይቁ የተሳተፉና በፈቃዳቸው ምስክርነት የሰጡት ሰዎችን ቃል በድምፅ መቅጃ አማካይነት በመቅዳትና መልሶም ምስክርነቱን ለሰጡ ሰዎች በመላክ ትክክለኛነቱን እንዲያረጋግጡለት አድርጓል። ከዚህ በፊት ስለ ፀሐዩ ዕንቆ ሥላሴ የተነገሩትን የሐሰት ትርክቶች መሠረተ ቢስ መሆናቸዉን በተጨባጭ መረጃ በማረጋገጥ ላለውም ሆነ ለመጭው ትውልድ የዳበረ ዕውቀትና የታሪክ ቅርስ እንዲጨብጥ የተቻለውን በማድረግ የተሳካለት መጽሐፍ አቅርቦልናል።

የተከበሩ ፀሐዩ ዕንቆ ሥላሴ አኩሪዉን የአርበኞቻችንን ፀረ ፋሺስት ግዳጅ ካበረከቱትና በግንባር ቀደምነት በመምራት ለድል ካበቁን አንዱ ነበሩ። በዚህ መጽሐፍ ውስጥ ፀሐዩ ዕንቆ ሥላሴ ከልጅነታቸዉ ጀምሮ የኢትዮጵያን ንጉሠ ነገሥት መንግሥት እያገለገሉ ያደጉ፣ ቀልጣፋ የሥራ አመራር የተማሩ፣ አእምሮአቸዉ ብሩህና አርቆ አሳቢ እንደነበሩ ተወስቷል። የውትድርና ምግባር ከአዳኙና ከዓድዋው ጀግና አባታቸዉ የተማሩ፣ የኢትዮጵያውያንን ነፃነት ለማስጠበቅ ማይጨዉ የዘመቱና በአምስት ዓመቱ

ፀረ ፋሺስት ተጋድሎ የቆሰሉና የደሙ መሆናቸው ተነግሯል። ከነፃነት መመለስም በኋላ አቅማቸው በፈቀደው ሁሉ፣ አመመኝ ደከመኝ ሳይሉ ለልማት ያለማቋረጥ ያደረጉት ጥረትና ከዚህ በፊት ያልተነገሩት ታሪካቸው በመጽሐፉ ተካቷል።

እኔ የሰባተኛ እህታቸው ልጅ ነኝ። ከምኮራባቸውና እጅግ አድርጌ ከማከብራቸው አጎቴ ጋር አራት አመታት አብሬ ኖሬአለሁ። አማገ ተግባሩ ይህንን መጽሐፍ ለመጻፍ ውሳኔ ላይ እንዲደርስ ከማበረታታት ያለፈ አስፈላጊ በሆነው ሁሉ ድጋፉ አልተለየውም,። ይህ መጽሐፍ ለእኔ አብሯቸው ለኖረው ዕድል የከፈተ በመሆኑ ከማውቀውና ከማስታውሰው የተወሰኑትን ብቻ በማውሳት ለዚህ መጽሐፍ መግቢያ በመጻፍ አስተዋፅዖ ለማድረግ ፈቃደኛ ሆኛለሁ።

እኔ እስከማውቀው ድረስ ፀሐዩ በአርበኝነታቸዉ ዘመን ስላደረጉት ገድል ወይንም ስለአስተዳደርም ሆነ ልማት ሥራቸው፣ እንዲሁም ለሰው ከነበራቸው አዛኝነት ጋር በተያየዘ ስላደርጉት ቁም ነገር አንድም ቀን የራስን ስምና ዝና በሚያስቀድም መልክ ተኩራርተው ሲናገሩ ስምቼ አላዉቅም። በእነዚህ ዓመታት ሁሉ እኔም ሆንኩ ልጆቻቸው ወይም አብረውን ያደጉ ሁሉ ቆጥረን የማንጨርስላቸውን ድንቅ ስራዎቻቸውን በቅርቡ ለማየትና እሳቸዉንም በደንብ ለማወቅ ችለናል።

ምንም አይነት የልማት ጭላንጭል ባልታየባቸውና ሰላምና ፀጥታ በደፈረሰባቸው ጠቅላይ ግዛቶች ተልከው በመሄድ ጥሻውን መንጥረው ከተሞችንና የአስተዳደር ሥርዓት በመገንባት፣ ሥርዓተ አልበኝነትን አስወግደው፣ ሽፍታዉን አሳድነዉ ሕግ አስከብረዋል። በተላኩበት ጠቅላይ ግዛቶች ሁሉ አዳዲስ አሠራር አስተዋውቀዋል። ለአዳዲስ መንገዶች፣ ትምህርት ቤቶች፣ ሆስፒታሎች፣ የመንግሥትን የቀን ተቀን ሥራዎች የማከናወኛ ህንጻዎች፣ ባለጉዳይን ከእንግልት ነፃ ባደረገ መልኩ ስብስብ ያሉና የተማከሉ እንዲሆኑ ዲዛይኑን በማዉጣት፣ የተማሩና ሥልጠና ካላቸዉ ጋር አማክሮና መክሮ በመሥራት ይታወቃሉ። ከፖሊስ ጣቢያ እስከ ፍርድ ቤቶች፣ ከእንደራሴዎች መኖሪያ እስከ ከፍተኛ የመንግሥት ባለስልጣንም ሆነ ለውጭ አገር ጎብኚ ተስማሚ የሆኑ ደረጃቸውን የጠበቁ የእንግዳ ማረፊያዎችና የመዝናኛ ፓርኮች ማሰራታቸውን እኔም ራሴ ምስክር ነኝ። የደብረማርቆስ የከተማ ፕላንና አዉራ ጎዳናውን የአዉሮፕላን ጣቢያዉን እንዲሁም ለገበሬዎች ሰብል መሸጪያና ለረሀብ አደጋ መከላከያ ጎተራ አሠርተዋል።

በተለይም የሸዋ ክፍለ ሀገር እንደራሴ ሆነዉ አዲስ አበባ በዝና የሚታወቀዉን የገነት ሆቴልን ዲዛይን የነደፉትና ቆመዉ ሕንጻዉን ያሰሩ እሳቸው መሆናቸው ራሳቸዉን የዲዛይንና የኪነ ሕንጻ ጥበብ እስከ ማስተማር በቅተዋል።

ፀሐዩ ዕንቆ ሥላሴ በተሰጣቸዉ ሥልጣንና ኃላፊነት ሳያወላዉሉ በድፍረት ተጠቅመዉ በሚችሉት ሁሉ አስተዳደሩን ዘመናዊ ለማድረግና የሰዉን ኑሮ ለማሻሻል ዕድሜያቸዉን ሙሉ እንደ ደከሙ ይህ መጽሐፍ በሚገባ ያሳያል። እንደ ብረት በጠነከረ ሞራልና መርህ እየተመሩ የእያንዳንዱን ሰዉ በችሎታዉና በዕውቀቱ የሚመዘንበትና

የሚከፈልበት ሁኔታ ለመፍጠር በሚቻላቸው ሁሉ ጥረዋል። ፀሐዩ ነገርን የማወቅ ችሎታቸዉ፣ ቀልጣፋ ዉሳኔያቸዉ፣ የመንፈስ ፅናታቸዉና የባርያ ንግድን ለማስቆም ስርዓተ አልበኝነትን ለማስወገድ ሽፍቶችን አድኖ የሕግ የበላይነትን በማስከበር፣ ሥነ ምግባር የጎደላቸውን ጉቦኛ አጥቢያ ዳኞችና ምስለኔዎችን በማፅዳት የታወቁ ነበሩ። በተለይ የገበሬዉን በሬ የሚሰርቅ ሌባ አስይዘዉ ለፍርድ አስቀርበዉ አስቀጥተዋል።

እናቴ ወላንሳ የአጎታችን የፀሐዩ ዕንቆ ሥላሴ ሰባተኛ እህት ናት። በጣልያን ፋሺስት ወረራ በስምንት ዓመቷ መላዉ ቤተሰቧን ተከትላ፣ በዱር በገደሉ በተደረጉት ውጊያዎች አብራ ተንከራታለች። በአንድ ምሽት ዉጊያ ተጀምሮ ሌሊቱን ሙሉ ሲዋጉ አድረዉ በጧቱ በተኛችበት ላይዋ ላይ ብዙ ቀለሆች ተገኝተዉ ምንም ጥዩቱ ሳይመታት መቅረቱ በቤተሰቡ መሀል እንደ ተአምር ይቆጠር እንደነበር ሲነገር አስታውሳለሁ። እማማ ብዬ የምጠራት እናቴ፣ ትናንሾቹ ወንድሞቼና እህቶቼ ማዙ የሚሏት እናታችን ፀሐዩ ዕንቆ ሥላሴን በጣም ትወዳቸዉ ስለነበር ስትጠራቸዉም "ጋሽዬ" እያለች ነበር። ከዚያ ከጠላት ወረራ የመከራዉ ዘመን ጀምሮ የሚያስቡላት፣ ሁልጊዜ ድጋፋቸዉ ተለይቷት የማያዉቅ፣ እኔን ያስተማሩላት፣ ሁለት ልጆቿን ኤልሳቤጥንና ሸዋዬን የዳሩላት የምትመካባቸዉ ወንድሟ ነበሩ።

ከልጅነት ትዝታዎቼ መካከል የማይረሳኝ አጎቴ ፀሐዩ ዕንቆ ሥላሴ የጅባትና ሜጫ አውራጃ ገዥ በነበሩ ጊዜ የእኔም ቤተሰብ እዚያው አምቦ ከተማው ከሳቸው ጋር በጉርብትና እንኖር ነበር። አንድ ቀን ከአንድ እንግዳ ሰዉ ጋር እኛ ወደ ምንኖርበት ቤት ሊጠይቁን ይመጣሉ። እናቴ "ጋሽዬ መጣ" ብላ የሦስት ክፍል ቤታችንን በር ከፍታ ወጥታ ተሳሳሙ። አብሯቸዉ የመጣዉ ሰዉ የሳቸዉንም ሆነ የናቴን መልክና ቁመና ሳያስላስል፣ የኔን የልጅነት መልክና ቅላት አይቶ "ይቺ ጣልያን ጥላዉ የሄደችዉ ልጅ ነዉ" ሲል አጎቴ "የለም የለም ይሄ የእህቴ ልጅ ነዉ" ብለው ምንም የመከፋት ስሜት ሳይታይባቸው፣ እየሳቁ እኔን ብድግ አድርገው በማንሳት ከሳሙኝ በኋላ ሁለት እጄን ይዘዉ አወዛወዙኝ። ይህ የአምቦ የልጅነት ትዝታዬ ምንግዜም አይረሳኝም።

ከልዑል አልጋ ወራሽ መርድ አዝማች አስፋወሰን ትምህርት ቤት አንደኛ ደረጃን እንደጨረስኩኝ ለትምህርቴ ሲባል ደብረ ማርቆስ ተላኩኝ። እንደ ደረስኩ "አባዬ" ብለን ሁላችንም የምንጠራትን የአጎቴን ባለቤት፣ ልጆቹንና መላው ቤተሰቡን ሳገኛቸዉ በጣም ደስ አለኝ። እዚያ አብሬ በኖርኩባቸው ዓመታት አጎቴ ፈሪሃ እግዚአብሔር ያደረባቸዉ እዉነተኛ የኢትዮጵያ ኦርቶዶክስ ተዋሕዶ ጽኑ አማኝ ሰብዓዊ ርህራሄና አዛኝነት ያላቸዉ እንደነበሩ አስተውያለሁ። ባህላቸዉን የሚያዉቁ፣ በአኗኗራቸዉና በምግባራቸዉ ሕይወታቸዉን በሙሉ የኢትዮጵያን መንግሥት በታማኝነት ከማገልገል በስተቀር ሌላ የግል ዓላማና ፍላጎት ያልነበራቸው ሰዉ መሆናቸውን በሚገባ ተመልክቻለሁ። በእግዚአብሔር አምሳል የተፈጠረ ሰዉን ሁሉ በሕግ ፊት እኩል መታየት አለበት ይሉ እንደነበር በተደጋጋሚ ሰምቻለሁ። አንድን ሰዉ ለሥራ ቦታ ሲመድቡ በችሎታውና ለተፈላጊዉ ሥራ በቂ ሆኖ መገኘቱ እንጂ የማን ልጅ ነዉ? ወይም ዘሩ፣ ነገዱና ሃይማኖቱ ምንድነው የሚሉ ጥያቄዎች የሚያስገቡ ሰዉ

አልነበሩም። አፋሩ የክርስትና ልጃቸዉ አካለ ወልድ የሚባለዉ በቀጨኔ ቤታቸዉ ውስጥ ይኖር ነበር። አባትና እናታቸዉ ባደረጉላቸዉ ግሩም አስተዳደግ ተመርኩዘው ራሳቸዉን ለኀላፊነት ያበቁ የኢትዮጵያ ቅርስ ሆነው ያለፉ ለመሆናቸው በኩራት መናገር ብችልም፣ ይህ ሁሉ ያልተነገረ ታሪካቸው በመጽሐፉ የቀረበ በመሆኑ አንባቢዎች በትዕግስት አንብበው የራሳቸውን ፍርድ እንደሚሰጡበት አልጠራጠርም።

እንቴ ሕይወታቸዉን ለልጆቻቸዉና ለዘመድ አዝማዶቻቸዉ በሚገባው የሰጡ ብቻ አልነበሩም። በየሄዱበት ጠቅላይ ግዛቶች ወላጆች የሌላቸዉን ወስደዉ ያሳደጉና አስተምረውም ለቁም ነገር ያበቁ፣ ሰዉን ሁሉ በእኩል አይን የሚያዩ ነበሩ። ልጆች በትምህርታቸዉ እንዲበረቱ በጣም ይመክሩ ነበር። በበኩሌ ለመጀመሪያ ጊዜ ሥራ ክቡር መሆኑን የተማርኩት የንጉሥ ነገሥቱ ዋና እንደራሴ ሆነዉ ጭቃ ዉስጥ ቆመዉ ድንጋይ ለግንበኛዉ ሲያቀብሉ በማየቴ ነዉ። ቤት ከመሠራቱ በፊት ገና ሲባነዉ የታሰረበትን መዛባቱን አይተዉ ግንበኞቹንና አናጺዎችን አስጠርተዉ መስመሩ ትክክል መሆኑን እየተዘዋወሩ ሲለኩ ሲያረጋግጡ መሃንዲስ ይመስሉ ነበር። ደብረ ማርቆስ ከቤተመንግሥቱ ፊት ለፊት የሚተከሉት አበባዎች የተመረጡት ችግኞች ለደብረማርቆስ አየር ይስማማል ወይ? ብለዉ አትክልተኞቹን ሲጠይቁ፣ ከዚያ ምን መደረግ እንዳለበት ሲያስረዱ እሳቸዉ አትክልተኛ እንጂ የንጉሥ ነገሥቱ እንደራሴ አይመስሉም ነበር።

ከትምህርት ቤት መልስ ተረኞች የሆንነዉ በታዘዝነዉ መሠረት የንጉሦ ተክለ ኃይማኖትን ቤተመንግሥት አበባ ስናጠጣ ደርሰዉ እየሳቁ "የኔ ቤት እንጀራ በነፃ አይበላም፣ ስትጨርሱ ደግሞ ወደ ጥናታችሁ" ያሉት ትዝ ይለኛል። ምሳሌያቸዉን በመከተል በቤቱ ዉስጥ ያለን ልጆች ሁሉ የተካፈልንበትን የ"ተምሮ ማስተማር" እዚህ ላይ መጥቀስ ተገቢ ነው። ማንበብና መፃፍ የማይችሉትን የቤተ መንግሥቱን ዘበኞች፣ ወታደሮችና የቤት ሠራተኞች በሶስት ወር ጊዜ ውስጥ ፊደል ቆጥረዉ ቀለም እንዲለዩ አድርገናቸዋል። እነርሱም ለዚህ ካደረሳችሁን አይቀር በሚል ጋዜጣና መጽሐፍ ማንበብ በደንብ እንድንችል ትምህርቱን እንቀጥል ብለው ከስድስት ወር በላይ አስተምረናቸዋል።

አንድ ጊዜ ትምህርታችንን ትተን ሳሯ ሲቀመጡበት የምትመች ሜዳ ላይ ቁጭ ብለን ሲጋራ እያጨስን ስንዝናና ቆይተን ወደቤት ስንደርስ ፀሐዩ እሳት ጎርሰዉ ጠበቁን። በጣም ተናደዉ "ስንት ልጆች በሀገራችን እንደናንተ ትምህርት ቤት ለመሄድ እድል ያላገኙ መኖራቸዉን ታዉቃላችሁ?" በሚል በጣም ተቆጡን። በማግሥቱ ትምህርት ቤታችን ድረስ ሄደዉ ድሬክተሩን "ለምን የኔን ልጆች ሳትቀጣ ቀረህ? የባለሥልጣን ልጆች አይቀጡም ያለህ ማን ነዉ?" በማለት ወቀሱት።

ለባለሥልጣን ልጆች የተለየ ድጋፍ ሲደረግ ማየት ፀሐዩ ዕንቆ ሥላሴ ከሚያዝኑባቸው ጉዳዮች መካከል ነበር። ይህንንም አግባብ አይደለም በማለት ለማስቀም ዘወትር ይጥሩ ነበር። አንድ የአፄ ኃይለ ሥላሴ መንግሥት ባለሥልጣን ለሚኒስትሮች ልጆች ውጭ

አገር በመላክ በስኮላርሽፕ መልክ ለማስተማር ባጀት ተመድቧልና ላንተም ልጆች እንከፈል ቢሏቸዉ እኔ ልጆቼን ራሴ አስተምራለሁ፣ በኔ ፈንታ አባትና እናት የሌላቸዉ ልጆች ይላኩ ብለዋል።

ፀሐዩ ዕንቆ ሥላሴን በቅርብ የሚያዉቋቸዉ ሁሉ በተፈጥሮ ፍርሃት የማይታይባቸው በማለት ይገልጧቸው ነበር። አንድ በአርበኝነት አብሯቸው የነበረ ግለሰብ ለምሳ ተጋብዞ መጥቶ በመገረም "እንዴት ያ እባብ በላይህ ላይ ሲንሸራሸር አልፈራህም" በማለት ጠየቃቸው። እርሳቸዉም ሸለብ አድርጓቸዉ በተጋደሙበት በሸንጣቸዉ ላይ እባቡ የተመላለሰበትን ጊዜ በመተረክ ዋናዉ ዘዴዉ አለመንቀሳቀሳቸዉ ድምጽና እስትንፋስ ሳያሰሙ እባቡ በሚፈልገዉ መስመር እስኪሄድ ድረስ ሳይንቀሳቀሱ መጠበቃቸዉ እንደነበረ አስረድተውታል።

ከቅርብ ወዳጆቻቸዉና ጓደኞቻቸው መካከል ጀነራል ነጋ ኃይለ ሥላሴና ጀነራል ዓቢይ አበበ ይገኙበታል። አንድ ጊዜ በቤታቸዉ የምሳ ግብዣ አድርገውላቸው በጨዋታቸው መካከል የተነሳው ጉዳይ ስለጦር ውጊያ ስልት ነበር። ይህንን ርዕስ ከእነኚህ ሁለቱ ያገራችን ምርጥ ጄነራሎች በሚወያዩበት ጊዜ ፀሐዩ ያሳዩ የነበረው ብቃት በየትኛውም ሚሊተሪ አካዳሚ ከሠለጠነ የጦር መሪ ብቃት የሚተናነስ አልነበረም። ይህም እንደተጠበቀ ሆኖ ኢጣልያ ፋሺስት አባታቸዉንና ወንድማቸን ገድሎባቸው፣ ከማይጨው ጦርነት መልስ በሽምቅ ውጊያ ላይ እያሉ ሁለት ጊዜ ጠላት በጥይት ከፉኛ አቁስሏቸዉ፣ እንደ ልጅ ኃይለ ማርያም ማሞን የመሳሰሉ ስንት የጦር ጓደኞቻቸዉን አጥተዉ ይህንን የመሰለ የጦር ወንጀል በህዝብና አገር ላይ የፈፀሙትን ፋሽስት ወንጀለኞች ከተራውና ባገራችን ምድር ቀርተው እንደማንም ሰው ሌላውን መስለው፣ ተደባልቀውና ሰርተው በመብላት ከመረጡት ጣልያኖች ለይቶ ማየት እንደሚያስፈልግ ይመክሩን ነበር። በሌላ አጋጣሚም እነርሱም በፈጣሪ አምሳል የተፈጠሩ የሰዉ ልጆች ናቸዉ በማለት ጣልያኖችም ሆነ ሌሎች ነጮችን በቆዳቸው ንጣት ብቻ ምንም አይነት ጥላቻና ጥቃት እንዳይደርስባቸው መንግሥትም ሆነ የፀጥታ አካላት ኃላፊነት አለባቸዉ እያሉ ይናገሩ ነበር። ይህም ሰብዓዊ አመለካከታቸው በእኛ ንቃተ ህሊና ጭምር ተፅዕኖ በማሳደሩ በቀልና ጥላቻ እንዳንወርስ ትልቅ ዉለታ ውለውልናል።

ፀሐየ ዕንቆ ሥላሴ

ደጃዝማች ፀሐዩና ባለቤታቸው ወይዘሮ አልማዝ ጋር ከውጭ አገር ለጉብኘት የመጡ እንግዶቻቸውን በደብረ ማርቆስ ቤት መንግሥት ሲያስተናግዱ

ሌላው ሁልጊዜ የሚገርመኝ በሥራ ጉዳይ ፀሐዩ ከተገናኟቸው ጣልያኖች፣ አዉሮፓዉያኖችና አሜሪካኖች ጋር በጣም ጥሩ ወዳጅነት እንደነበራቸዉ ነው። በአንድ ወቅት በደብረ ማርቆስ ይኖር የነበረው አንዱና ብቸኛው ዶክተር ማዚሊ በትዳሩ ያጋጠመውን ችግር እንዴት እንዳዋያቸውና እሳቸውም ችግሩን ለመፍታት የሄዱበትን ርቀት እስካሁን አስታውሳለሁ። ዶክተር ማዚሊ አንዲት ውብና ሀይለኛ ጎጃሜ ሚስቱ ከሱ ጋር ለመፋታት መወሰኗንና ጥላዉ መሄዷን ይነግራቸዋል። እሳቸውም በሃዘኔታ ካዳመጡና ካፅናኑት በኋላ አይዞህ ብለዉ ሹፌራቸዉን ልከዉ የዶክተሩን ሚስት ከነበረችበት በማስመጣት እስከፍቺ ሊያደርስ የቻለውን ጉዳይ አብርደውና በመጨረሻም አስማምተዋቸው ዶክተር ማዜሊንና ባለቤቱን አስታረቀዋቸዋል።

የፀሐዩ ዕንቆ ሥላሴን ታሪክ ለማንበብ ላበቃን አምላክ ምስጋና ይድረሰው። ስለሳቸው የማያውቀውን ለማወቅ ለሚሻ ሁሉ ይህ መጽሐፍ በተቻለው ሁሉ በጥንቃቄ ተዘጋጅቶ ቀርቦለታል። እንደ ብረት ምሰሶ የፀና ሞራል ማለት ምን ማለት እንደሆነ፣ ቆራጥነትና በራስ መተማመን በፀሐዩ ዕንቆ ሥላሴ ሕይወት ምን ቁመና እንደነበረው ለመመርመር በተለይም ደግሞ የተቀበሉትን አስቸጋሪና ከባድ ሃላፊነት የነበራቸውን ቅልጣፍናና የውሳኔ ፅናት፣ የባርያ ንግድንና ሥርዓተ አልበኝነትን ለማስወገድ ሽፍቶችን አድነዉ የሕግ የበላይነትን የማስከበር ቁርጠኝነታቸው በማስረጃ ተደግፎ ለአንባቢ ቀርቧል። ሰብዓዊ ርህራሄያቸዉ ወደር አልነበረውም። ለምሳሌ እናትና አባት የሌላቸዉን ስንት ልጆች ወስደው እንዳሳደጉና እንዳስተማሩ በተጨባጭ ተወስቷል። ከነዚህም እንደ ልጃቸው ካሳደጓቸዉ መሀል በፀረ ፋሺስት ዉጊያ የተሰዉት አርበኛ

የአቶ ደስታ ልጅ እሸቱ ደስታ አንዱ ነበር። እሱም ከህፃንነቱ ጀምሮ አሳድገዉት ከንግድ ትምህርት ቤት ተመርቆ በአዲስ አበባ የፊሊፕስ ኩባንያ ሃላፊና ወኪል ሆኖ የብዙ ሀብትና ንብረት ባለቤት ለመሆን የበቃ ሰው ነበር። ሌላዉ ከማሳደግና ማስተማር ያለፈ በስማቸው እስከመጠራት የደረሰው በጣም የታወቀዉ የልብ ቀዶ ጥገና ሐኪም ዶክተር ግዛው ፀሐይ በላይ ይገኝበታል። ትምህርቱን ጨርሶ ከሜክሲኮ እንደመጣ አዲስ አበባ ከሚኖርበት ቤቱ ዉሰደኝ ብለዉኝ በ 600 ፊያት መኪናዬ ወሰድኳቸዉ፤ ከቤቱ እንደገባን ከግዛዉ ጋር ሰላምታ ተለዋዉጠው ሳሎን ስንገባ ግድግዳዉ ላይ ያለውን ዲግሪዉን ትኩር ብለዉ ሲያዩ ደስታቸዉ በፊታቸዉ ላይ ይነበብ ነበር። ፀሐዩ ዕንቁ ሥላሴ ከሁሉም በላይ ትምህርት የሰዉን ህይወት ይለዉጣል ብለዉ ስለሚያምኑ በአስተዳደሩበት ቦታ ሁሉ ትምህርት ቤቶችን አሠርተዋል፣ የነበሩትንም አሻሽለዋል።

አፄ ኃይለ ሥላሴ የተናገሩት “ከትልቅ ወይም ከትንሽ መወለድ ሙያ አይደለም፣ ራስን ለታላቅ ታሪክ መዉለድ ግን ሙያ ነዉ” የሚለዉን ሕይወታቸዉን ሙሉ በምግባራቸዉ ያሳዩ ራሳቸዉን ለብዙ ታላላቅ ሙያዎች ያዋሉ የኢትዮጵያ ኩራትና ባለዉለታ ደጃዝማች ፀሐዩ ዕንቁ ሥላሴ ናቸዉ።

በመጨረሻ እኔ ከአጎቴ ጋር በኖርኩበት ዘመን ዕድሜዬ ፈቅዶልኝ በቅርብ የማዉቀዉን ድንቅ ሥራቸዉን፣ ሰብዓዊ ርህራሄያቸዉንና ደግነታቸዉን ሁሉ ለማየት በመቻሌ ዕድለኛ ነኝ።

ወንድማችን የእትዬ አየለችና የጋሼ ተግባሩ ልጅ ዶ/ር አማረ ተግባሩ “ፀሐዩ ዕንቁ ሥላሴ ፀረ ፋሺስት አርበኛና ያገር ባለ ዉለታ” የሚለዉን ታሪካዊ መጽሐፍ በብዙ ድካም አዘጋጅቶልናል። ለመላዉ ቤተሰቦቻችን ኩራትና ማንበብ ለሚሹ ኢትዮጵያዉያኖች ሁሉ ይህን ዕድል ስለሰጠ በጣም ሊመሰገን ይገባዋል።

ፋሲል ይርጉ

Chicago IL 09/08/21

መቅድም

ከቤተሰባችን መካከል ይህንን የደጃዝማች ፀሐዩን ታሪክ የመጻፍ ኃላፊነት ለመውሰድ የመጀመሪያው ሰው መሆን አይገባኝም ነበር። የታሪክ አጋጣሚ ሆኖ ታሪካቸውን በታማኝነት ለመጻፍ ስወስን ይህ ውሳኔ ቀላል እንዳልሆነና ለኔ የቤተሰቡ አባል ከኩራት ይልቅ ፈተና ሊሆን እንደሚችል መገንዘቤ አልቀረም። በተለይም ሚዛን ጠብቆ፣ ቅቡልነት ያለው በመረጃ የተደገፈ ታሪክ ማቅረብ ምን ያህል ልፋት እንደሚጠይቅ ሳላስብበት አልቀረሁም። እርግጥ የእናቴ አሳዳጊ ስለነበሩና እኔንም በእናቴ ዐይን በማየት ያጎትነት ፍቅር ያሳዩኝ ስለነበር ታሪካቸውን የመጻፍ ፍላጎት ካደረብኝ አራት አሥርት ዓመታት ይሆነኛል። ከዚህ የተነሣ ከረጅም ዘመን ጀምሮ መረጃዎች ማሰባሰቡ ላይ ትኩረት አድርጌ ስለነበር፤ በልጆቻቸዉ፣ በአክስትና አጎቶቻችን ልጆች ትብብር ታሪካቸውንና ከሳቸው ሕይወት ጋር ተያያዥነት ያላቸውን ጉዳዮች ያካተተ ሥራ እነሆ ለአንባቢ ለማቅረብ በቅቻለሁ። እዚህ ላይ ግልፅ ማድረግ የምፈልገው ጊዜው እየረዘመና ታሪካቸውም ከአዲሱ ትውልድ እየራቀ ከመሄዱ የተነሣ፣ ከቤተሰባችን መካከል አንዳችን ሌላችንን ሳንጠብቅ ይህንን ታሪክ የመጻፍ ውሳኔ የግሌ እንጂ የልጆቻቸውንና የቤተሰባችንን አዎንታና ፈቃድ አግኝቼ የወሰድኩት አይደለም። በዚህም መጽሐፍ ውስጥ የቀረበውም ታሪክ ቤተሰቡን ሙሉ በሙሉ የሚወክልና የተስማማበት የቤተሰብ ታሪክ ተደርጎ ሊወሰድም አይችልም። ስለዚህም አንዳንድ፣ የተዘለሉና የጎደሉ ጉዳዮች ቢኖሩ ሁሉንም የተሟላ አድርጎ ለማቅረብ በቂ ውይይት ስለሚጠይቅና ይህንን ዕድል ለማግኘት አስቸጋሪ ከመሆኑ ጋር የተያያዘ በመሆኑ እንደሆነ አንባቢ እንዲረዳው እጠይቃለሁ። ይህን የመሰለው የመጽሐፉ ውሱንነት እንደተጠበቀ ሆኖ፣ የደጃዝማች ፀሐዩ ልጆች የመጽሐፉን ረቂቅ አንብበው እርካታቸውን ገልፀውልኛል። ከዚህም ባሻገር የሚያስፈልጉኝንና የጎደሉኝን መረጃዎች በመለገስና በመጽሐፉ የተነሡ ከቤተሰብ ጋር የተገናኙ ጉዳዮችን ትክክለኛነት በማረጋገጥ ትብብር አድርገውልኛል። ይህም በመጽሐፉ ውስጥ የቀረበውንም ታሪክ በባለቤትነት እኩል እንጋራለን የሚል እምነት አሳድሮብኛል። በተለይም ቤተልሔም ፀሐዩ፣ አንዳንድ የማይረሱ የቤተሰብ ትዝታዎች እንዲጨመሩበትና ታሪኩን በተቻለ የተሟላ በማድረግና ፎቶግራፎችን በመለገስ ስለረዳችኝ የተለየ ምስጋና ይድረሳት።

እዚህ ላይ አንድ ልብ ሊባል የሚገባው ጉዳይ ቢኖር፣ ስለደጃዝማች ፀሐዩም ሆነ ስለሌሎች ታላላቅ ፀረ-ፋሽስት የኢትዮጵያ አርበኞችና በሰላሙም ጊዜ ላገር ውለታ የዋሉ ዜጎችን ታሪክ የመጻፍ መብት በማንም ላይ የተገደበ አይደለም። ስለዚህም

የራሱን ምርምር አድርጎ የሚነሣ፣ ምንም አይነት የዝምድና ግንኙነት የሌለው ታሪክ ጸሐፊ ወይም ደራሲ የእሳቸውንም ሆነ የሌሎችን አርበኞችና ያገር ባለውለታዎች ታሪክ ሚዛናዊ በሆነ መንገድ ሊመረምረውና በሚመሰገኑበት በማመስገን፣ በሚወቀሱበት ደግሞ በመውቀስ፣ አሁንም ሆነ ወደፊት ለትውልድ ትምህርት ሊሆን በሚችል መንገድ ሊጽፈው ይችላል። በዚህ መጽሐፍ ውስጥ የቀረበው የደጃዝማች ፀሐዩም ታሪክ ቢሆን ብዙ ያላካተታቸው ጉዳዮች አሉ፤ ለምሳሌ በወመዘክር ቤተ መጻሕፍት በስማቸው ተጠርዘው የተቀመጡና እኔ ራሴ ሁሉንም ለመመርመርና ለመጠቀም ያልቻልኩባቸው መረጃዎች እንዳሉ ናቸው። ስለዚህም ሌሎችም የታሪክ ጸሐፊዎችና ተመራማሪዎች መለስተኛ ጽሑፍና ጥናት ለማቅረብ ፍላጎት ካላቸው የመረጃ ቋቱን ለመመርመር ዕድሉ ክፍት ነው።

የደጃዝማች ፀሐዩ ከልጅነት እስከ አርበኝነትና ከዚያም የበጅሮንድነት፣ የጅባትና ሜጫ አውራጃ ገዥነት፣ የሸዋ ክፍለ ሃገር እንደራሴነት፣ የጤና ጥበቃ ሚኒስቴርነትና የጋሞ ጎፋ ክፍለ ሃገር እንደራሴነት ድረስ ያለው ታሪካቸው በአጠቃላይም ሆነ በዝርዝር ሲመረመር፣ ብዙም አከራካሪና አጠያያቂ ጉዳዮች ያሉበት አይደለም። ከዚህ የተነሣ በጥቂት ጉዳዮች የሰዎችን ምስክርነት ከመጠቀም ያለፈ፣ ባብዛኛው የተጠቀምኩት ለዚህ መጽሐፍ በቂ ናቸው ብዬ ያገኘኋቸውን በተለያዩ ደራሲያን የተጻፉ ታሪካዊ መጻሕፍትን፣ መጽሔቶችንና አንዳንድ ምስክርነት የሰጡኝን ሰዎች ትውስታዎች ነው።

የጎጃም ጠቅላይ ግዛት ባለ ሙሉ ሥልጣን እንደራሴ ሆነው የቆዩባቸውን ስምንት ዓመታት የዘለቀ ታሪካቸውን ግን፣ ሙሉ በሙሉ በሕይወት ባሉ፣ የተለያየ የዕድሜና ተመክሮ ባላቸው፣ ከመካከለኛ ዕድሜ እስከ ታላላቅ አባቶች ድረስ ከሚደርሱ ሰዎች ባገኘሁት የቃል ምስክርነት ላይ ተመሥርቼ የጻፍኩት ነው ። ይህም አለምክንያት አይደለም። ከሌሎቹ በሹመት ከሄዱባቸውና ከቆዩባቸው ክፍላተ ሃገራት ረጅሙን ዘመን የያዘው የጎጃም ክፍለ ሃገር ነው። በዚህም የእንደራሴነት ዘመናቸው በርካታ ትርክቶች ይሰሙ ነበር። የሚታወቀውና የማይታወቀው፣ እውነቱና ሐሰቱን፣ የሚያስመግናቸውና የሚያስወቅሳቸውን ጉዳይ በሚገባ ለይቶ ለማቅረብ የተለየ ጥንቃቄ ማድረግ ስለሚጠይቅ፣ የበርካታ ሰዎችን ምስክርነት መስማትና ይህንኑ ሳይጨምሩና ሳይቀንሱ ማቅረብ ተገቢ ሆኖ አግኝቼዋለሁ። ይህንንም ታሪካዊ ምስክርነት በተቻለ መጠን ሚዛናዊ አድርጎ ለማቅረብ እንዲረዳ የጎጃሙ የእንደራሴነት ዘመናቸውን የሚመለከተው ራሱን ችሎ በክፍል ሁለት ቀርቧል። ይህ የጎጃም ክፍለ ሃገሩ ታሪክ በሚነገርበት ክፍል ስለአንዳንዶቹ ሰዎች ባሕርይና ማንነት የተነገረው አስራ አራት ሰዎች ተመሳሳይ ገለጻ የሰጡበት እንጂ በደራሲው የተጨመረ አለመሆኑ እንዲታወቅ ያስፈልጋል። እነኚህም ከዛሬ 50 ዓመት በፊት ከሙስናም ሆነ ሥነ ምግባር ብልሹነት ጋር በተያያዘ ወይም ደግሞ ሥልጣን እንዴት ይቀርብናል በሚል ስማቸው ይነሣ የነበሩ ሰዎች ናቸው። ምንም እንኳን በሕይወት ባይኖሩም ቤተሰብ፣ ልጅና የልጅ ልጅ ሊኖራቸው ስለሚችል፤ ያገባናል የሚሉ ወገኖች ቢኖሩ የተነሡት ጉዳዮች በመረጃ የተደገፉና ያለፈ ታሪክ መሆኑን ከመመልከት ያለፈ ስምና ማንነታቸውን ሆን ተብሎ

ለማጉደፍ እንደተጻፈ አድርገው እንደማይመለከቱት ተስፋ አድርጋለሁ።

በ2007 ዓ.ም እና በ2012 ዓ.ም. ወደ ደብረ ማርቆስ በመጓዝ በጠቅላላው ሁለት ሳምንት ያህል በመቆየት 14 ሰዎች (13 ወንድና 1 ሴት) ቃለ መጠይቅ አድርጌአለሁ። ከእነኚህም መካከል ደጃዝማች ፀሐዬ እንደራሴ በነበሩበት ዘመን በቤተ መንግሥቱም ሆነ በተለያየ የክፍለ ሃገሩ አስተዳደር ኃላፊነት የነበራቸው ይገኙበታል። የቀሩት ደግሞ በዚያን ዘመን ገና ወጣቶች የነበሩ፣ ራሳቸው የሚያስታውሱትንም ሆነ ከወላጆቻቸውና ከአገሬው ሕዝብ የሰሙትንና ዛሬም ድረስ በተጨባጭ መረጃነት ሊነገር የሚችለውን የሚመሰክሩ ናቸው። ከፍተኛ የትምህርት ተቋም ላይ በመምህርነትና በምርምር ሥራ ላይ የሚገኙም ከዚህ የሚመደቡ ሲሆኑ፤ በደርግ ዘመን ደግሞ የኢትዮጵያ ሠራተኞች ፓርቲ (ኢሠፓ) አባል የነበሩም በዚህ ቃለ መጠይቅ ተካፍለዋል። እነኚህ ሁሉ የመረጃ ምንጮቼ የዝምድና ግንኙነቴን ሊጠረጥሩ የሚችሉበትን ሁኔታ ለማደብዘዝና ምናልባትም ወላጅ አባቴ የዚያው ክፍለ ሃገር ተወላጅ መሆኑ የተጠረጠረም እንደሆን በቃለ መጠይቅ ተሳታፊዎቼ ላይ ያልተጠበቀ ተፅዕኖ በማሳደር መረጃዎቼን እንዳያመክንብኝ የተቻለኝን ጥንቃቄ አድርጌለሁ። በተመሳሳይ፣ የከፋውን ጠቅላይ ግዛት የእንደራሴነት ዘመናቸውንም በተመለከተ በቃለ መጠይቁ ለተሳተፉ ሰዎች ተመሳሳይ አቀራረብና ጥንቃቄ አድርጌአለሁ። የከፋ ክፍለ ሃገሩ ብዙም አከራካሪ ጉዳይ ስለሌለውና በጠቅላይ ገዥነት የቆዩበትም ዘመን እንደ ጎጃሙ የረዘመ ባለመሆኑ፤ የበርካታ ሰዎችን ምስክርነት የሚጠይቅ ባይሆንም፤ በቂና ማመሳከሪያ ሊሆኑ የሚችሉ ሰዎች ተወክለዋል። ይህንን የመሰለው ጥንቃቄ ያስፈለገው ከሁሉም አንፃር ሚዛናዊ መረጃ ለማሰባሰብ እንዲያስችለኝ ነው። በቃለ መጠይቁና በጥልቅ ውይይታችን የተሳተፉትም በድምፅ መቅጃ የተወሰደው ምስክርነታቸው በፅሑፍ ከሰፈረ በኋላ እንዲደርሳቸው በማድረግ የራሳቸውን ምስክርነት ትክክለኛነት እንዲያረጋግጡ፣ እርምት የሚደረግበትም ካለ እርምት እንዲያደርጉበት አድርጌአለሁ።

ከላይ ለመግለፅ እንደሞከርኩት ቁልፍ የመረጃ ምንጮቼ የሆኑት የራሳቸው ድምፅ የሚሰማበትንና የሚነበብበትን የመረጃ አሰባሰብና አቀራረብ ዘዴ የተጠቀምኩት በተቻለ መጠን የኔ የደራሲው ድምፅ አሸናፊ ሆኖ በመውጣት ወገናዊነት ጎልቶ እንዳይሰማ በማሰብና ሚዛናዊ ሆኖ በጥንቃቄ ለመዝለቅ ነው። እነኚህም በቃለ ምልልሱና ውይይቱ የተሳተፉ ሰዎችም ቢሆኑ ቀደም ሲል ትውውቅ የሌለን ሲሆኑ፤ የተጠቆሙልኝም ቀደም ሲል በማንተዋወቅ ሰው ነው። በቃለ መጠይቅም ሆነ በጥልቅ ውይይታችን ተሳትፏቸው ለህሊናቸው ባላቸው ታማኝነትና በፈቃደኝነታቸው ጊዜያቸውን ሰውተው ስለተባበሩኝ በድጋሚ ጥልቅ የሆነ ምስጋናዬን ልገልፅላቸው እወዳለሁ።

ይህንን መጽሐፍ ለመጻፍ ያበረታታኝን ያክስታችንን የወ/ሮ ወላንሣ ዕንቆ ሥላሴን ልጅ ፋሲል ይርጉን እጅግ አድርጌ ማመስገን እወዳለሁ። የመጽሐፉን ረቂቅ በማንበብ፣ ተጨማሪ መረጃ በማቅረብና እርምት በማድረግ፣ ከዚያም በላይ የመጽሐፉን መግቢያ በመጻፍ ላደረገልኝ አስተዋፅዖ በድጋሚ ምስጋናዬ ይድረሰው።

ሁሉም ወንድሞቼና እህቶቼ አንድም ሳይቀሩ የሚያስፈልጉኝን መጻሕፍት ገዝቶ በማቅረብ፣ የራሳቸውን በማዋስ፣ ጥቃቅን የሚመስሉ ግን አስፈላጊ መረጃዎችንና የቤተሰብ ፎቶግራፎችን እንዲደርሰኝ በማድረግ ላደረጉልኝ እርዳታ ከፍተኛ ምስጋናዬ ይድረሳቸው። ወ/ሮ ወንጌላዊት ታደሰ ዘወልዴ ወላጅ አባቷ ከደረሷቸው መጻሕፍት መካከል በእጇ የሚገኘውን አንድ ቅጂ ፎቶ ኮፒ በማድረግ ያለሁበት ስዊድን አገር ድረስ እንዲደርሰኝ በማድረግ ስለተባበረችኝ ምስጋናዬ ይድረሳት። ፕ/ር ካሳሁን ብርሃኑ የሚያስፈልጉኝን መረጃዎች በመላክ ሳይወሰን የመረጃ አረዳዴና አጠቃቀሜ የተፋለሰ እንዳይሆን መልሶ በማንበብ ስለረዳኝ ላመሰግነው እወዳለሁ። ባለቤቴ ወ/ሮ ላቀች ዳኜ ረቂቁን በማንበብ ከምርምር ሥራ ይልቅ ማንም ተራ ሰው ሳይሰለች አንብቦ እንዲረዳው የአጻጻፍ ዘዴዬን በተቻለኝ ሕዝባዊ ለማድረግ እንድጥር ምክር ስለለገሰችኝ ምስጋናዬ ይድረሳት። ፕሮፌሰር አቻምየለህ አምዴ ደበላ እጅግ የተጣበበ ጊዜውን በመሰዋት የመጽሐፉን ሽፋን በመስራት ላደረግልኝ እርዳታ የላቀ ምሳጋናዬ ይድረሰው። ፈለቀ ደነቀ የመጽሐፉን ሽፋን በማሻሻልና የተቻለውን ሁሉ በማድረግ ላደረግልኝ ወንድማዊ እርዳታ ላመሰግነው እወዳለሁ። ቴዎድሮስ አጥላው ሌሎች አጣዳፊ ሥራዎቹን ወደ ጎን በማድረግ ለዚህ መጽሐፍ ቅድሚያ በመስጠት የአርትዖቱን ሥራ በሚገባ በመወጣት ላደረገልኝ ድጋፍ ላመሰግነው እወዳለሁ። ደምሰው ሃብተ ሚካኤል በሸገር "የጨዋታ ጊዜ" ራዲዮ ፕሮግራም የተላለፈ የድምፅ ቅጂ ወደ ጽሑፍ በመመለስ በመረጃነት እንድጠቀመበት ስለተባበረኝ ላመሰግነው እወዳለሁ። ከሁሉም በላይ እጅግ አድርጌ የማመሰግናቸውና ባለውለታዎቼ ጊዜያቸውን ሰውተው ለዚህ መጽሐፍ የሚያስፈልጉኝን መረጃዎች ለማሰባሰብ በቃለ መጠይቁና በውይይታችን የተሳተፉት ናቸውና ለእነርሱ ያለኝ ክብርና ምስጋና ወደር የለውም። ባጋጣሚ ከእነርሱ መካከል በእድሜና ጤና ማጣት ከዚህ አለም በሞት የተለዩትንም ነፍሳቸውን ይማር። በተለይም ደግሞ ደብረ ማርቆስ በቆየሁባቸው ሳምንታት ጊዜያቸውን ሰውተው፣ አንድም ቀን ሳይለዩኝ፣ በቃለ መጠይቁ ተሳታፊ የሆኑትን ሰዎች በማፈላለግ፣ ቀጠሮ በመያዝ ደከመኝ ሳይሉ አብረውኝ በመዘዋወር እጅግ አድርገው ለረዱኝ ለአቶ ፀሐይ ሰዋሰው የተለየ ምስጋናዬ ይድረሳቸው። ይህ መጽሐፍ ለዚህች አገር ነፃነትና ሕልውና ደምና አጥንታቸውን ለከሰከሱና በነበራቸው እውቀትና ተሞክሮ የቻሉትን በመስራት ያገሩትንና የህዝቧን ዕጣ ፈንታ አስተሳስረው ቀጣይነት እንዲኖረው ከደከሙት መካከል ደጃዝማች ፀሐዩ ዕንቆሥላሴ አንዱ መሆናቸው ሲታወስ እንዲኖር የተቻለኝን የደከምኩበት ሥራ። ከዚህ በተረፈ በዚህ መጽሐፍ ውስጥ ለቀረበው ሁሉ የተጠያቂነቱ ጉዳይ ሙሉ በሙሉ የሚወድቀው በእኔ በመጽሐፉ ደራሲ ብቻ ነው።

ክፍል አንድ

ከ1909 እስከ 1932

ምዕራፍ አንድ

ቤተሰባዊ መሠረትና ፀረ-ፋሽስት የአርበኝነት ዘመን

ደጃዝማች ፀሐዩ ዕንቆ ሥላሴ ከአባታቸው ከግራዝማች[1] ዕንቆ ሥላሴ ባንትይዳኝና ከእናታቸው ከወ/ሮ ፍቅርተ ኃይለ ሥላሴ ሐምሌ 28 ቀን 1909 ዓ.ም. ከአዲስ አበባ ደቡብ ምዕራብ 114 ኪሎ ሜትር ርቃ በምትገኘውና ቀደም

1 ቀኛዝማች ታደሰ ዘወልዴ በጻፉትና በ1960 ዓ.ም. ባሳተሙት ቀሪን ገረመው መጽሐፍ ገጽ 59 “ግራዝማች” ሳይሆን “ቀኛዝማች” በሚል ያነሷቸዋል። በቤተሰባችን አካባቢ በተለምዶ “ግራዝማች” በሚለው ስናስታውሳቸው ኖረን፤ በመጨረሻ እንዳረጋገጥነው፣ መስከረም 12 ቀን 1930 ዓ.ም. ከጠላት ጦር ጋር ጊዳቦ ጊዮርጊስ በሚባለው ስፍራ በተደረገው ጦርነት በጀግንነት ሲዋጉ ከወደቁ በኋላ እዚያው ቀብራቸው ሆኖ ጠላት ተሸንፎ ከወጣ በኋላ አስከሬኑ የነበረበት ታውቆ አፅማቸው ተሰብስቦ ንጉሥ ነገሥቱ በተገኙበት በየካቲት መጀመሪያ

ሲል በሸዋ ክፍለ ሃገር ዛሬ ደግሞ ኦሮምያ ክልል ውስጥ ባለችው ወሊሶ ተወለዱ። ባባታቸው በኩል የትውልድ ሐረጋቸው የሚሳበው ቤተ-አስኳል ከሚባለው በመንዝና መርሃ ቤቴ አካባቢ ይገኝ ከነበረው ማኅበረሰብ ነው። በእናታቸው በኩል ደግሞ አደስጌና ሶፈኔ ከሚባለው ከመንዝ፣ ይፋትና ተጉለት አካባቢ ተሰባጥረው መኖሪያቸውን ካደረጉ ማኅበረሰቦች ይወለዳሉ። እነኚህ ሦስቱ አስኳል፣ አደስጌና ሶፈኔ የሚባሉት የአማራ ማኅበረሰቦች ከነገድና ጎሳ (clan and tribe) ዝቅ ብለው በቤተ ዘመድ (lineage) ወይም ደግሞ ወደ ነገድ (clan) ደረጃ የሰፉ የትውልድ/ዘር ሐረጋቸውን በስም ቆጥረው የሚደርሱ፣ ቤተሰባዊ ስብስብ ሊባሉ የሚችሉ ናቸው። ቤተ-አስኳልን በተመለከተ ቀኛዝማች ታደሰ ዘወልዴ እንደጻፉት ከሆነ፣ እነኚህ መንዝና መርሃ ቤቴን መኖሪያቸው ያደረጉ ማኅበረሰባዊ ስብስቦች (communities) የዘር ሐረጋቸውን ከዐፄ ፋሲል የልጅ ልጅ አቤቶ አስኳል የሚስቡ ናቸው። ከዐፄ ፋሲል የወረደውን ሥርዓተ መንግሥትና የቅድስት ሥላሴን ፅላት ይዘው ከጎንደር ወደሸዋ የመጡ ሲሆኑ፤ የሸዋ መኳንንትም ተቀብለዋቸው ቤተ ክርስቲያኒቱንም መንዝና መርሃ ቤቴ መካከል ደብዳቦ በሚባለው ሥፍራ ተክለው፣ እነርሱም በዚያው ሰፍረው፣ ከሸዋ መኳንንት ጋር በጋብቻ ተሳስረው አስኳላዊ የትውልድ ሐረጋቸውን ሳይረሱ የኖሩ የማኅበረሰብ ስብስብ እንደሆኑ እንረዳለን።[2]

የደጃዝማች ፀሐዩ ዕንቆ ሥላሴ አባት መንዝና ይፋት አውራጃ ልዩ ስሙ የዳምት ከሚባለው ስፍራ ይወለዱ እንጂ አልኖሩበትም። ከልጆቻቸውም መካከል መንዝ ውስጥ የንጉሥ ሣህለ ሥላሴ የትውልድ ሥፍራ በሆነው ሠላ ድንጋይ የተወለዱት ልጃቸው ወ/ሮ ኢትዮጵያ ዕንቆ ሥላሴ ናቸው። ሌሎቹ ልጆቻቸው እትብቶቻቸው የተቀበረው ግራዝማች ዕንቆ ሥላሴ ከባለቤታቸው ወ/ሮ ፍቅርተ ኃይለ ሥላሴ ጋር ግዛት እየተሰጣቸው በአስተዳደር ሓላፊነት በተሰማሩባትና ውስጣዊ ሰላሟን ለማረጋጋት በተዘዋወሩባት በደጓ የኢትዮጵያ ምድር በተለያዩ ክፍሎቿ ነበር። ደጃዝማች ፀሐዩም ወደ መንዝ፣ መርሃ ቤቴ፣ ይፋትና ተጉለት የተመለሱት በኢጣልያ ወረራ ዘመን አገራቸውን ከጠላት ወረራ ለመከላከልና ያገሪቱን ህልውናና ነጻነት ለማስጠበቅ ነበር። ከዚያ በኋላ ለዳግመኛ ጊዜ ወደ መንዝና መርሃ ቤቴ የሄዱት ለደርግ እጄን አልሰጥም ብለው በሸፈቱበት ጊዜ ነበር።

የደጃዝማች ፀሐዩ እናት ወ/ሮ ፍቅርተ ኃይለ ሥላሴ የተወለዱት 2ኛዋ ልጃቸውን በወለዱበት መንዝ ውስጥ ሠላ ድንጋይ በተባለው ሥፍራ ነው። አባታቸው ኃይለ ሥላሴ ሲባሉ እናታቸው ደግሞ ወለተ ኪዳን ይባላሉ። እነርሱም አደስጌዎችና ሶፈኔዎች ሲሆኑ፣ የትውልድ ስፍራችን ብለው የሚጠሩት የመንዝን፣ ተጉለትንና ይፋትን አካባቢ ነው።

1936 በቅድስት ሥላሴ ካቴድራል ተደርጓል። ከኅልፈታቸው (post mortem) በኋላ ንጉሡ ነገሥቱ የቀኛዝማችነት ማዕረግ የሰጧቸው ቢሆንም፣ በዚህ መጽሐፍ ውስጥ በተለምዶ በቤተሰባችን አካባቢ ይታወቁበት በነበረው የማዕረግ ስማቸው "ግራዝማች" በሚል መጥራቱ የሚቀል ሆኖ አግኝቼዋለሁ።

2 ታደሰ ዘወልዴ (ቀኛዝማች)። የቤተ አስኳል ታሪክ። ተስፋ ገብረ ሥላሴ ማተሚያ ቤት፣ 1963 ዓ.ም.

ፀሐየ ዕንቆ ሥላሴ

ወ/ሮ ፍቅርተ ኃይለ ሥላሴና የመጨረሻው ልጃቸው ፊታውራሪ ታደሰ ዕንቆ ሥላሴ

ግራዝማች ዕንቆ ሥላሴ ገና ከልጅነታቸው ጀምሮ ወደ መንፈሳዊነቱ ያደሉ ስለነበር፣ አገራቸውን ከውጭ ወራሪ ከማስጠበቅ ያለፈ ሌላው ምኞታቸው ቤተ ክህነትን ማገልገልና በመጨረሻም ደብረ ሊባኖስ ገዳም ገብተው እስከ ሕይወታቸው ፍጻሜ ማገልገል እንደነበር በቤተሰብ አካባቢ ሲነገርና እኛም የልጅ ልጆቹ ስንሰማው ያደግንበት ታሪክ ነው።[3] ትዳር መሥርተው፣ ልጆቻቸውን ለማፍራት የቻሉት በቤተሰብ ተፅዕኖ ዘግይተው እንደነበር ከእናቶቻችንና አያት ቅድመ አያቶቻችን በተለያዩ አጋጣሚዎች ሲወራ እንሰማ ነበር። ገና በአፍላ ወጣትነታቸው ዘመን ከታላቅ ወንድማቸው ፊታውራሪ ይፍሩ ባንትይዳኝ ጋር ዳግማዊ ዐፄ ምኒልክን ተከትለው አድዋ ዘምተዋል። ታላቅ ወንድማቸው ይፍሩ ባንትይዳኝ በጦር ሜዳ ሲወድቁ፤ እሳቸው ተመልሰው፣ ዐፄ ኃይለ ሥላሴ ከሚያቀርቧቸውና አመኔታ ካሳደሩባቸው መካከል አንዱ ሆነው፣ ለቤተ መንግሥት ባለሟልነት ተመርጠዋል። በጊዜውም አገርን የማረጋጋትና አንድነቷን የማፅናት ተልእኳቸውን ለመፈጸም ከቦታ ቦታ ይዘዋወሩ ስለነበር በዕድሜያቸው አንድም ስፍራ ተረጋግተውና ዘና ብለው የምቾትና ቅንጦት ጊዜ አላሳለፉም። ደጃዝማች ፀሐዩም ፈልገውና መርጠው ከዚህ ዘር እንዳልተገኙ ሁሉ፣ የትውልድ ቦታቸው ወሊሶ የሆነውም እሳቸው ፈልገውና መርጠው አልነበረም። አባታቸው ወደዚያ የሄዱት ፊታውራሪ ሀብተ ጊዮርጊስ ዲነግዴ ("አባ መላ") ገና

3 ከወ/ሮ ሮማን አውላቸው የተገኘ መረጃ። ወ/ሮ ሮማን የግራዝማች ዕንቆ ሥላሴ ባለቤት የወ/ሮ ፍቅርተ ኃይለ ሥላሴ የእህት ልጅ ነች። በእናትም በአባትም እህትነቷ ለደጃዝማች ተስፋዬ ዕንቆ ሥላሴ ነው።

በልጅነታቸው መንፈሳዊነታቸውን፣ ውትድርናና ተኳሽነታቸውን፣ በባሕርይም የረጉ መሆናቸውን አስተውለው ከንጉሠ ነገሥቱ አስፈቅደው ወደ ወሊሶ ስለወሰዷቸው እንደሆነ ይነገራል።[4]

ደጃዝማች ፀሐዩ ለወላጆቻቸው ሦስተኛ ልጅ ነበሩ። ታላቅ እህታቸውና የዚህ መጽሐፍ ደራሲ አያት ተዋበች ዕንቆ ሥላሴም በቀድሞው ከፋ ክፍለ ሃገር አሁን በኦሮሚያ ክልል በምትገኘው ጅማ ተወልደዋል። ደጃዝማች ወርቁ ዕንቆ ሥላሴ ሆሳዕና ሲወለድ፣ ፊታውራሪ ክፍሌ ዕንቆ ሥላሴ ማረቆ ተወልዷል። ወ/ሮ ወላንሣና ፊታውራሪ ታደሰ ዕንቆ ሥላሴ ደግሞ አዲስ አበባ ተወልደዋል።

ደጃዝማች ፀሐዩ ገና የአምስት ዓመት ሕፃን እያሉ አባታቸው ግራዝማች ዕንቆ ሥላሴ በንጉሠ ነገሥቱ ቀዳማዊ ኃይለ ሥላሴ ትዕዛዝ ወደ አሰላ ጅሩ ሲዛወሩ እሳቸውም አብረው ወደዚያው ሄደዋል።[5] በዚያ አድገው በቤተ ክህነት የሚሰጠውን ያገራቸውን ትምህርት በሚገባ አጠናቀዋል። አባታቸው ለቤተ መንግሥት ባለሟልነት በንጉሠ ነገሥቱ ሲጠሩ እሳቸውም አባታቸውን ተከትለው አዲስ አበባ ገብተዋል። ከጥቂት ጊዜ ቆይታ በኋላም በተራቸው ንጉሠ ነገሥቱ ዘንድ ቀርበው በቤተ መንግሥቱ በእልፍኝ አሽከርነት ተቀጥረዋል።

ከንጉሠ ነገሥቱ ጀርባ ከነጥቃቸው የቆሙት ገና በ12 ዓመት ዕድሜያቸው ለእልፍኝ አሽከርነት የተመረጡት ፀሐዩ፣ ከፊት ለፊት አደግድገው የሚታዩት ከኢጣልያን ወረራ በፊት የእልፍኝ አስከልካይ የነበሩት ደጃዝማች በቀለ ወያና ከኋላ ቆመው የሚታዩት የንጉሠ ነገሥቱ ነፍስ አባት አባ ሐና ጂማ

---

4 የመረጃ ምንጭ ፊታውራሪ ክፍሌ ዕንቆ ሥላሴ።

5 ይሄኛው አሰላ ጅሩ ውስጥ ይገኝ የነበረ ሥፍራ በመሆኑ፣ ከአርሲ ዞን ዋና ከተማ ጋር ምግሼነቱ ግራ እንዳያጋባ ለማሳሰብ ነው ይህንን የግርጌ ማስታወሻ ያሰፈርሁት።

አባታቸው ግራዝማች ዕንቁ ሥላሴ ኢጣልያ ፋሺስት በድጋሚ ኢትዮጵያን በወረረ ጊዜ ዕድሜያቸው ገፍቶ ወደ እርጅና የተቃረቡ እንደነበሩ ከቀኛዝማች ታደሰ ዘወልዴ ቀሪን ገረመው (1960 ዓ.ም.) መጽሐፍ እናነባለን። ልጆቻቸው፣ ደጃዝማች ፀሐዩም ሆኑ የቀሩት ወንድሞቻቸው ሃያ ዓመት ዕድሜ እንኳን ያልሞላቸው ነበሩ። ከማይጨው ሽንፈት በኋላ ከልጆቻቸውና ባለቤታቸው ጋር በመሆን፣ በዱር በገደሉ የተዋደቁና በመጨረሻም መስከረም 12 ቀን 1930 ዓ.ም. ሰላሌ ውስጥ ጊዳቦ ጊዮርጊስ በሚባለው ስፍራ ከጠላት ጦር ጋር በተደረገው ጦርነት ሕይወታቸውን ለእናት አገራቸው ነጻነትና ክብር የሰጡ ጀግና ናቸው።

> መስከረም ፲፪ ቀን የፍቼና የደብረ ብርሃን ጦር በነባላምባራስ አበበ ላይ ሳያስቡት ድንገት አደጋ ጣለባቸው። በዚህም አደጋ ግራዝማች ዕንቁ ሥላሴ ባንትይዳኝ፣ ልጅ አዳፍሬ ወረጃርሶ፣ ያያ ያበና በተባለው ቦታ ሲታኮሱ በጦር ሜዳ ሞቱ። ባጠገባቸው የነበሩት ባሻ ተሰማ እርገጤና ኢጋፋሪ ሞላልኝ ግዛው የልጅ አየለ ኃይሌ አሽከር አበበ ጠብቄ ከወደቁበት አንስተው፣ የሎሶ ኢየሱስ ወስደው ለቀብሩ ሥነ ሥርዓት እንዲገኙ ለባላምባራስ አበበና ለልጅ ኃይለ ማርያም መልክተኛ ልከውባቸው እነርሱም ወዲያዉኑ መጥተው በታላቅ ሥነ ሥርዓት አስቀብረዋቸዋል። በዚሁ ቀን የሎሶን አልፎ ጎልጂ አፋፉ ላይ ልጅ ደሳለኝ ተክለ ወልድ፣ ልጅ ነቅዓ ሕይወት ጎኑይ፣ ከበደ አርጋው ቆስለዋል። ወይዘሮ አስካለ ጎበና፣ ወይዘሮ ፍቅርተ ኃይለ ሥላሴ፣ ልጅ ዳንኤል አበበ ታመው በቃሬዛ ያጉዟቸው ነበር። (ገጽ 50)

ከላይ ስማቸው የተጠቀሰው በዚያን ጊዜ የባላምባራስ ማዕረግ የነበራቸው ሰው ስመ ጥሩውና አቻ የማይገኝላቸው ፀረ ፋሽስቱ አርበኛ ራስ አበበ አረጋይ ነበሩ። ልጅ ኃይለ ማርያም ደግሞ ገና የአንደኛና ሁለተኛ ደረጃ ተማሪዎች በነበርንበት ዘመን በታሪክ መጽሐፍ የምናውቃቸው "ኃይለ ማርያም ማሞ የጦሩ ገበሬ፣ ፈረሱን እንደ ሰው አስታጠቀው ሱሬ" በሚል የዘመርንላቸው ነበሩ። እሳቸውም ባንድ ምሽግ ውስጥ ከግራዝማች ዕንቁ ሥላሴ ጋር ጠላትን ሲወጉ የነበሩ ሲሆን፣ በዚያው ዓመት 1930 ዓ.ም. በጦር ሜዳ በጀግንነት ሲዋጉ ሞተዋል። አርበኛዋ አስካለ ጎበና፣ ማለት የኦሮሞው ራስ ጎበና ዳጨው ልጅ፣ የራስ አበበ አረጋይ እናት ሲሆኑ፤ ልጅ ዳንኤል አበበ ደግሞ - የራስ አበበ ልጅ - ገና በህጻንነቱ ጠላትን በጦር ሜዳ የተጋፈጠ ነበር። ሌላዋ የሴት አርበኛ ደግሞ ወይዘሮ ፍቅርተ ኃይለ ሥላሴ፣ የግራዝማች ዕንቁ ሥላሴ ባለቤት፣ የደጃዝማች ፀሐዩ እናትና የዚህ መጽሐፍ ደራሲ ቅድመ አያት መሆናቸው ነው።

በጠላት ወረራ ዘመን ባለቤታቸው ግራዝማች ዕንቆ ሥላሴ ባንትይዳኝና ልጃቸው መቶ ዓለቃ ሣህሌ ዕንቆ ሥላሴ በጦር ሜዳ ከወደቁም በኋላ በአርበኝነቱ ከልጆቻቸው ያልተለዩት ወ/ሮ ፍቅርተ ኃይለ ሥላሴ፣ ከነጎፈሬያቸው ዘለግ ብለው ከሚታዩት ልጃቸው ደጃዝማች ፀሐዩና በዚያን በፋሽስት ወረራ ጊዜ ገና ሕጻን የነበረው ፊታውራሪ ታደሰ ዕንቆ ሥላሴ ጋር የተነሱት ፎቶግራፍ ከቀሪን ገረመው የተገኘ።

❋❋❋

ግራዝማች ዕንቆ ሥላሴ በሕይወት በነበሩ ጊዜ በመንፈሳዊነታቸው፣ በዳኝነትና አስተዳደር ጥበባቸው የተከበሩ ነበሩ። በተለይም የጦር ሜዳም ጀግንነታቸው ሲወሳ በሰላምም ጊዜ አብሮ የሚወሳላቸው አዳኝነታቸውና አነጣጥሮ ተኳሽነታቸው ጭምር እንደነበር ቀኛዝማች በታደሰ ዘወልዴ ቀሪን ገረመው እንደሚከተለው ተዘክሯል፡-

> ግራዝማች ዕንቆ ሥላሴ ባንትይዳኝ... ገና በ17ኛው ዓመታቸው ከታላቅ ወንድማቸው ከፊታውራሪ ይፍሩ ባንትይዳኝ ጋር ሆነው ወደ አድዋ ዘመቻ ገሠገሡ። በዚያም ከቤቱ ወጥቶ እንደማያውቅ ቅምጥል ልጅ ሳይሆኑ ረኃቡን፣ ጥሙን በጠቅላላው በጉዞና በጦር ሜዳ ላይ ያለውን ችግርና መከራ ሁሉ ችለው በልጅ ዓዋቂነት ጠባይና መንፈስ የኢትዮጵያን ድልና ዕድል ተሳትፈው ተመልሰዋል። ከዚያም ተመልሰው የቤተ መንግሥቱ የጨዋ ልጅ አገልግሎታቸውን በመቀጠላቸው በማለፊያ ጠመንጃ ያዥነት ተመድበው ልዩ ልዩ ግዛት እየተሰጣቸው ልጅ ዕንቆ ሥላሴ እስከ ግራዝማችነት ደረጃና ማዕረግ ደርሰዋል። ግራዝማች ዕንቆ ሥላሴ በዘመናቸው ከነበሩት አዳኞች እጅግ ስመ ጥሩ ነበሩ። ቤተ መንግሥቱ ለየመሳፍንቱና መኳንንቱ፣

> ለየባላባቱና ጀግናው ወታደር የሚሸለመውን የአንበሳ ለምድና ጎፈር እያደኑ በብዛት የሚያቀርቡ ብርቱ ተኳሽ የነበሩ መሆናቸው በተለይ ሲነገርላቸው ይኖራል። ከዚህ ጋር ደግሞ በታማኝነት ረገድ የሚታይባቸው ጠባይ ለትውልድ አብነት ሆኖ የሚወረስ እንደነበረ በቤተ መንግሥቱ ውስጥ የነበራቸው ልዩ አስተያየትና ከፍተኛ ግምት የሚያስረዳ ነው። ግራዝማች ዕንቁ ሥላሴ ከአድዋ ዘመቻ ወዲህ በተደረጉት ያገር ውስጥ ውጊያዎች ሁሉ ከጦር ሜዳ ካለመለየታቸው በላይ ፋሽስታዊው ጠላት በ1928 ዓ.ም. ባደረገው የሁለተኛ ጊዜው ወረራ ስለሀገራቸው መሥዋዕት ለመሆን በሙሉ ትጥቅና ድርጅት ዘምተው ከታማኝ አሽከሮቻቸው ጋር ከፍ ያለ የጀግንነት ሙያ ፈጽመዋል። ከዚያም ከተመለሱ ወዲህ የጠላትን ዓይን በሰላማዊነት ከማየት ይልቅ ባለኝ ዓቅምና የጦር ዘዴ እየተዋጋሁ ከነልጆቼ በክብር መሞትን እመርጣለሁ ሲሉ፣ ቤተሰባቸውን በሙሉ ይዘው በየጎራው እየተዘዋወሩ ባርበኝነት ሲዋጉ መስከረም 12 ቀን 1930 ዓ.ም. በተድረገው ጦርነት የተቀደሰ መልካም ተግባር ፈጽመው በጦር ሜዳ አረፉ። እኚህ ቆራጥና ፍጹም ታማኝ ሰው ለውድ ሀገራቸውና ለገናናው ንጉሠ ነገሥታቸው የገቡትን ቃል ኪዳን ለጥቂት ጊዜ እንኳ ሳያጓድሉ የተቀበሉት የሞት ፅዋ ልጆቻቸውንና ወገኖቻቸውን ሁሉ ከልብ ሲያኮራ የሚኖር ነው። (ገጽ 59-60)

አቶ ፈንታሁን እንግዳ ታሪካዊ መዝገበ-ሰብ ከጥንት እስከ ዛሬ በሚል ርእስ በ2000 ዓ.ም. ባሳተሙት መጽሐፍ ደግሞ በስተእርጅና ዕድሜያቸው ከኢጣሊያ ወራሪ ጠላት ጋር ሲዋጉ ስለወደቁት ግራዝማች ዕንቁ ሥላሴ የሚከተለውን መረጃ ዘርዘር ባለ መልኩ አቅርበዋል፡-

> ግራዝማች ዕንቁ ሥላሴ እና ልጆቻቸው እንደ ራስ ካሣ ኃይሉ፣ ራስ ደስታ ዳምጠው እና እንደ ሌሎቹ የአርበኛ ቤተሰቦች ሁሉ ለኢትዮጵያ ደህንነት ትልቅ መስዋዕትነትን ከፍለዋል። ልጆቻቸው በሙሉ በጣሊያን ወረራ ዘመን ከአባታቸው ከግራዝማች ዕንቁ ሥላሴ ጋር የተዋደቁ ቢሆንም በመጨረሻ ግን ሁሉም በወታደራዊ ደርግ ተገድለዋል። የማይጨው ዘመቻ ሲታወጅ ግራዝማች ዕንቁ ሥላሴ 1,000 ዲሞትፈር ያዥ ወታደሮችን እየመሩ ደሴ ላይ የነበሩትን ልዑል አልጋ ወራሽ አስፋ ወሰንን እንዲጠብቁ በንጉሠ ነገሥቱ ታዘው ወደ ሥፍራው ሄዱ። ከማይጨው ጦርነት በኋላ የኢትዮጵያ ጦር መፈታቱን ተከትሎ ግራዝማች ዕንቁ ሥላሴ ሰሜን ሸዋ ውስጥ በአርበኝነት ሙያ ተሰማሩ። ከግንቦት ወር 1928 ዓ.ም. አንሥቶ እስከ ሚያዝያ ወር 1929 ዓ.ም. በሰሜን ሸዋ ቆላማ ሥፍራዎች እየተዘዋወሩ የሽምቅ ውጊያ ሲያደርጉ ቆዩ። በሚያዝያ ወር 1929 ዓ.ም. ወደ መጨረሻው ላይ ከሽምቅ ውጊያ ከፍ ያለ የፊት ለፊት ውጊያ አድርገው ጥቃት ደረሰባቸውና ወደ አገራቸው መርሃ ቤቴ ተሻገሩ። በግንቦት ወር 1929 ዓ.ም. እነዋሪ ላይ ሶስት ቀን የፈጀ ጦርነት

አደረጉ። በዚህ ጦርነት የተወሰነ ቁጥር ያላቸው የነፍስ ወከፍ መሣሪያ ለመማረክ እንደቻሉ መረጃዎች ይጠቁማሉ። መስከረም 12 ቀን 1930 ዓ.ም. ጃርሶ ላይ ትልቅ ጦርነት አደረጉ። በዚህ ጦርነት ጠላት ይዋጋ የነበረው በከባድ የጦር መሣሪያ ስለነበረ ግራዝማች ዕንቆ ሥላሴ በመድፍ ተመቱና ሞቱ። ተልተሌ በሚባለው ቦታ ተቀበሩ። የካቲት 4 ቀን 1936 ዓ.ም. ታትሞ በወጣው "አዲስ ዘመን" ጋዜጣ ከተዘገበው ለመረዳት እንደሚቻለው ከቀዳማዊ ኃይለ ሥላሴ በተሰጠው ትዕዛዝ መሠረት የግራዝማች ዕንቆ ሥላሴ ባንትይዳኝ አፅም ፈልሶ ወደ አዲስ አበባ በመምጣት በቅድስት ሥላሴ ቤተ-ክርስትያን እንዲያርፍ ተደርጓል። ግራዝማች ዕንቆ ሥላሴ ከጠላት ጋር ሲዋጉ ህይወታቸው ባለፈ ጊዜ ከ60 ዓመት ዕድሜ በላይ ይገኙ እንደነበር ይታወቃል። (ገፅ 589)

የግራዝማች ዕንቆ ሥላሴ የመጀመሪያው የቀብር ሥነ ሥርዓታቸው በጦር ሜዳ በተከናወነ ሰአት በቀብሩ ላይ የተገኙት በጊዜው ባላምባራስ በኋላ ራስ አበበ አረጋይ፣ ድንገት በጦር ሜዳ ብወድቅ መቀበሪያዬ ነው ብለው የያዙትንና በየጦር ሜዳው የማይለያቸውን፣ ውሃ ያልነካውን ነጭ ሸማ ለግራዝማች ዕንቆ ሥላሴ ባንትይዳኝ መቀበሪያ ሰጥተዋቸዋል። ይህንንም የግራዝማች ዕንቆ ሥላሴ የጀግንነት ታሪክና የራስ አበበ አረጋይም ውለታ እንዳይረሳ ቅድመ አያታችን ፍቅርተ ኃይለ ሥላሴ ለልጅ ልጆቻቸው ይነግሩን ነበር። ከመጨረሻዋ አክስታችን ወላንሣ ዕንቆ ሥላሴም ሲነገረን የኖረ ሌላም ለታሪክ ሕያው ሆኖ ትውልድ ልብ ሊለው የሚገባ ጉዳይ አለ። ፋሽስት ኢጣልያ ተሸንፎ እንደወጣ ደጃዝማች ፀሐዬ አባታቸው የተቀበሩበትን ቦታ ያስፈልጉ ነበር። ባጋጣሚ ግራዝማች ዕንቆ ሥላሴ የተቀበሩበትን ቦታ ልብ ብሎ ያስተዋለና ምልክትም ያደረገበት በዚያው በተልተሌ ዙሪያ የሚኖር አንድ የኦሮሞ ገበሬ መኖሩን ይሰሙና ከሱ ጋር ይገናኛሉ። ይህም ትልቅ ዜና ስለነበር፣ ለንጉሠ ነገሥቱም ጭምር ይነገራል። ገበሬውም መርቶ ለማሳየት በመስማማቱ መቃብሩ ተቆፍሮ አፅማቸው ሲወጣ፣ ዳዊታቸው በደረታቸው፣ መስቀላቸው ደግሞ በአንገታቸው ተገኝቷል። በዚያን ጊዜ ዐፄ ኃይለ ሥላሤ አካባቢውን ሲጎበኙ የመቃብሩን ቦታ ሄደው ማየታቸውን አክስታችን ወላንሣ ዕንቆ ሥላሴ ታሪኩ እንዳይረሳ በሚል ደጋግማ ነግራናለች። እኔም በደርግ ዘመን 4ኛ ክፍለ ጦር በታሰርኩባቸው ዓመታት፣ ደርግ ላይ ዐመፅ አነሣስታችኋል በሚል ከጦር ኃይሎች መሃንዲስና መገናኛ ክፍል ከታሰረ ሃምሳ አለቃ አለባቸው ከሚባል ሰው ጋር ተዋውቄ ነበር። ይህ ሰው መርሃ ቤቴ የተወለደና ተልተሌ የሚባለውን ስፍራ የሚያውቅ መሆኑን ነግሮኝ፤ ንጉሠ ነገሥቱ መቃብሩን ከጎበኙ በኋላ ቦታውን ላመለከተው ገበሬ የእርሻ መሬትና የገንዘብ ስጦታ እንደሸለሙት አጫውቶኛል። ከዚህም በተጨማሪ ግራዝማች ዕንቆ ሥላሴ መርሃቤቴ ላይ ከኮረብታ አናት ላይ የምትገኝ ታቦት በሚወጣባቸው በበዓል ቀናት የታቦታት ማረፊያ የነበረችና እሳቸውም ያካባቢውን ሕዝብ ዝክርና ግብር የሚያበሉባት "ሰገነት" በሚል የምትታወቅ መሬት እንደነበረቻቸው ጨምሮ ነግሮኛል። ይህች ቦታ ወደፊት ጃንሆይም ሆነ

የመንግሥት ባለሥልጣናት አካባቢውን በሚጎበኙ ጊዜ ሕዝብ ለመሰብሰብ አሞቺ ናት ተብሎ መወሰዷንና በምትኩ ሌላ ቦታ ለግራዝማች ዕንቆ ሥላሴ ወራሾች መሰጠቱን እንደሚያውቅም ገልጾልኛል።

ከፍ ተብሎ ከቀሪን ገረመው እና ከታሪካዊ መዝገበ-ሰብ ከጥንት እስከ ዛሬ መጻሕፍት የተወሰዱት ጥቅሶች በዚህ መጽሐፍ ውስጥ እንዲህ ሰፋ ብለው የተጠቀሱት ያለ ምክንያት እንዳልሆነ አንባቢ ይረዳዋል የሚል እምነት አለኝ። ይህም "ያልዘሩት አይበቅልም" እንዲሉ፣ ደጃዝማች ፀሐዩ በአባታቸው አምሳል የተፈጠሩ፣ ያገራቸውን ነጻነትና ተዋህዶ ክርስትና እምነታቸውን ለድርድር የማያቀርቡ ምትካቸው እንደነበሩ ለማያያዝ እንደሚረዳ በማሰብ ነው። በዚሁ በአቶ ፋንታሁን እንግዳ መጽሐፍ ገጽ 718 "ደጃዝማች ፀሐዩ ዕንቆ ሥላሴ በጣልያን የወረራ ዘመን አገራቸውን ከተከላከሉ የአርበኛ መሪዎች አንዱ ናቸው፣" ተብለውም ተገልጸዋል።

ፋሽስት ኢጣልያ አገራችን ኢትዮጵያን በወረረበት በ1928 ዓ.ም. ደጃዝማች ፀሐዩ ገና የ19 ዓመት ወጣት ነበሩ። ከአባታቸው፣ ወንድሞቻቸውና ወዳጅ ዘመዶቻቸው ጋር በመደባለቅ ወራሪውን የኢጣልያን ጦር ካገር ለማባረር በተደረጉት እጅግ በርካታና አስከፊ ጦርነቶች በግንባር የተሳተፉና በአዛዥነት ጭምር የመሩ ነበሩ። በአርበኝነት ሲዋጉም ሁለት ጊዜ ከባድ የመቁሰል አደጋ ደርሶባቸዋል። በጦርነቱ ያጡት አባታቸውን ብቻ ሳይሆን፤ ተከታይ ወንድማቸውን መቶ አለቃ ሣህሌ ዕንቆ ሥላሴን ጭምር ነበር። ከወንድሞቻቸው መካከል ደጃዝማች ወርቁና ፊታውራሪ ክፍሌ፣ ከአክስታቸው ከወ/ሮ አበበች ኃይለ ሥላሴ ልጅ ደግሞ ደጃዝማች ተሰፋዬ ዕንቆ ሥላሴ በዚሁ ፀረ-ፋሽስት አርበኝነት ግዴታቸውን ተወጥተዋል። እነርሱና በዕድሜው እጅግ ትንሽም ቢሆን የመጨረሻው ወንድማቸው ፊታውራሪ ታደሰ ዕንቆ ሥላሴም በዚያ የክፉ ቀን ከጦር ሜዳ ያልተለየ እንደነበር ቀኛዝማች ታደሰ ዘወልዴ በቀሪን ገረመው፣ ፈንታሁን እንግዳ በታሪካዊ መዝገበ-ሰብ፣ ከጥንት እስከዛሬ፣ እንዲሁም ደጃዝማች ከበደ ተሰማ በየታሪክ ማስታወሻ መጽሐፎቻቸው ዘግበውታል።

"ደጃዝማች ፀሐዩ የጀግንነት ሙያው ዕለቱን[6] በስሜት ብቻ የመነጨ ሳይሆን ከዘር ሲወርድ ሲዋረድ በደሙ ተቀላቅሎ የመጣለት በመሆኑ ጎርፍ[7] ላይ ከጠላት ጋር በተደረገው ጦርነት በእርጋታ ጠላት ያለበትን ቦታ እየተመለከተ መትረስ ሲያስተኩስ..." (የታሪክ ማስታወሻ፣ ገጽ 424)

ቀዳማዊ ኃይለ ሥላሴ በድል አድራጊነት አዲስ አበባ የገቡት ሚያዝያ 27 ቀን 1933 ዓ.ም. ነበር። ይህ የብሔራዊ ነጻነት በይፋ መመለስ ቀን ቀደም አድርገው ከሚያውቁት አርበኞች መካከል ደጃዝማች ፀሐዩ አንዱ እንደነበሩ በደጃዝማች ከበደ ተሰማ "የታሪክ ማስታወሻ" የተጠቀሰውን ዝቅ ብሎ መመልከት ይቻላል። ይህ የነጻነት መመለስ ቀን እንደታወቀ፣ ይህንን የምሥራች በዱር በገደሉ ለሚገኙ የኢትዮጵያ አርበኞች ለማብሰር በራሪ ወረቀት በማዘጋጀትና ለአርበኛው እንዲደርስ በማድረግ ደጃዝማች ፀሐዩ ታላቅ ሚና ተጫውተዋል።

---

6 ደራሲው ታደስ ዘወልዴ << ዕለቱን>> ሲሉ <<ግብታዊ>> ለማለት ይመስላል።

7 የቦታ ስም ነው።

ፀሐየ ዕንቆ ሥላሴ

ንጉሠ ነገሥቱ በድል አድራጊነት አዲስ አበባ ከተማ የሚገቡበትን ቀን ከደጃዝማች ከበደ ተሰማ እንደሰሙ፣ ከንጉሠ ነገሥቱ የተላከውን ደብዳቤ በዱር በገደሉ ለነበሩ የኢትዮጵያ አርበኞች ሲያነቡ የተነሣ ፎቶ፤ ከ"ቀሪን ገረመው" መጽሐፍ የተገኘ።

ንጉሠ ነገሥቱ በስደት እያሉና ከስደት የመመለሳቸውን ዝግጅት አስመልክተው የደብዳቤ ልውውጥ ያደርጉ የነበረው ከደጃዝማች (በዚያ ጊዜ አዛዥ) ከበደ ተሰማ ጋር ነበር። በድል አድራጊነት አዲስ አበባ በሚገቡ ጊዜ ካርበኞች መካከል ሳይገኙ እንዳይቀሩ በሚል ንጉሠ ነገሥቱ ለደጃዝማች ከበደ በደብዳቤ ካሳሰቧቸው አርበኞች መካከል ራስ አበበ አረጋይ፣ ጄነራል ተድላ መኮንን እና ደጃዝማች ፀሐዩ ነበሩ። ይህም ደብዳቤ እንዲህ የሚል ይገኝበታል።[8]

> በጥር 29 ቀን ከጻፍከው ጋር ከሸዋ የመጡት ደብዳቤዎች በጣም ደስ አሰኙን፣ የራስ አበበ አረጋይ ደብዳቤ ብቻ ሳይደርሰን በመቅረቱ ለልባችን እንቅፋት ሳይሆን አልቀረም፣ ተድላ መኮንንና ፀሐዩ እንዲመጡ በማድረግህ መልካም ሃሳብ ነው። ይኸውም እንዳስታወስከው ወደነርሱ የሚላከውን ደብዳቤ ልከንልሃል። አሁን እኛው ራሳችን ወደዚያው ወደ እናንተ በቶሎ ለምምጣት ስላሰብን ወደዚህ እንዳንጠራህ ያደረግነው ስለዚህ ነው። (የታሪክ ማስታወሻ፣ 362-363)

8 "የታሪክ ማስታወሻ" (1992 ዓ.ም.)፤ ገፅ 292፣ 300፣ 306፣307፣392 እና 383 ይመልከቱ

ከፍ ብሎ የተጠቀሰው የንጉሠ ነገሥቱ መልእክት በደጃዝማች ከበደ በኩል ለታወቁ የኢትዮጵያ ፀረ ፋሽስት አርበኞች ያስተላለፉት ያለምክንያት አልነበረም። ገና በዱር በገደሉ ከወራሪው ፋሽስት ኢጣልያ ጦር ጋር እየተዋደቁ፣ ከወንድሞቻቸው ጋር ብቻ ሳይሆን ከነራስ አበበ ጋር እየተመካከሩና ከደጃዝማች ከበደ ተሰማ ጋር የደብዳቤ ልውውጥ እያደረጉ አርበኛውን ባንድ ዓላማ ያስተባብሩ ከነበሩት አንዱ ስለነበሩ ነበር። ለዚህም ማስረጃው በዚያው በጠላት ወረራ ዘመን የኢትዮጵያ አርበኞች ማኅበርን ከመሠረቱት አንዱ እሳቸው መሆናቸው ነው። ከነዚህም መሥራች አባላት መካከል የአክስታቸው ልጅ ደጃዝማች ተስፋዬ ዕንቆ ሥላሴ፣ ከቅርብ ዘመዶቻቸው መካከል ገና በ15 ዓመት ዕድሜው አርበኞቹን የተቀላቀለው የጥቁር አንበሳው ምሩቅ፣ ጀግናውና ደጋግሞ ከመቁሰል ያለፈ አንድ እጁን እንደደጃዝማች ተስፋዬ ዕንቆ ሥላሴ ሽባ እስከመሆን የደረሰው ደጃዝማች አሉላ በቀለ እንደሚገኙበት ደጃዝማች ከበደ ተሰማ "የታሪክ ማስታወሻ"፣ የቀኛዝማች ታደሰ ዘወልዴ "ቀሪን ገረመው"፣ እና በፈንታሁን እንግዳ "ታሪካዊ መዝገበ-ሰብ ከጥንት እስከ ዛሬ" በተባሉት መጻሕፍት በዝርዝር ተዘግቧል።[9]

ንጉሠ ነገሥቱ በሚያዝያ 27 ቀን 1933 ዓ.ም. በድል አድራጊነት አዲስ አበባ በገቡ ጊዜ ከተገኙት አርበኞች መካከል ደጃዝማች ፀሐዩ አንዱ ነበሩ

9 ደጃዝማች አሉላ በቀለ ከደጃዝማች ፀሐዩ ጋር በእናቱ ወ/ሮ አሰለፈች ዘርፉ በኩል ያንድ አያት ልጆች ናቸው።

ደጃዝማች ከበደ ተሰማ ከንጉሠ ነገሥቱ ጋር የነበራቸውን የደብዳቤ ልውውጥ አስመልክተው "ደብዳቤዎች ግልባጭና የሥራውም ራፖሮች ከደረስሁ በኋላ ወደ ግርማዊ ጃንሆይ ተልከዋል" የሚለውን ካሰፈሩ በኋላ....

> ...በአርበኝነት ዘመን በሸዋ ክፍለ ሀገር በ1932 ዓ.ም. "የጥንታዊት ኢትዮጵያ የጀግኖች ማኅበር" በሚል ስም የተጠራ አንድ ማኅበር ቆሞ የአርበኞችን ልብ በማበረታታትና በየሃገሩ ካሉ አርበኞች ጋር በመላላክ የሚገኘውን የሥራ ፍሬ ወደ ግርማዊነታቸው እየላከ ከግርማዊነታቸውም ለአርበኞች የሚላከውን የተስፋ ቃልና ማበረታቻ እያስተላለፈ ይሠራ ነበር። ከዚህ ማኅበር መሥራች ማኅበርተኞችና ከኮሚቴው አባሎች ውስጥ ከአንዳንዶቹ ጋር እንላላክ ስለነበረ ስማቸውን ቀጥሎ ባለው መስመር ገልጨዋለሁ።... የመሥራች ማኅበርተኞቹ ስም ቀጥሎ ያለው ነው። የማዕረግ ስማቸውም በዚያን ጊዜ በነበረው ዓይነት ተጽፏል። ክቡር ራስ አበበ አረጋይ፣ ባሻ ወልደ ኪሮስ (አሁን ደጃዝማች)፣ ልጅ ደምሴ ወልደ አማኑኤል (አሁን ደጃዝማች)፣ ልጅ ደሣለኝ ተክለ ወልድ፣ አቶ ልሳኑ ሀበተ ወልድ፣ ባላምባራስ ተድላ መኮንን (ሜ/ጄነራል)፣ ልጅ ገብረ ክርስቶስ መኮንን (ፊታውራሪ)፣ ልጅ ፀሐዩ ዕንቆ ሥላሴ (አሁን ደጃዝማች)፣ አቶ ፈለቀ ዳኜ (ደጃዝማች)፣ አቶ ጽጌ ወልደ ማርያም፣ አቶ ተስፋዬ ዕንቆ ሥላሴ (ደጃዝማች)፣ ልጅ አሉላ በቀለ (ደጃዝማች)፣ አቶ እምአእላፍ ኀሩይ፣ አቶ ወልደ ዮሐንስ የምሩ፣ አቶ ተፈራ ማንደፍሮ፣ አቶ ለማ ደገፌ። (ገጽ 307-308)

ይህ መጽሐፍ በደጃዝማች ፀሐዩ ታሪክ ላይ ያተኮረ ይሁን እንጂ ስለሳቸው ሲጻፍ አብረዋቸው ካደጉት፣ በጠላት ወረራም አብረዋቸው ካልተለዩት፣ ደህናውንም ጊዜ አብረዋቸው ከተካፈሉና በመጨረሻው ሐዘኑም የጋራቸው ከሆነው እህት፣ ወንድም፣ ያክስትና ያጎት ልጅ ጋር ሳያገናኙ መጻፍ ያስቸግራል። የመጀመሪያዋ ታላቅ እህታቸው ተዋበች ዕንቆ ሥላሴ ሲሆኑ ተከታያቸው ኢትዮጵያ ዕንቆ ሥላሴ ይባላሉ። ከዚያ ደጃዝማች ፀሐዩ ሲሆኑ የእሳቸው ተከታይ መቶ አለቃ ሣህሌ ዕንቆ ሥላሴ ነበር። የፋሽስት ኢጣልያን ወረራ ለመመከት በ"ጥቁር አንበሳ" ስም በአስቸኳይ ተቋቁሞ በነበረው ሆለታ የጦር መኮንንኖች ማሰልጠኛ በመኮንንነት ማዕረግ ተመርቆ እንደወጣ አባቱንና ወንድሞቹን ተከትሎ ማይጨው ዘምቷል። ከማይጨው ሽንፈት በኋላ በመርሃቤቴ፣ ሞላሌ፣ ውሻ ገደል፣ አንሳሮና ደብረ ሊባኖስ ላይ ፋሽስት ኢጣልያን በሽምቅ ውጊያ ተፋልሟል። በመጨረሻም የእነዋሪውን ጦርነት በመቀላቀል፣ ከዚያ በፊት ታይቶና ተሰምቶ በማይታወቅ የጨበጣ ጦርነት ውጊያ ላይ ብዙ የጠላት ወታደሮችን ገድሎ እዚያው እነዋሪ ላይ ለውድ እናት አገሩ ነጻነትና ክብር ተሰውቷል። ቀኛዝማች ታደሰ ዘወልዴ "የቤተ አስኳል ታሪክ" በሚለው መጽሐፋቸው እንደሚከተለው ያስታውሱታል፡-

> ወጣቱ ጀግና የመቶ አለቃ ሣህሌ ዕንቆ ሥላሴ ከማይጨው ዘመቻ

> እንደተመለሰ ጥቂት እንኳን ከጥይት አደጋ ልረፍ በማለት ሳያመነታ በቆራጥነት መንፈስ ሥራውን ቀጥሎ ባርበኝነት በ1929 ዓ.ም. ግንቦት 14 ቀን እነዋሪ ላይ በዚያ ቀበሌ ከዚህ በፊት ታይቶና ተሰምቶ በማያውቅ የጨበጣ ጦርነት ስለዋለ የይፍሩ አባ ማትምረውንና የሌሎቹንም ያባቶቹን የጀግንነት ሙያ ወራሽ ሆኖ በግንባር ተመጡትን ጠላቶቹን አስቀድሞ ስለውዲቱ ኢትዮጵያ ሕይወቱን ሠውቷል[10]። (1963፤ 22)

መቶ አለቃ ሣህሌ ዕንቆ ሥላሴ በተሰዋበት ጊዜ ዕድሜው ገና 18 አመት እንኳን እንዳልሞላው ይታወቃል። ግራዝማች ዕንቆ ሥላሴም ሆነ ልጃቸው መቶ ዓለቃ ሣህሌ ዕንቆ ሥላሴ የተሳተፉበት የሽምቅና የጨበጣ ውጊያ ታሪክ በውጭ ዘጋቢዎች እንደምን እንደተዘገበ ለማወቅ ለሚሻ ወይም ተጨማሪ የታሪክ ምርምር የማድረግ ፍላጎት ያለው በጄፍ ፒርስ የተጻፈውን Prevail፡ The Inspiring Story of Ethiopia's Victory 1935-1941 የተባሉትን መጻሕፍት ማገላበጥ ይችላል። በተለይም በመጨረሻ በጠቀስኩት መጽሐፍ ገጽ 423 ጣልያኖች ከፍቼ ተነስተው በደብረ ሊባኖስ በኩል አድርገው ወደ መርሃ ቤቴ በሚጓዙበት ጊዜ ስለነበረው ታሪክ ሲያወሳ፣ የዐጼ ዮሐንስ የልጅ ልጅ አርበኛዋ ወ/ሮ ከበደች ሥዩም ስም አብሮ ተወስቷል።[11] እኔም ይህንን ያዘጋጀሁትን መጽሐፍ መታሰቢያነቱን ገና በአፍላ ወጣትነት ዕድሜው ለተሰዋው መቶ አለቃ ሣህሌ ዕንቆ ሥላሴ ማድረጌ መላ ቤተሰባችንን ከማስደሰት ያለፈ ሌላም አገራዊ ፋይዳ አለው ብዬ አምናለሁ። በዚህች የስንት ፀረ ፋሽስት አርበኛ ደም በፈሰሰባትና አጥንት በተከሰከሰባት አገር የሚወለዱና የሚያልፉ ወጣት ኢትዮጵያውያን በኩራትና ጀግንነት የሚንከባከቧት አገር እንዳላቸውና ጠብቀውም ለትውልድ የማስተላለፍ ግዴታም የሚወድቀው በእነርሱ ትከሻ ላይ ብቻ መሆኑን በማስገንዘብ ትምህርት ይሆናቸዋል ብዬ በማመን ነው።

---

10 ጠይቄ እንደተረዳሁት "አባ ማትምረው" ለማለት እንደሆነና በተኳሽነታቸው ለፊታውራሪ ይፍሩ ባንትይዳኝ የተሰጠ የማሞካሻ ስም መሆኑን ላውቅ ችያለሁ።

11 ለማንበብ ለሚሹ Prevail፡ The inspiring Story of Ethiopia's Victory 1935-1941; Jeef Pearce published 2014; 2017 pp 423. በዚሁ ፍቼ ላይ በተደረገው ጦርነት የአርበኛዋ ከበደች ሥዩም ባለቤት አበራ ካሳና ወንድማቸው አስፋው ወሰን ካሳ ቆስለው በምርኮ ጠላት እጅ ከወደቁ በኋላ ጣልያኖች ፍቼ ላይ ሌላው አርበኛ መቀጣጫ ይሆናል በሚል በስቅላት እንደገደሏቸው አብሮ ይነበባል።

መቶ ዓለቃ ሣህሌ ዕንቁ ሥላሴ (“ቀሪን ገረመው”፣ ገጽ 405)[12]

የመቶ አለቃ ሣህሌ ተከታይ ደጃዝማች ወርቁ፣ ፊታውራሪ ክፍሌ፣ ወ/ሮ ወላንሣና ፊታውራሪ ታደሰ ዕንቁ ሥላሴ ናቸው። ከእህቶቻቸው መካከል በአርበኝነት የሚታወቁት የእናቴ እናት (አያቴ) ተዋበች ዕንቁ ሥላሴ ናቸው። በሲዳሞ በኩል ለነበሩት አርበኞች ስንቅና ትጥቅ (ጥይት በሸማቸው እየደበቁ) ከማቀበል ያለፈ፤ ራስ ደስታ ዳምጠው ሲዳሞን ተሻግረው ወደ ሸዋ ገብተው በመዋጋት ላይ እያሉ ማረቆ ላይ ቆስለው በባንዳዎች ጠቋሚነት ከተደበቁበት ተማርከው ለመገደል በተወሰዱ ጊዜ የማዕረግ ልብሳቸውንም አብሮ ለመማረክ ወደ ስፍራው ተልኮ የነበረውን ለጠላት ያደረ ባንዳ በውዥግራ ጠብመንጃ ተኩስ በመክፈት የራስ ደስታ የማዕረግ ልብስ በምርኮ እንዳይወድቅ አድርገዋል። ከዚያም ነጻነት ሲመለስ ለንጉሠ ነገሥቱ ለማስረከብ በመብቃታቸው በንጉሠ ነገሥቱ የከተማና የገጠር እርሻ መሬት ተሸልመዋል። ተዋበች

---

12 ሠዓሊ ዜናማርቆስ ታዬወርቅ

በቆራጥነታቸው፣ ቆፍጣናነታቸው፣ አልበገር ባይነቴና በማንም ላይ ጥገኝነት የማያውቁ የራሳቸውን ሃብትና ንብረት ገንብተው ለልጆቻቸው የተረፉ፣ ትዳር የማይሙች ከሆነ ጥሎ ለመውጣት ድፍረት የነበራቸው፣ ከዘመኑ የቀደሙ የሴትነት መብትና ነጻነታቸውን ለድርድር የማያቀርቡ በዘመኑ አጠራር "ፌሚኒስት" ሊባሉ የሚችሉ ነበሩ። እኛ ትናንሽ ልጆች እያለን አያታችን ዘንድ ትምህርት ቤት ሲዘጋ ለእረፍት እዚያ በምንሰነብትበት ጊዜ አንዳንድ ሌሊት ሌባ አጥሩን ዘሎ ወይም ሰብሮ የመግባት ሁኔታ ይደጋገም ነበር። በሌሊት ዘበኛነት የተቀጠረው ሰው ይህንን አጥር ዘሎ በመግባት የመዝረፍ አዝማሚያ ሲሰማ፤ በቀጥታ ወደ እማማ መኝታ ቤት መስኮት ይሄድና በማንኳኳት ለዝርፊያ የከጀሉ ሰዎች ድምፅ መስማቱን እንዳሳወቀ፣ እማማ በዚያን ጊዜ የነበራቸውን ካርባይን ጠመንጃ ያቀባብሉና፤ በመጀመሪያ እኛ ወደተኛንበት ክፍል መጥተው እንዳንደነግጥ ከነገሩን በኋላ መስኮታቸውን ከፍተው ወደ ሰማይ በመተኮስ ያርበደብዱ ነበር። እማማ ሌላም ገፅታ ነበራቸው። በደግነትና አዛኝነት ገደብ የለሽ፣ በቤተሰቡ መፈራት ብቻ ሳይሆን መወደድም መከበርም የነበራቸው ነበሩ። በቤተሰብ መሃል የተነሡ እጅግ አድርጎ የሚያቀያይምና የሚያቆራርጥ ጉዳይ እንኳን ቢገጥም፣ ቂምና ቁርሾ ረስተው በሃዘንም ሆነ በደስታም ለቤተሰቡ የሚደርሱ ነበሩ። በስንት ዓመት የፍርድ ቤት ጭቅጭቅ ድንበር እየገፋና የተረቱበትን መሬት ለመውሰድ ድንበር እየገፋና አጥር እያጠሩ ያስቸገሯቸውን ግራዝማች ኃይሉ አርሰዬን በፍርድ ቤት ካስፈረዱባቸውና መሬታቸውን ካስመለሱ በኋላ፣ እኚሁ ሰው ያልታሰበ መከራ በገጠማቸው ጊዜ "እኔ አንድ ነገር ብሆን ልጆቼ የትም ወድቀው ይቀሩ የለም ወይ?" ብለው ያንን ስንት ዓመት የተከራከሩበትን መሬት መልሰው ለሰውዬው ሰጥተዋቸዋል። ከዚያም በኋላ ሞት እስካለያየቸው ድረስ እናትና ልጅ ሆነው በጉርብትና አብረው ኖረዋል። ተዋበች ዕንቆ ሥላሴ ለልጃቸው ገዳይ ሳይቀር በይቅር ባይነት የሚታወቁ ነበሩ።

የእናቴ ታናሽ ወንድም ወጣት ጋዜጠኛና በኢትዮጵያ ቴሌቪዥን የወጣቶች ፕሮግራም አዘጋጅ የነበረው ዮናስ ለማን በ1969 ዓ.ም. ለምሳ ወደ ቤት ሊገባ መኪናው ውስጥ እንዳለ አንድ የኢህአፓ ወጣት በጥይት ተኩሶ ገደለው። ይህን ግድያ የፈጸመው ወጣት ተመስክሮበትና ራሱም ድርጊቱን አምኖና በኤግዚቢትነት በእጁ የተገኘው መሳሪያም ግድያውን የፈጸመበት መሆኑ ከተረጋገጠ በኋላ የሞት ፍርድ ተበይኖበት ነበር። ግድያውን በፈጸመበት በአያታችን ቤት አካባቢ የሞት ቅጣቱ እንደሚፈጸም መወሰኑን ተዋበች ሲሰሙ፤ "እኔ ልጄን አጥቻለሁ። የልጄም ገዳይ እናት አለው። ለምን እሷስ ልጇን ትጣ። በኔ ልጅ የደረሰው በሷ ልጅ ላይ ሲፈጸም መስማት አልፈልግም። ይልቁንስ ቢምሩላት በወደድኩ ነበር" ከማለት አልፈው ወላጅ እናቱ ዘንድ ልቅሶ ለመድረስና ለማፅናናት ፈልገው ነበር። በእኔ እናትና በዘመድ አዝማድ ተመክረው፣ "እንዳውም ይህቺ አድሃሪ፣ የነፀሐዩ ዕንቆ ሥላሴ እህት እየተባልሽ መውጫያ መግቢያ ማጣትሽ አንሶ በራስሽ ላይ የባሰ መዘዝ ታመጭያለሽ" ተብለው ከቤታቸው ቀርተዋል፤ ታዲያ ከዚያ በኋላ በዚያች በልጃቸው ገዳይ እናትና በራሳቸውም ላይ የደረሰውን እያሰቡ ማዘናቸው ቤተሰባችንና በጉርብትና አብሮ ይኖር የነበረው ሁሉ ሲገርመው የኖረ ታሪክ ነው።

ተዋበች ዕንቁ ሥላሴ

ተዋበች ዕንቁ ሥላሴ ለልጅና ልጆቻቸው ብቻ ሳይሆን ላለውም ሆነ ለመጪው ትውልድ አርአያ መሆን የሚችል ራሱን ችሎ ሊጻፍለት የሚገባ ታሪክ ያላቸው ታላቅ ሴት ነበሩ። የእርሳቸው ተከታይ ወ/ሮ ኢትዮጵያ ዕንቁ ሥላሴ ይባላሉ።

ኢትዮጵያ ዕንቁ ሥላሴ

የደጃዝማች ፀሐዩ የመጨረሻዋ እህት፣ ለእናቴ ከአክስት ይልቅ እህትና የምስጥረኛ ጓደኛዋ ያህል የነበረችው ወ/ሮ ወላንሳ ዕንቁ ሥላሴ ነበረች። የተወለደችው አዲስ አበባ ሲሆን፣ ዘመኑም ታህሳስ 12 ቀን 1919 ዓ.ም. ነበር። በፋሽስት ኢጣልያ ወረራ ገና ስምንት ዓመት እድሜ እንኳን ያልሞላት ስትሆን፤ ከአባትና እናቷ፣ ወንድሞቿና እህቶቿ ሳትለይ በዱር በገደሉ ተንከራታለች። ብዙ ውጊያዎች በተካሄዱባቸው ቦታዎች ስላልተለየች፣ እንዲያዉም በአንድ ምሽት ውጊያ ሲካሄድ ሌሊቱን በሙሉ የተኩሱና ጥይቱ ጋጋታ ይህ ነው የማይባል ስለነበር፤ በማግስቱ ሲነጋጋ ተኩሱ ከበረደ በኋላ ተኝታበት በነበረው ሥፍራ በርካታ ቀለሆች ተገኝተው፤ ምንም ጥይት ሳይነካት መትረፏ እንደ ተአምር ተቆጥሮ ነበር። በአምስቱ የመከራ ዘመን ጥይት፣ ቦምብና መርዝ ጋዝ ሳይነካት ከእናቷ፣ እህቶችና ወንድሞቿ፣ እንዲሁም ከኢትዮጵያ አርበኞች ጋር በድል አድራጊነት አዲስ አበባ ገብታለች። ይህች የመጨረሻዋ አክስታችን በየካቲት 28

ቀን 2007 ዓ.ም ኦክላንድ ካሊፎርኒያ በሰሜን አሜሪካ አረፈች። እትዬ ወላንሣ የ13 ልጆች እናት ስትሆን፤ ለ24 ልጆች አያትና ለ5 ልጆች ደግሞ ቅም አያት ለመሆን በቅታለች። ከዚህ ዓለም በሞት ከመለየቷ ጥቂት ዓመታት በፊት በአካል በተገናኘን ጊዜ የቤተሰቡ ስምና በተለይም የደጃዝማች ፀሐዩ ታሪክ እንዲሁ ተረስቶ እንዳይቀር ከመማፀን ያላሰለሰች ነበረች። ታሪኩም ከትውልድ ወደ ትውልድ እንዲተላለፍ አደራውን የመቀበሉና ድርሻ የመወጣቱ ሓላፊነት ከልጇና የልጅ ልጁ መካከል እንዲሆን የጠበቀ አደራ ጥላ ከዚህ ዓለም በሞት ተለይታለች።[13]

ወላንሳ ዕንቆ ሥላሴ

13 በፈረንጆች አቆጣጠር 2012 ወደ ካሊፎርኒያ ተጉዤ፣ ከአክስታችን ከወ/ሮ ወላንሣ ዕንቆ ሥላሴ ጋር በተገናኘንበት ወቅት ይህንን ታሪካዊ አደራ፣ ከልጆቿ መካከል ለፋሲል ይርጉ ሰጥታ፣ በአጋዥነትና ተባባሪነት እኔ እንዳልለይ ተናግራ ነበር።

ከአንድ አባትና እናት የተወለዱ ያህል ለደጃዝማች ፀሐዩ ፍቅር የነበራቸውና፣ በአባታቸው ግራዝማች ዕንቆ ሥላሴ ባንትይዳኙና በእናታቸው ወ/ሮ ፍቅርተ ኃይለ ሥላሴ እንክብካቤ አብረዋቸው አንድ ቤት ያደጉ ባባታቸው ስም የሚጠሩ ያክስቶቻቸው ልጆች ነበሩ። ከነዚህም መካከል ስመ ጥሩ አርበኛና በኢጣልያ ወረራ ማይጨው ዘምተው፤ ከዚያም በኋላ በመርሃ ቤቴ፣ በሰላሌ፣ መንዝና፣ ይፋትና ጥሙጋ ዱርና ገደል እየተዘዋወሩ ጠላትን ሲወጉ፣ በተጋጋሚ ቆስለው ግራ እጃቸውን ሽባ እስከመሆን የደረሱት ደጃዝማች ተስፋዬ ዕንቆ ሥላሴ ይገኙበታል። እሳቸውም ፀሐይ ዕንቆ ሥላሴ፣ ሮማን አውላቸውና መካኑ አውላቸው የሚባሉ እህትና ወንድሞች ነበሯቸው። በጣልያን ወረራ ዘመን እነዋሪ ላይ በተደረገው ጦርነት መቶ አለቃ ሣህሌ ዕንቆ ሥላሴ መስዋዕትነትን ሲቀበል፤ ደጃዝማች ተስፋዬ ዕንቆ ሥላሴ እንደገና ቆስለው፣ ልባቸው ውስጥ የገባች የጠላት ጥይት በጊዜ ብዛት ለሕልፈተ ሕይወታቸው ምክንያት ሆናለች። ከወንድሞቻቸው ደጃዝማች ፀሐዩና መቶ አለቃ ሣህሌ ዕንቆ ሥላሴ የማይተናነስ ጀብዱ የፈጸሙ ጀግና ስለነበሩም፤ አስከሬናቸው ከመኖሪያ ቤታቸው ቀበና ተነሥቶ፣ ቀብራቸው ወደሚፈጸምበት ቅድስት ሥላሴ ካቴድራል በእግር ጉዞ ሲወሰድ፣ በንጉሠ ነገሥቱ እና በንጉሣውያን ቤተሰቦች እና በመኳንንት መታጀቡ፣ ሥርዓተ ቀብራቸውም እነዚህ ሁሉ በተገኙበት መከናወኑ እዚሁ ላይ ሊታወስ ይገባል። የደጃዝማች ተስፋዬን ለዚህች አገር መድማትና መቁሰል በተመለከተ ቀኛዝማች ታደሰ ዘወልዴ ቀሪን ገረመው በሚለው መጽሐፋቸው የሚከተለውን ጽፈዋል፡-

> ጥቅምት 3 ቀን 1930 ዓ.ም. ማሮ ኪዳነ ምሕረት ቀኛዝማች ክፈለው ቤት ወርደው ሠፈር ሆኖ ባላምባራስ አበበ አረጋይ፣ ባሻ አበበ ወልዴን፣ ልጅ የማነ ብርሃን አባኮራንን፣ ውቤ ወልደ ኢየሱስ የተባለው በሚገባ አከሟቸዋል። ይልቁንም የባላምባራስ አበበ እጅ ቆስሎ በትኩሱ ስለተገኘ አስማምቶ ለማሠር ለወጌሻው አስቸጋሪ አልሆነበትም ነበርና ወደሽባነት አላደረሳቸውም። የባሻ አበበ ወልዴም ደረት ብዙ ደም እንዳይፈሰው በአገር መድኃኒት አክሞ በመቀነት አስሮ ጠንቅ ሆኖባቸው እንዳይቀር በሚገባ አድኗቸዋል። እንዲሁም ልጅ ተስፋዬ ዕንቆ ሥላሴ ገጠ ላይ እጃቸውን ቆስለው ስለነበር እንደሌሎቹ አቃንቶ ለማከም ጥቂት የዘገየ ከመሆኑም ሌላ ሥሩ ተበጥሶ ኖሮ እንደነበረ ለመመለስ አልቻለም። ይኸውም እነሆ ዛሬ ለጀግንነታቸው መታሰቢያ ሆኖ ታዩታላችሁ። (ገጽ 72)

ደጃዝማች ተስፋዬ ዕንቆ ሥላሴም እንደ አክስቶቻቸውና አጎቶቻቸው ልጆች መንዝና መርሃ ቤቴ አልተወለዱም። እሳቸውም በደጓ የኢትዮጵያ ምድር፣ ቀደም ሲል ሸዋ ጠ/ግዛት ከምባታ አውራጃ በሚባለው፣ ዛሬም ድረስ ሆሳዕና ተብላ በምትጠራው ከተማ ነው። ከሕልፈታቸው በፊት የሕግ መወሰኛ ምክር ቤት አባል የነበሩ ሲሆን፤ በቤተሰብ ከሚታወቁባቸው መለያቸው መጽሐፍ የማንበብ ፍቅራቸው ነበር።

ደጃዝማች ተስፋዬ ዕንቆ ሥላሴ በፋሽስት ኢጣልያ ወረራ ዘመን

አንድ ቤተሰብን ያሰባሰበ ግብዣ በደጃዝማች ተስፋዬ ዕንቆ ሥላሴ ቤት በተዘጋጀ ጊዜ፣ ደጃዝማች ፀሐዩ መጡ ሲባል፣ በዕድሜ ታናሻቸውም ቢሆኑምና ሁለቱም እኩል የደጃዝማችነት ማዕረግ ያላቸው ቢሆኑም፤ ደጃዝማች ተስፋዬ “እስቲ ወንድሜን ከቤት ወጣ ብዬ ልቀበለው” ብለው ከተቀመጡበት ሳሎን ተነሥተው ወደ ውጭ መውጣታቸውን አስታውሳለሁ። በተለይ በደጃዝማች ተስፋዬና መቶ ዓለቃ ሣህሌ ዕንቆ ሥላሴ መካከል ልዩ ፍቅር እንደነበር፣ በእነዋሪው ጦርነት በተሰዋም ጊዜ እሳቸውም በዚያው ጦርነት ቆስለው ነበርና ያንን ጊዜ ባስታወሱት ቁጥር የተለየ የሃዘን ስሜት ይታይባቸው እንደነበር ልጅም ብሆን አስታውሳለሁ።

አንድ ጊዜ በአንድ የቤተሰብ ግብዣ የግራዝማች ዕንቆ ሥላሴና የወ/ሮ ፍቅርተ ኃይለ ሥላሴ ልጆችና የልጅ ልጆች፣ የእህትና የወንድም ልጆች ጭምር በተሰባሰብንበት ሰአት፣ የኔ እናት (የተዋበች ዕንቆ ሥላሴ ሁለተኛ ልጅ) ገና በመጥባት ላይ የነበረው የኔ ሦስተኛ ታናሽ ወንድም እያለቀሰ ቢያስቸግራት፣ ዘመዱ እንዳይረበሽ በሚል ይዛው በመነሳት ፎቶግራፎች ወደተሰቀሉበት የሳሎን ግድግዳ ለማጫወት ይዛው ራመድ ብላ ነበር። ይህንን የተመለከቱት ደጃዝማች ተስፋዬ በግድግዳው ላይ ከተሰቀሉት ፎቶግራፎች መካከል በአርበኝነት ጊዜ እሳቸውና መቶ ዓለቃ ሣህሌ ዕንቆ ሥላሴ የተነሡት ፎቶ ተሰቅሎ ስለነበር፤ ወደዚያ እያመለከቱ እናቴን "አየሉ፣" እያሉ በመጣራት "...እስቲ እባክሽ ሣህሌ ዕንቆ ሥላሴ ማን እንደሆነ እየነገርሽ ልጅሽን አጫውቺው። በዚያውም እንደምነህ ደህና ነህ ወይ በይው? የዘመድ ናፍቆት እንዳልተለየው እስቲ ንገሪው፣ እኛም እዚህ ተሰብስበን ሰላምታችንን ልከንልሃል ብለሽ አጫውቺው፣" ብለው ወዲያው ዕንባ ተናነቃቸው፣ እሳቸውን ተከትለው ሌሎቹም በሃዘን ገፅታቸው እንደተለወጠና የቤቱንም መንፈስ ምን ያህል በፀጥታ ረጭ እንዳደረገው ትዝ ይለኛል።

ከግራ ወደቀኝ ደጃዝማች ተስፋዬ ዕንቆ ሥላሴና መቶ ዓለቃ ሣህሌ ወደማይጨው የጦር ሜዳ ለመዝመት ከመነሳታቸው በፊት ለመጨረሻ ጊዜ ማስታወሻ ይሆን ዘንድ ከተነሱት ፎቶግራፎች መካከል የተገኘ

ደጃዝማች ተስፋዬ ዕንቁ ሥላሴ የሕግ መወሰኛ ምክር ቤት አባል በነበሩበት 1961 ዓ.ም.

ከደጃዝማች ፀሐዩ ታናሽ ወንድሞች መካከል ገና በ15 አመቱ በጦር ሜዳ አብሮ በመሆን ጠላትን ካጠቁት መሀል ፊታውራሪ ክፍሌ ዕንቁ ሥላሴ ይገኙበታል። የደጃዝማች ፀሐዩ ታሪክ ከወንድም፣ እህቶቻቸው፣ ከአክስትና አጎት ልጆቻቸው ጋር የተሳሰረ በመሆኑ ለታሪክም ለህሊናም አንዳንድ ነገር ሳላነሣ ማለፍ ያስቸግረኛል። ፊታውራሪ ክፍሌን በደርግ ለመገደል ያበቃው ዋናው ምክንያት የደጃዝማች ፀሐዩ ታናሽ ወንድም መሆኑ እንደነበር አብረን 4ኛ ክፍለ ጦር የፖለቲካ እስረኛ በነበርንበት ጊዜ አጫውቶኛል። አሳዛኝ የሆነው ታሪኩና አሟሟቱ የዚህ መጽሐፍ አካል ቢሆን የሚገርም አይደለም።

ፊታውራሪ ክፍሌ ዕንቁ ሥላሴ የወንድሞቹን ያህል ከፍተኛ ሹመት የነበረው ባለሥልጣን አልነበረም። የደረሰበት ከፍተኛ የሓላፊነት ቦታ ቢኖር የሸዋ ክፍለ ሃገር ማዘጋጃ ቤት ሹምነት ነበር። እርግጥ የባለ ውለታ ልጅና ገና በ15 አመቱም በአርበኝነት ከአባቱና ወንድሞቹ ጋር የተዋደቀ ስለነበር የፊታውራሪነት ማዕረግ ነበረው። ተጫዋችና

ቀልደኛ፣ ሴረኝነትም ሆነ ሌላውን የሚጎዳ ዱለታ የማይሆንለት ርህሩህና አዛኝ ሰው ነበር። ከመወለድና ለንጉሠ ነገሥቱ ከነበረው ፍቅር በስተቀር፣ መከራው ከበዛበት የሰባት ዓመት እስር በኋላ የሚያስገድለው ወንጀል አልነበረበትም። ፊታውራሪ ክፍሌ ያጫወተኝን በራሴ ማስታወሻ አቅርቤዋለሁ። አንባቢ ይህንን ታሪክ ለትዝብት ያህል ማወቅ የሚሻ ከሆነ በመጽሐፉ መጨረሻ አባሪ በሆኑት ገጾች ሊመለከተው ይችላል።

ክፍሌ ዕንቆ ሥላሴ[14]

"ከአባትና ከወንድም ሞት የሀገር ሞት ይብሳል በሚል ዓላማ ሕሊናው ተመርዞ፣ ጠላትን እየተዘዋወረ ያጠቃው የነበረ ልጅ ክፍሌ ዕንቆ ሥላሴ በአርበኝነቱ ጊዜው መውዜሩን አንግቦ የነበረው ግርማ እንዲህ ነበር" (ቀሪን ገረመው፣ ገጽ 433)

14 ሠዓሊ ዜናማርቆስ ታዬወርቅ

ደጃዝማች ፀሐዩ ሌሎችም አብረዋቸው ያደጉ የእናታቸው አጎት ልጆች አሏቸው። እነርሱም ደጃዝማች እእምሮ ሥላሴና ወ/ሮ ከፋይ አበበ ይባላሉ። ደጃዝማች እእምሮ ሥላሴን ከቤተሰቡ ልዩ የሚያደርጋቸው ዘመናዊ ትምህርት የነበራቸው መሆኑ ነው። አባታቸው ልጅ አበበ ወልደ ሰማያት ሲሆኑ እናታቸው የንጉሥ ሣህለ ሥላሴ የልጅ ልጅ የሆኑት ወ/ሮ አስካለ ጉግሣ ናቸው። የተወለዱትም መጋቢት 5 ቀን 1908 ዓ.ም. አዲስ አበባ ነው። በዳግማዊ ምኒልክ ትምህርት ቤት ገብተው በጊዜው ይሰጥ የነበረውን የፈረንሣይኛ ትምህርት ተምረው በጥሩ ውጤት ተመርቀዋል። ከንግሥት ዘውዲቱ ምኒልክ እረፍት በኋላ ቀዳማዊ ኃይለ ሥላሴ የክብር ዘበኛን ለመመሥረት ከቤልጂግ መንግሥት የጦር አሰልጣኞች አስመጥተው ሥራው ሲጀመር፣ እእምሮ ሥላሴም በወጣትነት ዕድሜ በሥልጠናው ከመሳተፋቸውም ሌላ፣ በማሠልጠኛው ተቋም በጸሐፊነት ተቀጥረው እስከ ጠላት ወረራ አገልግለዋል። በ1928ዓ.ም. ፋሽስት ኢጣልያ አገራችንን በግፍ በወረረም ጊዜ ከአክስቶቻቸው ልጆች ከነደጃዝማች ፀሐዩ ጋር በዱር በገደሉ ተሰማርተው ጠላትን ተፋልመዋል። የኢትዮጵያ ጦር በማይጨው ሲፈታ፣ በደጃዝማች ፍቅረ ማርያም ናደው (አባ ተጫን) አዝማችነት ይመራ ከነበረው ጦር ጋር ላጭር ጊዜ ተቀላቅለው፣ ከዚያም ተመልሰው አዲስ አበባ በመግባት ለ3 ቀንና ሌሊት በአዲስ አበባ ዙሪያ የነበረውን በግራዝያኒ የሚመራ ጦር በጀግንነት ተዋግተዋል። ከዚያም በቡልጋ ጭታ ቆላ፣ በአርሲ፣ በሲዳሞ፣ በዳሉታ ወርግርግ በተባሉ አካባቢዎች እየተዘዋወሩ በሽምቅ ውጊያ ጠላትን ሲያጠቁ ቆይተው፣ ዘመዶቻቸው ወደነበሩበት ከምባታ ገብተዋል። የአርበኝነቱን ትግል ለመቀጠል ወደ ኩሎ ኮንታ ለመሄድ በተነሡም ጊዜ ወላጅ አባታቸው ልጅ አበበ ወልደ ሰማያትና አጎታቸው ፊታውራሪ ታምራት ወልደ ሰማያት እንዳይሄዱባቸው እዚያው ደብቀው ሊያስቀሯቸው ሞክረው ነበር፤ እእምሮ ሥላሴ ግን አሻፈረኝ ብለው የደጃዝማች በቀለ ወያን ጦር በመቀላቀል፣ በኩሎ ኮንታና በጎፋ እየተዘዋወሩ ጠላትን ወግተዋል። በመጨረሻም በገለብ በርሃ በኩል አቋርጠው በስደት ወደ ኬንያ ገብተዋል። ከነጻነት መመለስ በኋላ አገራቸውን በተለያየ ሓላፊነት አገልግለዋል። ከዳኝነት፣ አውራጃ አስተዳዳሪነት እስከ የሐረር ክፍለ ሃገር ረዳት እንደራሴነት በመጨረሻም የየካቲት 1966 አብዮት እስከፈነዳ ድረስ የጋሞ ጎፋ ጠቅላይ ግዛት እንደራሴ በመሆን አገራቸውን በቅንነትና ታማኝነት አገልግለዋል። የጋሞ ጎፋ ጠ/ግዛት እንደራሴነቱን የተረከቡት ከአክስታቸው ልጅ ከደጃዝማች ፀሐዩ ሲሆን፣ የሳቸውን ልማትና ፍትሕ ተኮር የአመራር ስልት በመጠቀም በርካታ የልማት ሥራዎችን ሠርተዋል። ከነኚህም መካከል የአርባ ምንጭ ከተማን ማስተር ፕላን እንደገና ክለሳ በማድረግና በማስፋፋት ከተማዋን ዘመናዊ አድርጎ መለወጥ ይገኝበታል። ከወላይታ ሶዶ እስከ አርባ ምንጭ ያለውን የመኪና መንገድ አሠርተው፣ አርባ ምንጭን ከአዲስ አበባ እንዲገናኝ አድርገዋል። በጠ/ግዛቱ ርእሰ ከተማና በሌሎች ሁለት አውራጃዎች፣ በድምሩ ሦስት የአውሮፕላን ማረፊያዎች አሠርተው በሳምንት ሁለት ቀን ሕዝብንም ሸቀጥንም እንዲያመላልሱ አድርገዋል። የስልክና የኤሌክትሪክ መስመሮች፣ የሬድዮ መገናኛዎች በአውራጃዎችና ወረዳዎች እንዲዘረጉ አድርገዋል። በቱሪስት መስሕብነት የሚያገለግለውን የነጭ ሣር ብሔራዊ ፓርክ ያስጀመሩና ክረምት በጋ እጅግ አስቸጋሪ የነበረውን "የእግዜር ድልድይ" በዘመናዊ ቴክኖሎጂ ያሠሩት

አእምሮ ሥላሴ ናቸው። በዚህም ሳይወሰኑ በጫሞና አባያ ሃይቆች ላይ የሚንቀሳቀሱና ከጎረቤት ጠቅላይ ግዛቶችና ወረዳዎች፣ ከሲዳሞ ዲላና ከጋርዱላ ጉማይዱ የሚያገናኙ ዘመናዊ ጀልባዎችን በማስመጣት አገልግሎት እንዲሰጡ አድርገዋል።

ሌተና ኮሎኔል መንግሥቱ ኃይለ ማርያም ደጃዝማች ፀሐዩ በጎጃም የሠሩቱን የልማት ሥራ ከጎበኙ በኋላ "ለካስ እኒህን የመሰሉ ሰው ነው የገደልነው" በማለት መፀፀታቸውን በሕይወት ያሉና በጉብኝታቸው ወቅት እዚያው ነበርን ከሚሉ ሰዎች ምስክርነት እንደተሰጠበት ሁሉ፤ የእነኚህን ሁለት የአክስትና አጎት ልጆች ሕይወት በማጥፋት ተጠያቂ የሆኑት እኚሁ ሌተና ኮሎኔል መንግሥቱ ኃይለማርያም ጋሞ ጎፋን በጎበኙም ጊዜ ተመሳሳይ የመፀፀት ስሜት እንዳደረባቸው ይነገራል። እነኚህ እርስ በርሳቸው እየተናበቡና እየተመካከከሩ በመሠረታዊ ልማት ላይ ትኩረት በመስጠት፣ ለንጉሠ ነገሥቱ ያላቸውን ፅኑ ፍቅርና ታማኝነት እንደያዙ፣ ከራሳቸው እውቀትና ተሞክሮ በመነሳት ፍትሃዊ ዳኝነትንና አስተዳደርን ለማዳረስ የሞከሩ የታናሽና ታላቅ ልጆች ሞት በእናታቸው ላይ ባንዣበባቸውም ጊዜ አልተለያዩም። በመጨረሻ ደጃዝማች አእምሮ ሥላሴ ሐምሌ 5 ቀን 1966 ዓ.ም. በፈቃዳቸው ለደርግ እጃቸውን ከሰጡ በኋላ፣ ከሌሎች 59 ከፍተኛ የቀዳማዊ ኃይለ ሥላሴ ባልሥልጣናት ጋር በተወለዱ በ59 ዓመታቸው በግፍ ተገድለዋል።

ከቀኝ ወደ ግራ ደጃዝማች አእምሮ ሥላሴ አበበ፣ መሃል ደጃዝማች ወርቁ ዕንቆሥላሴና በግራ በኩል ደጃዝማች ፀሐዩ ከሳቸው በኋላ የጋሞ ጎፋ ጠቅላይ ግዛት እንደራሴ የነበሩትን የአጎታቸውን ልጅ የደጃዝማች አእምሮ ሥላሴን የልማት ሥራ ለመጎብኘት ጋሞ ጎፋ በተገኙበት ዘመን የተነሳ ፎቶ (1955 ዓ.ም.)

****

ወደ ደጃዝማች ፀሐዩ ታሪክ ስመለስ ከነጻነት መመለስ በኋላ የኢትዮጵያ አርበኞች የከፈሉት መስዋዕትነት እንዳይረሳና በሰላም ጊዜ አገር ግንባታን የሚያስቀድም፣ እንደገና ብትወረር ተመልሶ በመሰባሰብ ዳግም መስዋዕትነት ለመክፈል እንዲመች የአርበኞች ጉዳይ ሓላፊ በመሆን ከንጉሠ ነገሥቱ ከተሰጣቸው የበጅሮንድና ጠላት ንብረት ሃላፊነት ጋር አጣምረው ይዘው ቆይተዋል። ይህም በኢጣልያን ወረራ ዘመን የኢትዮጵያ አርበኞች (ጀግኖች) ማህበር መስራች አባል ከነበሩት መካከል ግንባር ቀደም ስለነበሩ ከነጻነት መመለስም በኋላ ይህንን የአርበኞች ጉዳይ እንዲከታተሉና እንዲመሩ ሓላፊነቱ ከንጉሠ ነገሥቱ ቢሰጣቸው የሚገርም አይሆንም። አንድ በሰፊው የሚታወቅ ሃቅ ቢኖር ገና ከልጅነታቸው ጀምሮ በቤተመንግሥት እያገለገሉ ያደጉና ያለ ዘመናዊ ትምህርት ጊዜው የሚጠይቀውን ቀልጣፋ የስራ አመራር የተገነዘቡ፣ አዕምሯቸው ብሩህ፣ ዘመናዊነትና ልማት ተኮር አስተዳደር የሚጠይቀውን ሥነ ምግባር ለመቀበል የታደሉ መሆናቸው ነበር። ለንጉሠ ነገሥቱ የነበራቸው ታማኝነት ምን ያህል እንደነበር በርካታ ማስረጃዎችን ማቅረብ ይቻላል።

የጀግኖች ማኅበር አባሎች።
ከግራ ወደቀኝ ልጅ ተስፋዬ ዕንቈ ሥለሴ (ደጃዝማች)፣ አቶ ደሳለኝ ተክለ ወልድ፣ ልጅ ፀሐዩ ዕንቈ ሥላሴ (ደጃዝማች)፣ አቶ ልሣኑ ሀብተ ወልድ፣ ልጅ አሉላ በቀለ (ደጃዝማች)።

በኢጣልያን ወረራ ጊዜ ኢጣልያኖች በሙሶሎኒ ቡራኬ ንጉሠ ነገሥቱ አርበኛውን በትነው ወደ ስደት ሄደዋል በሚል በአርበኞች መካከል የተነሳውን መከፋፈል ለመጠቀም ሞክረው ነበር። ዋናው ሙከራቸው ባንዳዎችን በማስተባበር "አርበኛው መሪና ሰብሳቢ ያስፈልገዋል" በሚል፣ ከልጅ ኢያሱ ልጆች መካከል አንዳቸውን በንጉሥነት አርበኛው እንዲቀበል የማስገደድ ነበር። ይህንን በጥብቅ ተቃውመው የተነሡትና "ከጠቅል በስተቀር ሌላ ንጉሥ የለም" በሚል ባንዳዎችን አውግዘው፣ ከንጉሠ ነገሥቱ ጋር ከቆሙት ግንባር ቀደሞች መካከል ደጃዝማች ፀሐዩ ይገኙበታል። ይህንም በወረራው ዘመን በአርበኝነታቸው በሚታወቁት የሌፍተናንት ጄነራል ጃገማ ኬሎ የሕይወት ታሪክ መጽሐፍ ጃገማ ኬሎ፣ የበጋው መብረቅ ከገጽ 66 እስከ 67 ተጠቅሷል።[15] ለንጉሠ ነገሥቱ ያላቸው ፍቅርና ታማኝነት እንዳለ ሆኖ፣ የተማሩ ሰዎችን በጥርጣሬ ዐይን ከማየት ይልቅ የሚያቀርቡና አዲስ አስተሳሰብና አሠራር ላገር ልማትና ሕዝብ ጥቅም የሚረዳ ከመሰላቸው የሚቀበሉ እንደነበሩ በመረጃ በመደገፍ ወደፊት እመጣበታለሁ። እንደ ሰው የተሳሳቱባቸውና ከወቀሳም ሆነ ተጠያቂነት የማይድኑባቸው ጉዳዮች እንዳሉም ማውሳቴ የማይቀር ነው። ሆኖም በአመዛኙ አገርንና ሕዝብን በቅንነትና ታማኝነት ከማገልገል በስተቀር ሌላ የግል ጥቅምና ፍላጎት ያልነበራቸው፣ እውነት የመሰላቸውንና የሚያምኑበትን ንጉሠ ነገሥቱ ይቀየሙኛል ወይም ከሥልጣኔ ያወርዱኛል ብለው ከመናገር የማይመለሱ ሰው እንደነበሩ በሂደት የዶ/ር ሥዩም ሃረጎትን The Bureacratic Empire. Serving Emperor Haile Selassie፣ አቶ ዘውዴ ረታ የኤርትራ ጉዳይና ቀዳማዊ ኃይለ ሥላሴ፣ የሻምበል ፍቅረ ሥላሴ ወግደረስን እኛና አብዮቱ የተባሉትን መጻሕፍትና የሰዎችንም የቃል ምስክርነት በመጥቀስ በተጨባጭ መረጃነት አቀርባለሁ።

ስለ ደጃዝማች ፀሐዩ ታሪክ ሲጻፍም ሆነ ስለ ወንድሞቻቸውና እህቶቻቸው፣ ያክስታቸውና አጎታቸው ልጆች ታሪክ አብሮ በመጠኑም ቢሆን ሲወሳ፤ ግማሽ አካላቸው ስለነበረችው ስለ ወ/ሮ አልማዝ ዘውዴ ሳያነሱ ማለፍ በክፍተት የተሞላና የተጓደለ ታሪክ የማቅረብ ያህል ይቆጠራል። ለእናቴና ታላቅ ወንድሟ የማነ ዕንቆ ሥላሴ የነበራት ፍቅርና እንክብካቤ ለእኛም በተራችን ደርሶናል። ከዚህም የተነሣ፣ እኛም እንደ ደጃዝማች ፀሐዩ ያክስትና የአጎታቸው ልጆች "አባዬ" በሚል አንቱታን በማይጨምር አጠራር እንጠራት ነበር።

የወ/ሮ አልማዝ ዘውዴ አባት ካፕቴን ዘውዴ ወዳጄ ውቤ ይባላሉ። እናቷ ደግሞ ወይዘሮ እርካብሽ ተፈራ ነሲቡ ይባላሉ። አባታቸው አፈ ንጉሥ ነሲቡ መስቀሎ በዳግማዊ ምኒልክ ዘመን የታወቁ ዳኛ ነበሩ[16]።

---

15 ጃገማ ኬሎ፤ "የበጋው መብረቅ የሕይወት ታሪክ"። ፍቅረ ማርቆስ ደስታ። ሻማ ቡክስ 2002 ዓ.ም.፤ ሁለተኛ ኅትመት 2002 ማስተር ማተሚያ ቤት።

16 "አፈንጉሥ ነሲቡ መስቀሎ በዳግማዊ ምኒልክ ዘመነ መንግሥት በጣም የታወቁ ዳኛ ነበሩ። በአፈንጉሥ ሥልጣን ከ 1874 ዓ.ም. ጀምሮ እስከዚህ ዘመን ድረስ 26 ዓመት የቆዩ ናቸዉ። በፍርዳቸዉ ጨካኝና ጠንካራ ስለሆኑ

ካፒቴን ዘውዴ ወዳጄ ውቤ

ማንም ሰዉ በተከሰሰ ግዜ "እባክህ በነሲቡ ፊት አታቁመኝ" እያለ ከባላጋራዉ ይታረቅ ነበር። አፈንጉሥ ነሲቡ በዳኝነት ስራቸዉ የተመሰገኑ ሲሆኑ ጉቦ ተቀባይ ናቸዉ ይባላል። በጉቦ ነገር ከሚተረክባቸዉ አንዱ እንደምሳሌ እዚህ ላይ ተጠቅሷል፦ በርስት ነገር በርሳቸዉ ችሎት የሚከራከሩ ሁለት ሰዎች ነበሩ። አንዱ ቀደም ብሎ ገብቶ የብር ጉቦ ሰጠና ጉዳዩን አመልክቶ ወጣ። ሁለተኛዉ ደግሞ ቀጥሎ ገብቶ በቅሎ ሰጠና ጉዳዩን ተናግሮ ወጣ። ከዚህ ሁለቱም በእሳቸዉ ችሎት ቀርበዉ ከተከራከሩ በኋላ ባለ በቅሎዉ ረታ። በዚያ ግዜ የተረታዉ ሰዉ " ምነዉ ጌታዬ ብር ብዬ መጥቼ ነግሬዎት አልነበረም ወይ" ብሎ የጉቦዉን ነገር አሳሰባቸዉ ። እርሳቸዉም "ነፍላሌ አንተ ብር ብለህ ስትመጣ ፣ እርሱ መጭ ብሎ ቀደመሃ" ብለዉ መለሱለት ይባላል። ይሁን እንጂ ምንም እንኳ ጉቦም ቢበሉ እዉነተኛ ፍርድ አያዛቡም ነበር የሚል ታሪክ አላቸዉ። "ሐያኛዉ ክፍለ ዘመን መባቻ" መርሥዔ ኀዘን ወልደቂርቆስ ገጽ 40።

ወ/ሮ እርካብሽ ተፈራ ነሲቡ

ወ/ሮ አልማዝ (አባዬ) የቤተሰቡ ምሰሶ ማለት ነበረች። ገና ትዳር እንደያዘች ወላጆቿ ከዚህ ዓለም በሞት በመለየታቸው፤ በዚያን ጊዜ በዕድሜያቸው ሕፃናት የነበሩትን እህትና ወንድሞቿን እሷ እናት ደጃዝማች ፀሐዩ ደግሞ አባት ሆነው አሳድገውና አስተምረው ለቁም ነገር አድርሰዋል። እነርሱም አስቴር፣ ወንድወሰንና በላይነህ ዘውዴ ይባላሉ። ደጃዝማች ፀሐዩ ከክፍለ ሃገር ክፍለ ሃገር እየተዘዋወሩ ያስተዳደሩን፣ የመሠረተ ልማቱን፣ የፍርድና ፍትህ አሰጣጡን ሥራ ነጋ ጠባ ደከመኝ ሳይሉ በሚመሩበት ጊዜ ሁሉ ለልጆቻቸው፣ ለባለቤታቸው እህት ልጆች፣ ለራሳቸው ታናሽ እህትና ወንድም፣ የሥጋ ዝምድና ሳይኖራቸው በየአጋጣሚው ደጃዝማች ፀሐዩ እንደ ራሳቸው ልጆች ወስደው ላሳደጓቸው ሁሉ በቀን ተቀን ሕይወታቸው ካጠገባቸው ሳትለይ የምትንከባከብ እሷ ነበረች። እንኳንስ የቅርብም ሆነ የሩቅ ዝምድና ያለውን

ይቅርና ባዕድም ቢሆን ከማቅረብና ከመርዳት መሰልቸት ታይቶባት የማታውቅ ታላቅ ሴት ነበረች።

በዚህ መጽሐፍ ክፍል ሁለት የጎጃሙ ክፍለ ሃገር ታሪክ ቃል በሰፊው በሚዘከርበት ክፍል ስለ ወ/ሮ አልማዝ ዘውዴ የተሰጠውን ምስክርነት አንባቢ በሚደርሰብት ጊዜ ልብ ብሎ እንደሚያስተውለው ተስፋ አደርጋለሁ። ወ/ሮ አልማዝ እጅግ ሰው አክባሪ፣ የረጋች፣ ተግባቢና እግዚአብሔርን የምትፈራ ነበረች። የተቸገረን በማብላት፣ በማጠጣትና የታረዘውን በማልበስ ትታወቃለች። የነበራት ደግነትና ሃዘኔታ እስከምን ድረስ እንደነበር በየመንገዱና አድባራቱ ወድቀው የምታገኛቸውን ሳትፀየፍ፣ ራሳቸው ቆርሰው መብላትና መጠጣት የማይችሉትን ራሷ በእጇ የምታበላና የምታጠጣ፣ የተራቆተም ከሆነ እዚያው ራሷ አገላብጣ አልብሳና አፅናንታ ቤቷ የምትገባ እንደነበረች በበርካታ ሰዎች የምስክርነት ቃል የተረጋገጠ ነው። በተለይ ሴት ጧሪ ዘመድ የሌላቸው ነገር ግን ሠርቶ ለመብላት የአካልም ሆነ አእምሮ ድክመት የሌለባቸውን፤ መቋቋሚያና ራሳቸውን እስኪችሉ ድረስ ፈትል ለሚችሉ ፈትል፣ ስፌት ለሚችሉ ስፌት፣ የባልትና ሙያ ያላቸው ከሆነ የባልትናውን ሙያ ገቢ ማግኚያ እስኪሆናቸው አደራጅታ መጠጊያ በመስጠት የምትታወቅ ነበረች።

ደጃዝማች ፀሐዩ እንደ ቀድሞዎቹ የዐፄ ኃይለ ሥላሴ ሚንስትሮችና መኳንንቶች እጅ ሳይሰጡ፣ በመጨረሻም በደርግ ላይ በመሸፈት ራሳቸውን እስካጠፉበት ድረስና ከዚያም በኋላ የተከተሉት ረጅም ዓመታት ለአባዬና ልጆቿ እንዲሁም ደግሞ በስተርጅና ሶስት ወንዶች ልጆቻቸውን ላጡት የዚህ መጽሐፍ ደራሲ ቅድመ አያት እማማ ፍቅርተ ኃይለ ሥላሴ ምን ያህል የሃዘንና መከራ ዘመን እንደነበረ መገመት አያስቸግርም።[17]

17 እማማ ፍቅርተ እጅግ የሚወዱትና ካጠገባቸው አንድም ጊዜ እንዲለያቸው የማይሹት ልጃቸው ፊታውራሪ ከፍሌ ዕንቁ ሥላሴ እሳቸው ካረፉ በኋላ ለብዙ ዓመት ከታሰረበት 4ኛ ክፍለ ጦር ተወስዶ ተገድሏል።

ምዕራፍ ሁለት

ከበጅሮንድነት፣ አውራጃ ገዥነት እስከ ክፍለ ሃገር እንደራሴነት (ከ1932 እስከ 1945)

ልጅ ፀሐዩ ዕንቆ ሥላሴ በበጅሮንድ ማዕረግ የጠላት ንብረትና የአርበኞች ጉዳይ ሃላፊ በነበሩበት ዘመን

ደጃዝማች ፀሐዩ ከንጉሠ ነገሥቱ የተሰጣቸው የመጀመሪያው ሓላፊነት በበጅሮንድ ማዕረግ የበጅሮንድ መሥሪያ ቤትን መልሶ ማቋቋምና ንጉሠ ነገሥቱ ቅድሚያ እንዲሰጠው አዘውበት የነበረውን የአርበኞች ጉዳይ ዋና አስፈጻሚ ሆኖ መሥራት ነበር። የበጅሮንድ መሥሪያ ቤት ሓላፊነት የመንግሥት ሀብትና

ንብረት መቆጣጠርና የመንግሥትንም የቀን ተቀን ሥራ ማካሄጃ ባጀት ወጭ ማድረግን የሚጨምር ነበር። ከዚሁ ጋር "የጠላት ንብረት" በመባል ይታወቅ የነበረውን፣ ኢጣልያ ፋሽስት ተሸንፎ ካገር ከወጣ በኋላ ጥሎት የሄደውን ንብረት ለማስተዳደር ለተፈጠረው መሥሪያ ቤት ባለአደራነቱ ለበጅሮንድ መሥሪያ ቤት ሲሆን፣ በበላይነት የመምራቱም ሓላፊነት የደጃዝማች ፀሐዩ ነበር።

በ1935 ዓ.ም ገና በ26 አመታቸው የፊታውራሪ ማዕረግ ተሰጥቷቸው፣ የጅባትና ሜጫ አውራጃ አስተዳዳሪ ሆነዋል። በዚያን ጊዜ በንጉሠ ነገሥቱ ትወደድና ለእረፍትና መዝናኛነት ትመረጥ የነበረችውን የዛሬዋን አምቦ (በዚያን ዘመን ሃገረ ሕይወት) ከተማ በዘመናዊነት እንድትቆረቆር በማድረግ ግንባር ቀደም ከነበሩት አንዱ ደጃዝማች ፀሐዩ ነበሩ። አምቦ በተፈጥሮ የታደለችና የአየሩም ጠባይ እጅግ ተስማሚ ስለነበር እነ ሶደሬ፣ ሀገረ ሰላምና አርባ ምንጭ ገና ባልተቆረቆሩበት ዘመን፣ ንጉሠ ነገሥቱና ንጉሣውያን ቤተሰብ፣ እንዲሁም ደግሞ የዘመኑ ባለሀብትና ለዝመና የተጋለጠው ከተሜ ለእረፍት መዝናኛነት የሚመርጧት ከተማ አምቦ ነበረች። ከምድር በታች ሙቅ ውሃ የሚፈልቅባት፣ ዛሬ ድረስ አምቦ ውሃ የሚባለው በጠርሙስ የተሞላ ውሃ የሚመነጭባት፣ በአቶ ተፈሪ ሻረው ተቋቁሞ የነበረው የለስላሳ መጠጥ ፋብሪካ፣ በራስ መስፍን ስለሺ ተጀምሮ የነበረው የወይን ጠጅ እርሻና ፋብሪካ የነበሩባት ከተማ ነበረች። ለዚህ ዘመን ድረስ የሚመጥኑ ዘመናዊ የነበሩ የመዋኛና የሕዝብ መታጠቢያ ፍል ውሃና አዲስ አበባ ፒያሳ መካከል ይገኛሉ የሚባሉ ዘመናዊ ሆቴሎች፣ ምግብ ቤቶች ካፌዎች አምቦ ከተማ ይገኙ ነበር። ከተለያዩ ያገሪቱ ክፍላተ ሃገር የመጡ፣ የአብዛኞቹ ብሔረሰቦች ተወላጆችና፣ አልፎ ተርፎም የየመን፣ ግሪክና አርመን ተወላጆች ሰፍረውባት በንግድ፣ የብረታ ብረትና ጥቃቅን የማምረቻና ማከፋፈያ ድርጅቶች በማቋቋም አምቦን የተነቃቃች፣ የአምቦ ልጅ መባልም እንደ ሐረር፣ ጅማና አዳማ (ናዝሬት) ልጅነት፣ ብዝሀነትና `cultural melting pot` ባህርይ የነበራት ነበር ቢባል ማጋነን አይሆንም። ማዕረገ ሕይወት ዘቀዳማዊ ኃይለ ሥላሴ የሚባለው በእንግሊዞች ተመሥርቶ እጅግ ድንቅና በርካታ የኢትዮጵያ ምሁራን የፈለቁበት፣ ከመዋዕለ ሕፃናት እስከ ሁለተኛ ደረጃ ድረስ ያስተምር የነበረ ት/ቤት፣ ሃገረ ሕይወት ይባል የነበረውም ዘመናዊ ሆስፒታል፣ በስዊድኖች ተራድዖ የተቋቋመው የአምቦ እርሻና ደን ት/ቤት ከዚያን ዘመን የከተማዋና የመሠረተ ልማቱ አኩሪ ምልክቶች መካከል ነበሩ። እነኚህ ሁሉ አኩሪ የከተማዋ መሠረተ ልማት መዋቅሮች መመሥረት ላይ የደጃዝማች ፀሐዩ ዕንቁ ሥላሴ የአስተዳደር ዘመን አሻራ እንዳለባቸው ከኅጠኝነትና ዘረኝነት በላይ ገዝፈው የቆሙና ለሕሊናቸው ታማኝነት ያላቸው ኢትዮጵያውያን የሚመሰክሩት ሃቅ ነው። የእሳቸው ብቻ ሳይሆን ከእሳቸው በኋላ የጅባትና ሜጫ አውራጃ ገዥ የነበሩት የልዑል ራስ (በዚያን ጊዜ ደጃዝማች) መንገሻ ሥዩምና የፊታውራሪ (በኋላ ደጃዝማች) ሣህሉ ድፋዩም አሻራ ይገኝበታል[18]።

18 ልዑል ራስ መንገሻ ሥዩም በ2011 ዓ.ም. የኢትዮጵያ አካዳሚ ፕሬስ ባሳተመላቸው የትውልድ አደራ በሚለው መጽሐፋቸው ከገፅ 68 እስከ 70 ድረስ ባለው ገፅ እሳቸው የጅባትና ሜጫ አውራጃ ገዥ በነበሩበት ዘመን

ደጃዝማች ፀሐዩ ከወ/ሮ አልማዝ ዘውዴ ጋር የሕግ ጋብቻቸውን በቅድስት ሥላሴ ካቴድራል ጥር 4 ቀን 1938 ዓ.ም. በፈፀሙበት ዕለት የተነሳ ፎቶ

ደጃዝማች ፀሐዩ የሸዋ ጠቅላይ ግዛት እንደራሴ ሆነው በ1938 ሲሾሙ፤ በዚያው ዓመት ጥር 4 ቀን 1938 ዓ.ም. የሕግ ጋብቻቸውን በቅድስት ሥላሴ ካቴድራል ከወ/ሮ አልማዝ ዘውዴ ጋር ፈጽመዋል። ከዚህም ጋብቻ የተገኙ ልጆቻቸው ስድስት ሲሆኑ እነርሱም ባንትይዳኝ፣ ቤተልሔም፣ ብርክታዊት፣ ወዳጄ፣ ሳምሶንና ዕንቆ ሥላሴ ፀሐዩ

የሸዋ ክፍለ ሃገር ጠቅላይ እንደራሴ የነበሩት ደጃዥማች ፀሐዩ የበላይ አለቃቸው እንደነበሩ ያነሳሉ። ያነሱበትም ምክንያት እሳቸው በያዙት በምርመራ ላይ ባለ የፍርድ ቤት ጉዳይ ጣልቃ ሊገቡብኝ ከመሞከር ያለፈ እስከመታሰር ሊያደርሰኝ የሚችል የፍርድ ቤት ማዘዥያ ጭምር ጽፈውብኝ ነበር ይላሉ። መዝገቡን አስጠርቶ የተመለከተው በዚያን ጊዜ የከፍተኛ ፍርድ ቤት ዳኛ የነበረው እንግሊዛዊ፣ ቀደም አድርጎ እንግሊዝ አገር የሚያውቁትና በሥራቸውም ላይ ተገኝቶ የነበረው ይህ ሰው ጉዳዩን ከተመለከተ በኋላ እሳቸውን የሚያስጠይቅ ጉዳይ ባለመኖሩ እንዳሰናበታቸውና በዚህ አጋጣሚ ከእስራት መትረፋቸውን ይናገራሉ። ከአንድ የሰው ስም ከመጥራትና ታላቅ እህታቸውና ባለቤታቸው ጭምር የገቡበት ጉዳይ ከመሆኑ ባሻገር፣ በዝርዝርና በግልፅ ከደጃዝማች ፀሐዩ ጋር እዚያ ድረስ ያደረሳቸው ጉዳይ በመጽሐፋቸው ባለመቅረቡ እኔም ከግርጌ ማስታወሻ ያለፈ በዚህ መጽሐፍ ውስጥ የሳቸውንና የደጃዝማች ፀሐዩን ጉዳይ ከማቅረብ ተቆጥቤአለሁ። ላቅርብ ያልኩ እንደሆነ በቤተሰብ አካባቢ ይነገር የነበረውንና ያጋጫቸውን ጉዳይ ወደ ማንሳቱ ስለሚወስደኝና የዐፄ ኃይለ ሥላሴን የልጅ ልጅ ያገቡትንና የአጼ ዮሐንስ የልጅ ልጅ የሆኑትን ልዑል ራስ መንገሻ እስከዚህ ለመዳፈርና የእስር ትዕዛዝ እስከመስጠት ሊደፍሩ የቻሉበትን ምክንያት ከመጎርጎር ታቅቤአለሁ። ለልዑል ራስ መንገሻ ያለኝ አክብሮትና አድናቆት እንዳለ ሆኖ ይህንን ጉዳይ በዚያን ዐይነት አድበስብሶ ከማቅረብ ይልቅ ወይ ግልፅ አድርጎ ወይም ደግሞ በመጽሐፉ ከማካተት ይልቅ ማስቀረት የተሻለ ነበር የሚል የግል አስተያየት አለኝ።

ይባላሉ። ከእነርሱም መካከል ከዚህ ዓለም በሞት ከተለየው ወዳጄ ፀሐዩ በስተቀር ሁሉም በአሜሪካን አገር ካሊፎርኒያ በሚባለው ግዛት ይኖራሉ። ደጃዝማች ፀሐዩ እንደ ልጆቻቸው ካሳደጓቸው መካከል ደግሞ የታላቅ እህታቸው የወ/ሮ ተዋበች ልጆች የማነ ዕንቆ ሥላሴና የኔ ወላጅ እናት አየለች ብሩ፣ ከታናሽ እህታቸው ልጆች ፋሲል ይርጉ፣ ከአባታቸው ወንድም ልጅ ደግሞ ዓለም ፀሐይ ፀሐዩ ይገኙበታል። ምንም አይነት የዝምድና ግንኙነት ሳይኖራቸው ካሳደጓቸውና ካስተማሯቸው መካከል ገና በሕፃንነቱ አባቱ በአርበኝነት ሲዋጉ የተሰዉት እሸቱ ደስታና ከግንደ በረት አካባቢ አግኝተው ያሳደጉና ያስተማሩት ብርጋድዬር ጄነራል ዶክተር ግዛው ፀሐዩ ይገኙበታል። እናቴና ወንድሟ የማነ ዕንቆ ሥላሴ የታላቅ እህታቸው ልጆች መሆናቸው እንዳለ ሆኖ፣ ለእነርሱ የተለየ ፍቅር ስለነበራቸው እናቴን "ኩኒ" ብለው ባወጡላት የልጅነት ቁልምጫ ስም፣ የማነን ደግሞ "ቡታ" ብለው ባወጡለት የቁልምጫ ስም ይጠሯቸው ነበር። እነርሱም ለሳቸው ከነበራቸው ፍቅርና ቅርበት የተነሳ "ጋሽዬ" እያሉ ይጠሯቸው ነበር። በተለይ እናቴ፣ እንደዚያ በቤተሰቡ የሚፈሩና የሚከበሩትን እጅግ አድርጋ የምትቀርብ፣ ለእሳቸው እህት ወንድሞቻቸው ደፍረው መንገርም ሆነ መጠየቅ የማይደፍሩትን በሷ በኩል እንዲደርስላቸው ያደርጉ ነበር። እሳቸውም አንቀባረው ስላሳደጓት፣ ጨዋታ ሲያምራቸው "ኩኒን ጥሩልኝ" ይሉ ነበር። አንድ ጊዜ፣ አንድ ከመርሃ ቤቴ የመጣ ዘመዳችን የሥጋ ዝምድና ያለውንም የሌለውንም፣ እናትና አባት የሞቱባቸውን ሕፃናት በሄዱበት ጠቅላይ ግዛቶች እየሰበሰቡ ማሳደጋቸውና ማስተማራቸው ቅናት አሳድሮበት ነበር። እሱም ይህንኑ በሚመለከት በቤተሰብ ማንም እንደዚያ ደፍሮ የማይናገራቸውን ደጃዝማች ፀሐዩን አንድ ፀያፍ ነገር ተናገራቸው- "የማንንም ... ልጅ ከየቦታው እየለቀሙ ሲያስተምሩ፣ እኔ ዘመድዎ ሳልማር ልቅር ወይ!!" ይላቸዋል። እሳቸውም በፀያፍ አነጋገሩ ተቆጥተው "ባለጌ! ምን አይነት ሰው ነህ!! እኔን አስተምረኝ ማለት አንድ ነገር ነው፣ እንዴት እንዲህ ይባላል" በሚል ተበሳጭተው አዝነውበት ነበር። እንኳንስ የሚያስቆጣቸው ነገር ይቅርና የሚያስቅና የሚያዝናና ጉዳይ እንኳን ለሳቸው ለመንገር የሚደፍር የቤተሰብ አባል በሌለበት፣ ይህ ዘመዳችን "የማንንም ... ልጅ" የሚለው አነጋገሩ ክፉኛ አስቆጥቷቸው እና አሳዝኗቸው አጠገባቸው እንዳይደርስ ለረጅም ጊዜ ፊት ነስተውታል።

ደጃዝማች ፀሐዩ ከጅባትና ሜጫ አውራጃ ገዥነት ተነሥተው የሸዋ ክፍለ ሃገር እንደራሴ ሆነው ሲሾሙ የተኳቸው ልዕል ራስ መንገሻ ሥዩም ነበሩ። እሳቸው በጅባትና ሜጫ አውራጃ ገዥነት ምን ያህል ዘመን እንደቆዩ እርግጠኛ ባልሆንም ከሳቸው ይልቅ ረዘም ያሉ ዓመታት በአውራጃ ገዥነት የቆዩ ደጃዝማች ሣህሉ ድፋዬ ሳይሆኑ አይቀርም። እሳቸውም በዚያን ዘመን የውጭ ጉዳይ ሚኒስቴር የነበሩት የጸሐፊ ትዕዛዝ አክሊሉ ሀብተ ወልድ ታላቅ ወንድም አቶ አካለ ወርቅ ሀብተ ወልድ አብሮ አደግና ቤተ ክህነትን አብረው በድቁና ያገለገሉ፣ ለዚህ ቤተሰብ እንደ ቅርብ የሥጋ ዘመድ የሚታዩ ሰው ነበሩ።[19] ዶ/ር ሥዩም ሐረጎት The Bureaucratic Empire. Serving Emperor

---

19 ከጠቅላይ ሚንስትር አክሊሉ ሀብተ ወልድ የእህት ልጅ ልጅ ዶ/ር ጌታቸው ተድላ እንዳገኘሁት፣

Haile Selassie በሚል ርዕስ እ.ኤ.አ. በ2013 በጻፉት መጽሐፍ ገፅ 17 እንደሚነበበው ደጃዝማች ሣህሉ ድፋዬ በኢጣልያን ወረራ ወቅት የእነ አቶ መኮንንን፣ የአካለወርቅንና የአክሊሉን ሀብትና ንብረት በባለአደራነት ያስተዳድሩ ነበር።

ደጃዝማች ፀሐዩ የሸዋ ጠቅላይ ግዛት እንደራሴነትን የተረከቡት ከራስ መስፍን ስለሺ ነበር። ይህንን ሓላፊነት በተረከቡበት ዘመን በአንዳንድ የሸዋ ከፍለ ሃገር አውራጃዎችና ወረዳዎች በሽፍትነትና በባርያ ንግድ ይተዳደሩ የነበሩ ከተራ ሽፍታነት እስከ ከፍተኛና መለስተኛ ባላባትነት የነበራቸው ወገኖች ያገሪቱን ሰላምና ፀጥታ ነስተው ነበር። በተለይም የባርያ ንግድ ያገሪቱን ዓለም አቀፋዊ ክብርና ቅቡልነት የሚፈታተን ችግር ስለነበር፣ በአስቸኳይ ላንዴና ለመጨረሻ ጊዜ ማስወገድ አስፈላጊ ነበር። ይህንን ሓላፊነት እንደተቀበሉም፣ በሰላምና እርቅ የሚገባውን ወደ ሰላማዊ ኑሮ እንዲመለስ አድርገዋል። እምቢተኞቹን ደግሞ የሕግ የበላይነትን ለማስጠበቅ በቆሙት የኃይል ተቋማት በመጠቀም፣ ከሸፈቱበት ዱርና መንደር በመመንጠር ወህኒ እንዲወርዱ አድርገዋል። አውጫጪኝና የመሳሰሉትን ያካባቢው ሕዝብ የሚጠቀምባቸውን ባህላዊ ዘዴዎች በመጠቀም ባሪያ ሸንጋዮችና ሽፍቶች የዘረፉትን ሀብት ለተነጠቀው ድሃ አርሶ አደር በማስመለስ፣ በባርነት የተፈነገሉትንም ነጻ በማውጣት ወደ ቀያቸውና ትውልድ መንደራቸው እንዲመለሱ አድርገዋል።

በዚያን ዘመን ከአውጫጭኝ ለማምለጥ የሞከሩ ባሪያ ሸንጋዮች ከሥርቻ ጥለውት የሄዱትን ከኦሮሞ ብሔር/ብሔረሰብ የሚወለድ ሕፃን ወንድ ልጅ ከግንደበረት አካባቢ አግኝተው እንደ ልጃቸው ወስደው ከእህትና አክስት ልጆቻቸው ጋር እኩል አሳድገዋል። ማሳደግ ብቻ ሳይሆን አርበኞች ት/ቤት በማስገባት፣ ከዚያም ለከፍተኛ ትምህርት ወደ ሜክሲኮ በመላክ፤ በስማቸው የሚጠራ፣ አገራችን ካፈራቻቸው እጅግ ታዋቂ የቀዶ ሕክምና ሐኪሞች መካከል አንዱ የሆነ ዜጋ ለማፍራት ችለዋል። ይህም ሰው የእሳቸውን ስም እንደያዘ፣ ተፈልገው የተገኙ ወላጁን ስም በሙሉ መጠሪያው ያካተተው ግዛው ፀሐዩ በላይ ይባላል።[20] ከሜክሲኮ በቀዶ ሕክምና የዶክተርነት ማዕረግ ተቀብሎ ወደ እናት አገሩ በተመለሰ ጊዜ፣ ደጃዝማች ፀሐዩ ከጎጃም ክፍለ ሃገር ወደ አዲስ አበባ መጥተው፣ ወደ መኖሪያ ቤቱ በመሄድ በሳሎኑ ግድግዳ የተሰቀለውን የዶክትሬት ዲግሪውን ተመልከተው ምን ያህል እንደተደሰቱና እንደኮሩበት አብሯቸው የሄደው ያከስታችን ወላንሣ ዕንቆ ሥላሴ ልጅ ፋሲል ይርጉ እስከዛሬ ያስታውሳል። ደጃዝማች ፀሐዩ የዶ/ር ግዛው ስም በአንዳንድ አጋጣሚ ሲነሳም ለሱ ምን ያህል አድናቆት እንደነበራቸው ለቤተሰባችንም የተደበቀ አልነበረም። እሱም ቢሆን ከደህናው ጊዜ

ደጃዝማች ሣህሉ ድፋዬ የአቶ አካለውርቅ ሀብተ ወልድ አብሮ አደግና በልጅነታቸው አብረው አድባራትን በድቁና እየተዘዋወሩ በማገልገላቸው ከቤተሰቡ ጋር የሥጋ ዝምድና ያላቸው ይምሰል እንጂ ምንም አይነት የሥጋ ዝምድና እንደሌላቸው አረጋግጦልኛል።

20 <<በላይ>> የግዛው አባት ወይም አያት ስም ይሁን አይሁን ከግንኙነት መቋረጥ የተነሳ ላረጋግጥ አልቻልኩም።

ይልቅ በመከራውና በችግሩ ዘመን የተገኘና የአባትነትና እናትነት ውለታቸውን ያልዘነጋ ሰው ሲሆን፤ ደጃዝማች ፀሐዩ ካለፉም በኋላ ለባለቤታቸው ወ/ሮ አልማዝ (አባዬ) እና ለቅድመ አያታችን ፍቅርተ ኃይለ ሥላሴ የሚያስፈልገውን ድጋፍ በማድረግ በፅናት የቆመ የቤተሰቡ አካል መሆኑን በተግባር ያረጋገጠ የሁላችንም ወንድም ነው። በደርግ ዘመን በብርጋዬር ጀነራልነት ማዕረግ የጦር ኃይሎች ሆስፒታል ሜዲካል ዳይሬክተርና በመጨረሻም በጤና ጥበቃ ሚኒስቴርነት ተሹሞ አገሩንና ወገኑን አገልግሏል። ይህም መጽሐፍ ለሕትመት እስከበቃበት ጊዜ ድረስም በአሜሪካ አገር ለረጅም ዘመን ባካበተው የቀዶ ህክምና ክህሎት የሰውን ዘር በማገልገል ላይ ይገኛል። የደጃዝማች ፀሐዩ ያገር ባለውለታነት በሥጋ ላልተወለዱዋቸው፣ የብሄር መለያ በሚባለውም ሰው ሠራሽ ማንነት ለማይገናኙት በኢትዮጵያዊና ሰብዓዊ ግዴታና ሥነ ምግባር፣ በተለይም ደግሞ በነበራቸው የኦርቶዶኮስ ተዋህዶ ሃይማኖት የፀና ዕምነት በመመራት ሌሎችንም ልጆች ለቁም ነገር ያበቁ ሰው ነበሩ።

ደጃዝማች ፀሐዩ የሸዋ ክፍለ ሃገር ባለ ሙሉ ሥልጣን እንደራሴ በነበሩበት በዚያ ዘመን በጊዜው የውጭ ጉዳይ ሚንስቴር፣ በኋላ ጠቅላይ ሚንስቴር ከነበሩት ጸሐፊ ትዕዛዝ አክሊሉ ሀብተ ወልድ ወንድሞች ጋር እስከ ቅያሜ ያደረሰ ጉዳይ ገጥሟቸው ነበር። እዚህ ላይ የማነሳውም በጽሑፍ የተደገፈውን እንጂ በወሬ የሰማሁትንና በማያወላዳ ተጨባጭ መረጃ ልደግፈው የማልችለውን አይደለም። በማጣቀሻነት የምጠቀመውም በዶ/ር ሥዩም ሐረጎት የተጻፈውንና ደጃዝማች ፀሐዩ ምን ያህል ለፍትህና ለህግ የበላይነት የቆሙ ሰው እንደነበሩ የገለፁበትን The Bureacratic Empire. Serving Emperor Haile Selassie የሚለውንና በፋንታሁን እንግዳ ታሪካዊ መዝገበ-ሰብ ከጥንት እስከ ዛሬ በሚል የተጻፉትን መጻሕፍት ነው። ከዶ/ር ሥዩም ሐረጎት ያገኘሁት መረጃ የሚንደረደረው በደጃዝማች ፀሐዩና በደጃዝማች ሣህሉ ድፋዬ መካከል ተነሥቶ የነበረውን ግጭት በማስመልከት ነው።

ከላይ ከፍ ብዬ እንደጠቀስኩት ፊታውራሪ (በኋላ ደጃዝማች) ሣህሉ ድፋዬ ከጸሐፊ ትዕዛዝ አክሊሉ እና ከታላቅ ወንድሞቻቸው ከአቶ መኮንንና አቶ አካለ ወርቅ ሀብተ ወልድ ጋር የዝምድና ያህል ወዳጅነት የነበራቸውና በኢጣልያን ወረራ ጊዜም የንብረታቸው ጠባቂ ነበሩ። የጅባትና ሜጫ አውራጃ አስተዳዳሪ በነበሩበት ዘመን ተጠያቂነታቸው ለቅርብ አለቃቸው ለሸዋ ክፍለ ሃገር ባለሙሉ ሥልጣን እንደራሴ ደጃዝማች ፀሐዩ ነበር። በዚሁ ሣህሉ ድፋዬ በአውራጃ ገዥነት በሚያስተዳድሩት አውራጃ፣ በተለይም በግንደበረትና ጥቁር እንጭኒ አካባቢ በባርያ ፍንገላ የተሰማሩ ባላባቶችንና ይህንኑ የባርያ ንግድ ከፊል መተዳደሪያቸው ያደረጉ ገበሬዎች ምንም አይነት የብሄርም ሆነ ከባለሥልጣናቱና መኳንንቱ ጋር የነበራቸው የዝምድናም ሆነ የጥቅም ግንኙነት እሳቤ ውስጥ ሳይገባ፣ በሕግ ሥር እንዲውሉና ንብረታቸውም እንዲወረስ ደጃዝማች ፀሐዩ ይወስናሉ። በዚህ መካከል ደጃዝማች ፀሐዩና ሣህሉ ድፋዬ ግጭት ውስጥ ይገባሉ። በደጃዝማች ፀሐዩ እምነት ይህ ግጭት ከ"ሥነ ምግባር ጉድለት"፣ በዛሬው አነጋገር ከሙስና ጋር የተያያዘ ስለነበር፤ ሣህሉ ድፋዬን ከጅባትና

ሜጫ አውራጃ ገዥነታቸው እንዲሻሩና ሌላ ሹመት ሳይሰጣቸው በደጅ ጠኚነት እንዲቆዩ ያደርጓቸዋል። የደጃዝማች ሣህሉ ድፋዬ ወገን የሆኑት አቶ መኮንን ሀብተ ወልድ፣ በጠላት ወረራ ዘመን የንብረታቸው ጠባቂ የነበሩትንና ከአቶ አካለ ወርቅ ጋር በድቁና አብረው ሲያገለግሉ ያደጉትን ሰው ከሹመታቸው መሻር አልተዋጠላቸውም። ይህ ብቻ ሳይሆን የደጃዝማች ሣህሉ "የውስጥ አርበኝነት" ጉዳይ አጠያያቂ መሆኑና በተለይም የ"ሥነ ምግባር ጉድለት" ማለት በዘመኑ አነጋገር ሙስና ማለት እንደሆነ የገባቸው አቶ መኮንን ሀብተ ወልድ፣ በደጃዝማች ፀሐዩ ውሳኔ በመከፋት፣ መጀመሪያ ላይ ደጃዝማች ፀሐዩን በመቅረብ ውሳኔያቸው እንዳይፈጸም ለመማፀን ይሞክራሉ። ይህ አልሆን ሲላቸው፣ የደጃዝማች ፀሐዩ ወዳጅ የነበሩትን ጸሐፊ ትዕዛዝ ወልደ ጊዮርጊስን[21] አማላጅ በመላክ ይህ ሣህሉ ድፋዬን የመሻርና ሌላ ሹመት ሳይሰጣቸው በደጀጠኝነት እንዲቆዩ የማድረጉ ውሳኔ ተግባራዊ እንዳይሆን ይሞክራሉ። ነገር ግን በዚያን ዘመን "ዘውድ የቀረው ንጉሥ" ("uncrowned emperor") እስከመባል የደረሱት ጸሐፊ ትዕዛዝ ወልደ ጊዮርጊስ ወልደ ዮሐንስ የግጭቱን ምክንያት ከመረመሩ በኋላ በደጃዝማች ፀሐዩ የተወሰደው ሣህሉ ድፋዬን የመሻር ውሳኔ ትክክለኛነት አምነው ውሳኔውን ይደግፋሉ።አቶ መኮንን ሀብተ ወልድ ጸሐፊ ትዕዛዝ ወልደጊዮርጊስ የደጃዝማች ፀሐዩን ውሳኔ ያስለውጡልኛል የሚል ተስፋ ያሳደሩት ያለምክንያት አልነበረም። ከምኒልክ ሆስፒታል "ለሐኪሞች ፈረንሳይኛ አስተርጓሚና ረዳት" ሆነው ሲሠሩ አግኝተው፣ እዚህ ከፍተኛ ሥልጣን ላይ ለመድረስ ዕድሉን የከፈቱላቸውና እሳቸውን የመሰለ የተማረ ሰው ለንጉሡ ነገሥቱ የሚያስፈልጉ መሆናቸውን በማመን ንጉሥ ነገሥቱ ዘንድ አቅርበው ሥራ ያሰጧቸው እሳቸው ስለነበሩ ነበር።[22] ቢሆንም የ"ሥነ ምግባር ጉድለት" የተገኘባቸውን ሰው ጉዳይ ከመረመሩ እና ካረጋገጡ ሥራቸው የሚያስጠይቃቸውን ሰው ነፃ ይሂዱ ለማለት በጸሐፊ ትዕዛዝ ወልደ ጊዮርጊስም በኩል እንደማይሆን ሲረዱት፤ አቶ መኮንን ሀብተ ወልድ ቅያሜ ያድርባቸውና በዚያን ዘመን ያገር ግዛት ሚኒስቴር የነበሩትን ራስ አበበ አረጋይን ባማላጅነት ወደ ደጃዝማች ፀሐዩ ይልካሉ። ደጃዝማች ፀሐዩ የራስ አበበንም ሆነ የማንንም አማላጅነት ሳይቀበሉ በውሳኔያቸው ይፀናሉ። ይህ ጉዳይ ,በእንግሊዝኛ በተጻፈው የዶ/ር ሥዩም ሐረጎት መጽሐፍ እንዴት እንደቀረበ ለማየት ለሚሻ የግርጌ ማስታወሻውን መመልከት ይችላል።[23]

---

21 ስለ ጸሐፊ ትዕዛዝ ወልደ ጊዮርጊስ ወልደ ዮሐንስ ለማወቅ ለሚሻ የዘውዴ ረታን "የኤርትራ ጉዳይ"፣ "የቀዳማዊ ኃይለ ሥላሴ መንግሥት"፣ የፋንታሁን እንግዳን "ታሪካዊ መዝገበ ሰብ፣ ከጥንት እስከዛሬ" (ከገጽ 548 እስከ 550) መመልከት ይቻላል። ከውጭ ደራሲያን ደግሞ የJohn H. Spencerን *Ethiopia at Bay* and የRichard Greenfieldን *A New Political History* መመልከት ይቻላል።

22 ዘውዴ ረታ (2005)፣ ገጽ 588።

23 The struggle between Woldegiorgis and Mekonnen Habtewold rose to the surface when Dejazmatch Tsehayu Enqueselassie a leading supporter of Woldegiorgis and Governor of Shoa, took disciplinary action against Dejazmatch Sahlu Difaye, a relative of the Habtewold brothers who during the Italian occupation, looked after

በመጨረሻው የንጉሠ ነገሥቱን ጣልቃ ገብነት እስከመጠየቅ ሲደርሱ፣ ቀዳማዊ ኃይለ ሥላሴ ሁለቱንም ወገን ከማቻቻል ይልቅ ወደእነ አቶ መኮንን ሃብተ ወልድ የሚያደላ ውሳኔ ይሰጣሉ። በዘመኑ የንግድ ሚኒስቴር የነበሩት አቶ መኮንን ሀብተ ወልድም፣ በጊዜው የውጭ ጉዳይ ሚንስቴር የነበሩት የታናሽ ወንድማቸው ጸሐፊ ትዕዛዝ አክሊሉም ሥልጣን ከጸሐፊ ትዕዛዝ ወልደ ጊዮርጊስ ዝቅ ብሎ የሚገኝ ቢሆንም በመካከላቸው የሥልጣን ሽኩቻው እየበረታና ቀዳማዊ ኃይለ ሥላሴም ሚዛን ለመጠበቅ ይቸገሩ የነበረበት ጊዜ ነበር። በተለይም ጸሐፊ ትዕዛዝ ወልደ ጊዮርጊስን ፍጹም ለሆነው ንጉሠ ነገሥታዊ ሥልጣናቸው እንደ ስጋት ይመለከቱና የአቶ መኮንን ወገን የሆኑትን፣ ወንድሞቻቸውን ጨምሮ ይበልጥ የማስጠጋትና ውሎ አድሮም ጸሐፊ ትዕዛዝ አክሊሉን በተተኪነት የማዘጋጀት አዝማሚያ ይታይባቸው የነበረበት ዘመን ነበር። አቶ መኮንንም እሳቸውና ወንድሞቻቸው ጸሐፊ ትዕዛዝ ወልደ ጊዮርጊስንና ደጋፊዎቻቸውን በዚህም በዚያም ብለው ለማስወገድና በንጉሥ ነገሥቱ ላይ የነበራቸውን ተደማጭነት ያለተቀናቃኝ እውን ለማድረግ የተጉበት ዘመን ነበር። ከዚህም የተነሣ ደጃዝማች ፀሐዩ የወሰኑት የሣህሉ ድፋዬ ሽረት ጉዳይ ከታሰበው ግብ ሳይደርስ ቀርቷል። ከአውራጃ ገዥነታቸው ተነሥተው፣ ሌላ ሹመት ሳይሰጣቸው አዲስ አበባ በደጅ ጠኝነት እንዲቆዩ ቢደረግም ብዙም ሳይቆይ ይህ ውሳኔ በንጉሠ ነገሥቱ ተሽሯል። ፊታውራሪ ሣህሉ ድፋዬ ከጅባትና ሜጫ ቢነሱም፣ ደጃዝማች ተብለው ከሽረት ይልቅ በሹመት ላጭር ጊዜ የወለጋ ከዚያም የአሩሲ ጠቅላይ ግዛት እንደራሴ ሆነው ተሹመዋል። ደጃዝማች ፀሐዩም ሰነባብተው ከሸዋ ክፍለ ጠቅላይ ግዛት እንደራሴነታቸው ተነስተው በ1945 የጤና ጥበቃ ሚንስትር ሆነው ተሹመዋል[24]።

---

their interests. Ato Mekonnen was not happy about the disciplinary action against his crony and pleaded with Tsehayu and Woldegiorgis to withdraw it. When it was not done, Mekonnen prevailed upon Ras Abebe, then the Minister of Interior, to withdraw the disciplinary action. This broke the alliance between Mekonnen Habtewold and Woldegioergis (2013:17-18)

24 ደጃዝማች ሣህሉ ድፋዬ ከደጃዝማች ፀሐዩ በዕድሜ 17 አመት ያህል የሚበልጡ ነበሩ። ግንቦት 22 ቀን 1892 በየረርና ከረዩ አውራጃ፣ አድአ ወረዳ የረር ቀበሌ የተወለዱ፣ ያገራችንን ባህላዊ ትምህርት በተለያዩ አድባራት የተከታተሉና በድቁና ያገለገሉ ሰው ናቸው። ከዚያም ዳግማዊ ምኒልክ ት/ቤት ገብተው በፈረንሳይኛ ትምህርታቸውን የተከታተሉና አንዳንድ መጻሕፍትን የጻፉ ዘመናዊ ትምህርት ቀመስ ሰው ነበሩ። ኢጣልያ ፋሽስት ኢትዮጵያን በወረረበት በአምስቱ የመከራ ዘመን በ“ውስጥ አርበኝነት” ይታወቁ እንጂ፣ ይህ የውስጥ አርበኝነታቸው ዝርዝሩ አከራካሪ ሆኖ ኖሯል ። ይህም ሆኖ በዚያን ዘመን በርካታ የውስጥ አርበኞች የጠላት ወገን መስለው፣ ማንኛውንም የጠላት እንቅስቃሴ እየተከታተሉ ለአርበኞች የሚያቀብሉና የሎጂስቲክ ድጋፍ የሚሰጡ እንደነበሩባቸው ሁሉ ካገራቸው ነጻነትና ክብር ይልቅ ከኢጣልያ ፋሽስት የሚያገኙት ጥቅም በልጦባቸው አገርንና ወገንን የከዱና የወጉ እንደነበሩባቸውም አይካድም። ጠላት ካገራችን ከወጣ በኋላ አገሪቱን መልሶ ለማቋቋም ትምህርት ቀመስና የውጭ ቋንቋ የሚያውቅ እየተፈለገ በተለያየ ሓላፊነት ይቀመጥ ስለነበር፣ የደጃዝማች ሣህሉም የውስጥ አርበኝነት በውልና መረጃ የሚታወቅ ነገር አላገኘሁም። ስለዚህም ከደጃዝማች ፀሐዩ ጋር እስከመጋጨትና ከነበራቸውም ሃላፊነት እስከመነሳት ያደረሳቸው ምክንያት ፈንታሁን እንግዳ በመጽሐፉ ካመለከተው “የውስጥ አርበኝነት” እና “ባንዳነት” ይልቅ፣ በጸሐፊ ትዕዛዝ አክሊሉ ጠቅላይ ሚኒስቴር ቢሮ በምክትል ጠቅላይ ሚንስቴርነት የሰሩት ውስጥ አዋቂው ዶ/ር ሥዩም ሐረጎት የጠቀሱት “የሥነ ምግባር ጉድለት” የሚለው ከፍትህና ሙስና ጋር የተገናኘ ጉዳይ ወደ እውነት የቀረበ ሳይሆን እንዳልቀረ ያመለክታል።

በዚህ የሚኒስቴር ቦታቸው ብዙም ሳይቆዩ የጋሞ ጎፋ ጠቅላይ ገዥ ሆነው ሄደዋል።

የአቶ ፋንታሁን እንግዳን ታሪካዊ መዝገበ - ሰብ ስናገላብጥ የምንረዳው ሁለቱ ወገኖች አርበኛ፣ ባንዳና ስደተኛ በሚል መጎናተላቸውንና፤ አርበኛው ወገን ጸሐፊ ትዕዛዝ ወልደ ጊዮርጊስን ጨምሮ የደጃዝማች ፀሐዩ ወገን ሲሆን፣ የ"ውስጥ አርበኝነታቸው" በውል ያልታወቀው ደጃዝማች ሣህሉ ድፋዬ ደግሞ አቶ መኮንንና ታናሽ ወንድማቸውን አቶ አካለ ወርቅ ወግነው የተነሡ እንደነበሩ ነው። ይህም በዚሁ መጽሐፍ በገጽ 550 እንደሚከተለው ቀርቧል፡-

> ከነጻነት መልስ እንደ ብዙዎቹ የአርበኛ መሪዎች በየአጋጣሚው ችግር ያጋጥማቸው ከነበሩ አንዱ ደጃዝማች ፀሐዩ ናቸው። በአጋጠማቸው ችግር ሁሉ ግን ፀሐፊ ትዕዛዝ ወልደ ጊዮርጊስ ጉዳዩ ስለገባቸው ከጎናቸው ቁመው ለመከላከል ሞክረዋል። የሸዋ ጠቅላይ ግዛት እንደራሴ በነበሩ ጊዜ ለምሳሌ ደጃዝማች ፀሐዩ በሥራቸው የአንድ ወረዳ ገዥ ከነበሩት ደጃዝማች ሣህሉ ድፋዬ ጋር በፅኑ ተጣልተው ነበር። የፀባቸው ትክክለኛ መንስዔ "አርበኛ፣ ባንዳና፣ ስደተኛ" የሚለው ክፍፍል አካል ነበር። በደጃዝማች ፀሐዩ ትዕዛዝ ደጃዝማች ሣህሉ ከቦታቸው ይነሳሉ። እነመኮንን ሀብተ ወልድ ለደጃዝማች ሣህሉ በማገዝ ከደጃዝማች ፀሐዩ ጋር በነገር ይጋጫሉ። በዚህ ጊዜ ጸሐፊ ትዕዛዝ ወልደ ጊዮርጊስ የችግሩን መንስዔ አጥንተው ድጋፋቸውን ለደጃዝማች ፀሐዩ ይሰጣሉ። ጉዳዩ እንደ ትልቅ ጥፋት ተቆጠረና አርበኛ፣ ስደተኛና ባንዳ እየተባበለ ሲጎነታተል የነበረው ወገን ሁሉ በሁለት ጎራ ተሰልፎ መፋለም ቀጠለ። ይህ አጋጣሚ ጸሐፊ ትዕዛዝ ወልደ ጊዮርጊስን ለመቃወም አመቺ ስለነበር የነአቶ መኮንን ሀብተወልድን ወገን ተገን አድርጎ የባንዳውም ኃይል ትልቅ ጥቃት መሰንዘሩ ታውቋል።

ከፋንታሁን እንግዳም ሆነ ዶ/ር ሥዩም ሐረጎት መጻሕፍት በተጠቀሱባቸው ገጾች ሌላም የምንረዳው ጉዳይ አለ። ይህም ጸሐፊ ትዕዛዝ ወልደ ጊዮርጊስ የደጃዝማች ፀሐዩን ውሳኔ መርምሬ ውሳኔያቸው ትክክል ሆኖ አግኝቼዋለሁ በማለታቸው፣ በእሳቸው ላይ ለመበቀል ታናሽ ወንድማቸውን አቶ መኮንን ወልደ ዮሃንስን በተመሳሳይ "የሥነ ምግባር ጉድለት" ማለትም በሙስና መክሰስ ነበር። የመሠረቱትም ክስ፣ የወንድማቸውን ሥልጣን ተገን አድርገው የጠላት ንብረት በሚል በመንግሥት ይዞታ ሥር የነበረውን ንብረት በመሸጥና በመለወጥ፣ ገንዘብ ወደውጭ አሸሽተዋል የሚል እንደነበር በእነዚህ ከላይ በጠቀስኳቸው መጻሕፍት ውስጥ ይነበባል። ይህን የመሰለው የሴረኝነት ደባ፣ አንዱ በሌላው ላይ የመበቀል ጉዳይ እውነት መርህንና ፍትሕን ለማረጋገጥ አይደለም፤ ይልቁንም ከሕግ በላይ መሆን የሚቃጣቸው ጥቂት ሰዎች ሲነኩ የቅርብ ወዳጅና ዘመዶቻቸው፣ እንዲሁም ደግሞ በጥቅም አብረዋቸው የተሳሰሩ ሰዎች ጭምር አብረው እንደተነኩ በመቁጠር መበቀያ ፍሊጋ ለመሄድ የማይመለሱ በመሆናቸው እንደሆነ ግልፅ ነው። የነገሮች መነካካትና አንዱ ካንዱ ጋር

እየተወሳሰበ የሥልጣን ሽኩቻው በተፋፋመ ቁጥር፣ እውነቱ በየትኛውም በኩል ይሁን አይሁን፣ ትክክለኛ ዳኝነትንና ተጠያቂነት ለማወራረድ አስቸጋሪ እንደሚያደርገው አያጠራጥርም። የደጃዝማች ሣህሉ ድፋዬን ጉዳይ አስመልክቶ የተነሳው ሽኩቻ ዓይነት ዛሬም ድረስ ከምናየው ወንጀልንና የሕግ ጥሰትን ከብሄርም፣ ዘርና ሃይማኖት በላይ ለማየትና ትክክለኛ ዳኝነትና ፍትህ ለመስጠት ከመቼውም ጊዜ ይበልጥ ከተቸገርንበት ሁኔታ ጋር ይመሳሰላል።

እዚህ ላይ ሳይጠቀስ መታለፍ የሌለበት፣ ይህ ሁሉ ሴራና መሰሪነት ይፋ በወጣበትና "የወልደጊዮርጊስ ፓርቲ እና የመኮንን ሀብተ ወልድ ፓርቲ" በሚል በሚንስትሮችና ከፍተኛ ባልሥልጣናት መካከል ክፍፍል ሆኖ የአቶ መኮንን ሃብተውለድ ወገን ተቃዋሚዎቹን በሽረትና በግዞት የማፅዳቱ ዘመቻ በተሳካለት ጊዜ ሁሉ ጸሐፊ ትዕዛዝ አክሊሉ ለወንድሞቻቸው ሳይወገኑ፣ በሚያምኑበትና በገባቸው ጉዳይ ብቻቸውን መቆማቸውን የሚመሰክር መረጃ መኖሩ ነው። ከላይ የተጠቀሱት ደራሲያን በጻፉት መጻሕፍትም ሆነ በዘውዴ ረታ መጽሐፍ ውስጥ በሴራው እጃቸው እንደነበረበት የሚያሳይ መረጃ የለም። አቶ መኮንን ታናሽ ወንድማቸውን አቶ አካለወርቅን አስተባብረው እንደሆን እንጂ ጸሐፊ ትዕዛዝ አክሊሉን በተመለከተ እንደ "ፈረንጅ" ይቆጥሯቸው ስለነበር ድጋፋቸውን ቢጠብቁም ሊያገኙ አልቻሉም። የተገኙትም መረጃዎች ሴራና ተንኮል የሚገባቸው ሰው እንዳልነበሩ ያሳያሉ። ታላቅ ወንድማቸው ይቀየሙኛል ሳይሉ ጸሐፊ ትዕዛዝ ወልደ ጊዮርጊስ ከተሻሩና በግዞት ወደ አሩሲ ከተላኩም በኋላ ወዳጅነታቸውን ጠብቀው ለማቆየት የሞከሩ ሥልጡንና የመርህ ሰው ለመሆናቸው የበርካታ ሰዎች ምስክርነት የተሰጠበትና በቤተሰባችንም የሚታወቅ ሃቅ ነው። ጸሐፊ ትዕዛዝ ወልደ ጊዮርጊስ ግን አክሊሉንም ከወንድሞቻቸው ጋር አብረው ያሴሩባቸው አድርገው ይመለከቷቸው ነበር። ነገር ግን ይህንን ጥርጣሬያቸውን የሚደግፍ ሳይሆን የሚያፈርስ ምስክርነት የገዛ ወዳጃቸው የነበሩት የእልፍኝ አስከልካዩ ብርጋዲዬር ጄነራል መኮንን ደነቀ ምስክርነት በዘዉዴ ረታ የቀዳማዊ ኃይለ ሥላሴ መንግሥት ከገጽ 728 እስከ 730 ድረስ ባለው ይነበባል።

ደጃዝማች ፀሐዩን በሚመለከት ከዶ/ር ሥዩም ሐረጎት መጽሐፍ የምንረዳው ለፍትሕ የቆሙና አድልዎ የሚባል ነገር የማያውቁ ሰው እንደነበሩ ነው። ይህ ደግሞ ያልተለመደ ባሕርያቸው አልነበረም። ለምሳሌ ያህል በዚያኑ ዘመን የሸዋ ጠቅላይ ግዛት እንደራሴ እያሉ፣ እጅግ ቅርብ የሆኑ ዘመዳቸው የሰው ሕይወት በማጥፋት እጃቸው አለበት ተብለው ሲከሰሱ፣ በዚህም በዚያም ብለው እንዲያድኗቸው ተማፅነዋቸው ሳይሳካላቸው መቅረቱን እናውቃለን። እኚሁ የቅርብ ዘመዳችን የቀረበባቸው ማስረጃ በተባባሪነት የሚያስጠይቃቸው ሆኖ በመገኘቱ ተፈርዶባቸው ወህኒ ሲወርዱ፣ ጃንሆይ ድረስ አማላጅ ሆነው እንዲያድኗቸው ሞክረው ደጃዝማች ፀሐዩ አልሰሟቸውም።

ምዕራፍ ሦስት

ከጤና ጥበቃ ሚኒስትርነት እስከ ጋሞ ጎፋ ጠቅላይ ግዛት እንደራሴነት (1945 እስከ 1951)

ከ1945 እስከ 1948 ዓ.ም ደጃዝማች ፀሐዩ የጤና ጥበቃ ሚኒስትር ሆነው አገልግለዋል። በዚህ የሓላፊነት ዘመናቸው አንዳንድ ከሳቸው የላቀ ዘመናዊ ትምህርት ያላቸውና የዘመኑ ሥልጣኔ የሚጠይቀውን አስተዳደርና ልማት ያውቃሉ የሚባሉ ኢትዮጵያውያንን በማስጠጋት፣ ዕውቀታቸውን እንዲያካፍሏቸው ይጥሩ እንደነበር ያገኘኋቸው ተጨባጭ ማስረጃዎች ይመሰክራሉ። ከነዚህም መካከል

በክፉ ቀንም ጭምር እምነታቸውን ከጣሉባቸው የሚመደቡ እንደ ክቡር አቶ ሐዲስ አለማየሁ ያሉ ወዳጆቻቸው ይገኙበታል።

ክቡር አቶ ሐዲስ ዓለማየሁ ከ1949 እስከ 1953 ዓ.ም ባለው ዘመን በኒውዮርክ የተባበሩት መንግሥታት ድርጅት የኢትዮጵያ አምባሳደር ሆነው ከመሄዳቸው በፊት በምክትል ሚንስቴርነት ማዕረግ የፕላን ሚንስቴር ሆነው ሠርተዋል። በዚያም የሓላፊነት ዘመናቸው የልማትን ሥራ በፕላንና እቅድ መስራት እንደሚገባ በተለይም መንገድ፣ ትምህርት ቤትና የህክምና ተቋማትን ተደራሽ ማድረግ ለዘለቄታ ያገር ልማትና ብልፅግና ወሳኝ መሆኑን ያማከሯቸው እንደነበር የቅርብ ቤተሰቦቻችን የሚያውቁት ጉዳይ ነው። ደጃዝማች ፀሐዩም አቶ ሐዲስ አለማየሁ ቢሮ ድረስ እየሄዱ፣ ለልማትና መልካም አስተዳደር የሚበጅ ሐሳብና ምክር ይጠይቋቸው እንደነበር፣ በደርግ ዘመን ከፊታውራሪ ክፍሌ ጋር 4ኛ ክፍለ ጦር የፖለቲካ እስረኛ በነበርነበት ዘመን ደጋግሞ ያነሳልኝ ነበር። የጎጃም ጠቅላይ ግዛት ባለ ሙሉ ሥልጣን እንደራሴ በነበሩም ጊዜ፣ አቶ ሐዲስም የተወለዱበት ስፍራ ከደብረ ማርቆስ ወጣ ብላ በምትገኘው ጎዛምን በምትባል ወረዳ ስለሆነ፣ በትውልድ ስፍራቸው ከሚያሳልፉት የእረፍት ጊዜ ይልቅ ከደጃዝማች ፀሐዩ ጋር በቤተ መንግሥቱ የሚቆዩበት ጊዜ ይበልጥ ነበር። በዚህም አጋጣሚ በክፍለ ሃገሩ የጀመሩትን የልማት ሥራ እየተዘዋወሩ ይጎበኙና ሐሳባቸውንም ያካፍሏቸው ነበር። በአንድ አጋጣሚ ከደብረ ማርቆስ ቆይታቸው በኋላ ወደ አዲስ አበባ በላንድሮቨር መኪና ሲመለሱ፣ ደጃዝማች ፀሐዩ ያሳደጉትና ያስተማሩት የታናሽ እህታቸው ልጅ ፋሲል ይርጉ አብሯቸው ተጉዞ ስለነበር፤ አቶ ሐዲስ ደጃዝማች ፀሐዩ በጎጃም ያስተዋወቁትን የልማት ሥራ እንዴት ያደንቁ እንደነበር ከአንደበታቸው ሰምቷል። በዚህም ሳያበቃ አቶ ሐዲስ ኒውዮርክ መጥተው የቅርብ ጓደኛቸው የአቶ አበበ ረታ[25] እህት የወ/ሮ ሃይማኖት ረታ ልጅ ዶ/ር ዓለም ሃብቱ[26] ዘንድ በሰነበቱበት አጋጣሚ ደጃዝማች ፀሐዩ ዘንድ በመጡ ጊዜ ተገናኝተውና ከደብረ ማርቆስ አንድ ላይ ወደ አዲስ አበባ መጓዛቸውን አስታውሷቸው ለአጎቱ የልማት ሥራ የነበራቸውን አድናቆት በድጋሚ ገልፀውለታል። ከዚያም ፍቅር እስከ መቃብር መጽሐፋቸውን ፈርመው የሰጡት መሆኑን እስከዛሬም በአክብሮት ያስታውሳል።

የካቲት 1966 ዓ.ም. አብዮት ፈንድቶ ጊዜያዊ ወታደራዊ አስተዳደር ደርግ የሀገሪቱን ከፍተኛ የመንግሥት ባለሥልጣናትንና የንጉሣዊ ቤተሰብ አባላትን ሰብስቦ

---

25 ሌላው ለደጃዝማች ፀሐዩና አቶ ሐዲስ የቅርብ ወዳጅ አቶ አበበ ረታ ነበሩ። አቶ አበበ ረታና አቶ ሐዲስ አለማየሁ የወንድማማች ያህል ወዳጅነት ነበራቸው። ከወዳጅነታቸውም ባሻገር በጋራ ያቋቋሙት ጀጁ የሚባል ዘመናዊ እርሻ ነበራቸው። አቶ አበበ ረታ ከ60ዎቹ ጋር ከመገደላቸው በፊት የንግድና ኢንዱስትሪ ሚንስትር ሆነው ያገለገሉ ሲሆን፣ ከልዕልት ተናኘ ወርቅ ኃይለ ሥላሴ ሜሪ አበበ የሚባሉ ሴት ልጅ ነበራቸው።

26 ዶ/ር አለም ሀብቱ የቀድሞው የኢትዮጵያ ተማሪዎች ማህበር በሰሜን አሜሪካ (ኢዙና) መሪ ከነበሩት ከእነ ሀጎስ ገ/የሱስ፣ ደሳለኝ ራህመቶ፣ መለሰ አያሌውና እንድርያስ እሸቴ አንዱ ነበር። ለ49 ዓመታት በአሜሪካንና እንግሊዝ አገር በተለያዩ ዩኒቨርስቲዎች በሶሲዮሎጂ ፕሮፌሰር ማዕረግ ያስተማረና በርካታ ኢትዮጵያ ነክ ጥናቶችን ለህትመት ያበቃ ሲሆን፣ በዲሴምበር ወር መጀመሪያ 2016 ከዚህ አለም በሞት ተለይቷል።

ከማሰሩና 60 ያህል የሚሆኑትንም ከመረሸኑ በፊት፣ ቀዳማዊ ኃይለ ሥላሴን መሣሪያ በማድረግ ባለስልጣኖቻቸውን እንዲያግባቡና እጅ እንዲሰጡ ለማድረግ ያደረገው ጥረት በብዙው ተሳክቶለታል። አብዛኞቹ በሰላም ለደርግ እጅ መስጠቱን ሲመርጡ የቀዳማዊ ኃይለ ሥላሴን 'አማላጅነት'ም ሆነ የደርግን ማስፈራሪያ አሻፈረኝ በማለት እስከመጨረሻው ድረስ ላመኑበት ተዋድቀው፣ በመጨረሻው ራሳቸውን ያጠፉት ደጃዝማች ፀሐዩ ነበሩ። ይህ ከመሆኑ በፊትና በደርግ ላይ ሸፍተው ወደ መንዝ፣ መርሃ ቤቴና ሰላሌ ከመሄዳቸው አስቀድሞ ለጥቂት ቀናት በምስጢር የቆዩት የቅርብ ዘመዳቸው የሆኑት የራስ እምሩ ኃይለ ሥላሴ እህት ወ/ሮ አሰለፈች ኃይለ ሥላሴ ቤት ነበር። ከዚያ በከፍተኛ ምስጢርና ጥንቃቄ በተያዘበት ስፍራ ሆነው የስልክ ግንኙነት ከነበራቸውና ትልቅ አመኔታ ካሳደሩባቸው ወዳጆቻቸው መካከል አንዱ አቶ ሐዲስ አለማየሁ ነበሩ። ባንድ አጋጣሚም ስዊድን አገር አቶ ሐዲስ አለማየሁ ካሳደጉትና ካስተማሩት የእህት ልጃቸው ጋር ይህንን ጉዳይ አንስተን እሱም የሚያውቀውንና የሚያስታውሰውን አጋርቶኛል። ለዚህም በዚህ አጋጣሚ ምስጋናዬ ይድረሰው። አቶ ሥዩም ሐዲስ ታሪኩን የጀመረልኝ በደጃዝማች ፀሐዩና አቶ ሐዲስ አለማየሁ መካከል የነበረውን የጠበቀ የወዳጅነት ግንኙነት በማውሳት ሲሆን፤ በመቀጠልም ደጃዝማች ፀሐዩ በየካቲት 66 አብዮት ሳቢያ በሕይወታቸው ላይ ያንዣበበውን አደጋ ተገንዝበው ከውጭ ሰዎች ጋር ግንኙነት እንዳልነበራቸው ይሰማ ነበር። በዚያ ጊዜ ግን ከአቶ ሐዲስ ጋር ምስጢራዊ የስልክ ግንኙነት እንደነበራቸውና ይህም ደጃዝማች ፀሐዩ በአቶ ሐዲስ ላይ የነበራቸውን አመኔታ እንደሚያረጋግጥ አጫውቶኛል። ዝርዝሩም የሚከተለው ነበር።

አቶ ሐዲስ በሾፌር ሆነው በአውቶሞቢላቸው ወደ ሰደሬ ሲሄዱ ከአዲስ አበባ መውጫው ፍተሻ ጣቢያ ላይ ሲደርሱ ወታደሮች ያስቆሟቸዋል። እሳቸውም ተጨማሪ መለወጫ ልብሳቸው ሳይቀር ሊፈተሽ እንደሚችል ጠርጥረው ስለነበር፤ ለመለወጫ በያዙት ኮት ውስጥ ከደጃዝማች ፀሐዩ ጋር በሚስጥር የሚገናኙበት ስልክ ቁጥር የተጻፈበት ብጣሽ ወረቀት መኖሩ ትዝ ይላቸውና፤ ወዲያውኑ ከፈታሾቹ ቀድመው ከኮቱ ኪሱ ገብተው ያችን ስልክ ቁጥር የተጻፈባትን ብጣሽ ወረቀት ወደ ተቀመጡበት ወንበር ሥር በመደበቃቸው በፈታሾቹ ወታደሮቹ ሳይገኝባቸውና ስልክ ቁጥሩም የማን እንደሆነ ሳይጠየቁ ፍተሻውን ለማለፍ ችለዋል። ወታደሮቹም በመታወቂያ ማን መሆናቸውን በማወቃቸው፣ ይህን ያህልም ጠንከር ያለ ፍተሻ ሳያደርጉባቸው ጉዟቸውን ወደ ሰደሬ መቀጠላቸውን ሥዩም ሐዲስ አጫውቶኛል።

ደጃዝማች ፀሐዩ ከሚያቀርቧቸው የተማሩ ሰዎች መካከል አንዱ አቶ ሀብተ አብ ባይሩ ነበሩ። እኚህ ሰው በዕድሜያቸው ወጣትና እንግሊዝ አገር ከልጅ እንዳልካቸው መኮንንና አምባሳደር ዘውዴ ኃይለ ማርያም ማሞ ጋር አብረው የተማሩ፣ የኦክስፎርድ ዩኒቨርስቲ የኢኮኖሚክስ ምሩቅ ነበሩ። ታላቅ ወንድማቸው ደጃዝማች ተድላ ባይሩ "ኢትዮጵያ ወይም ሞት" ብለው የታገሉና "ኤርትራን ከኢትዮጵያ ጋር ለማዋሃድ" ከታገሉ ግንባር ቀደሞች አንዱ በመሆን ያገር ፍቅር አንድነት ማህበርን የመሠረቱ ነበሩ።

ኤርትራ በፌዴሬሽን ከኢትዮጵያ ጋር ስትዋሃድም በኤርትራ "ቺፍ ኤግዚኩቲፍ" ሆነው ተሾመዋል።[27] ከአቶ ሀብተአብ ባይሩ ጋር የተገናኘነው ሁለታችንም 4ኛ ክፍለ ጦር የፖለቲካ እስረኛ በነበርንበት ዘመን ነበር። እሳቸው የታሰሩት ከኤርትራ ነፃ አውጭ ግንባሮች መሪዎች ጋር ግንኙነት በመፍጠር የኤርትራን ችግር በሰላም ለመፍታት ለሽምግልና ደርግ ቢልካችሁ ከማስታረቅ ይልቅ ከግንባሮቹ ጋር ተባብራችሁ የኤርትራን ተገንጥሎ ነፃ የመውጣቱን አላማና ግብ ደግፋችሁ ተመልሳችኋል በሚል ነበር። በእስር ላይ እያለን ስለደጃዝማች ፀሐዩ ያጫወቱኝን እንደሚከተለው እጠቅሰዋለሁ።

ወደ ውጭ አገር ተልከው በከፍተኛ ትምህርት ተመርቀው ወዳገራቸው ይመለሱ የነበሩ ወጣቶች ሥራ ተስጥቷቸው፣ ደመወዝ ተቆርጦላቸው፣ መኖሪያ ቤት አግኝተው እስኪቋቋሙና አንዳንዶችም ወደ ክፍለ ሃገር በሹመት ከመሄዳችው በፊት በየመኳንንቱና ሚንስትሮቹ ቤትና በሆቴል እንዲቀመጡ ይደረግ ነበር። ለመኳንንቱና ለባለሥልጣናቱ በእንግድነት ከሚሰጡትም መካከል ወላጆቻቸው፣ ወንድም እህቶቻቸው ወይም የቅርብ ዘመዶቻቸው ባገር ባለ ውለታነት የሚታወቁ ወይም ከንጉሠ ነገሥቱ ጋር የሥጋና የጋብቻ ዝምድና የነበራቸውም ያልነበራቸውም ይገኙበት ነበር። አገሩን፣ የመንግሥቱን አስተዳደር፣ የቤተ መንግሥቱን ወግና ሥርዓት እስኪለማመዱት ድረስ በባለአደራነት የሚቀበሉ የካቢኔ ሚኒስትሮች ነበሩ። እነርሱም እነኚህን ትምህርታቸውን ከከፍተኛ የትምህርት ተቋማት አጠናቀው ወዳገር የተመለሱትን ወጣቶች በእንክብካቤ መያዝ ይጠበቅባቸዋል። ንጉሠ ነገሥቱም ይህንኑ ጉዳይ ይከታተሉ ነበር። አቶ ሃብተ አብ ባጋጣሚ የተሰጡት ለደጃዝማች ፀሐዩ ነበር። ጊዜውን ሲያስታውሱም፣ "ደጃዝማችም አንደኛውን ቤታቸውን ከነሙሉ ድርጅቱ አስለቅቀውልኝ የቦንጋ አውራጃ አስተዳዳሪ ሆኜ በሹመት እስከሄድኩበት ድረስ በምቾትና በእንክብካቤ በቤታቸው

---

27 ተድላ ባይሩ የፌዴሬሽኑ አንቀፅ በፀደቀበትና የኤርትራ ከኢትዮጵያ መዋሃድ በተከበረበት በዓል ዕለት "... የስልሣ ሰባቱን ዓመት ትግል ፈጽመን፣ ይኸው ዛሬ ፍሬውን ስናይ፣ ኤርትራ እንደገና ተፈጠረች። ወይም ተወለደች ብሎ የሚያሳምን ሆኗል ..." ብለው ነበር (የኤርትራ ጉዳይ፣ ገጽ 380)። ቀዳማዊ ኃይለ ሥላሴ ጥቅምት 1952 የመረብ ድልድይን ለመመረቅ እዚያ በተገኙም ጊዜ፣ እኚሁ ቺፍ ኤግዜኩቲቭ ደጃዝማች ተድላ ባይሩ "ለብዙ ዓመታት የሁለቱን ወንድማማች ሕዝቦች የለየውን የመከራ ምዕራፍ በዛሬው ቀን ለዘለዓለሙ እንዘጋለን ... ባለፈው የባርነትና የመከራ ዘመን፣ የተሰጠው ክፉ ስም ተፍቆለት፣ የአዲስ ሕይወት መክፈቻ ለመሆን በታደለው በዚህ ታሪካዊ ስፍራ ተገኝቼ፣ በታማኝ ዜጎችዎ በኤርትራውያኖች ስም ሆኜ፣ እንኳን ደህና መጡልን እላላሁ..." ከማለት አልፈው፣ መስከረም 11 ቀን 1954 ዓ.ም ደግሞ "... ያገሬ የመረብ ምላሽ ሕዝብ፣ ከእናት አገሩ ከኢትዮጵያ ጋር በፌዴሬሽን ከማደር ይልቅ፣ ፍጹም የሆነ ውሕደት እንዲያደርግ ቢመርጥ፣ ለደስታዬ ወሰን አልሰጠውም ,,," (የኤርትራ ጉዳይ፣ ገጽ 438) ብለው ተናግረው ነበር።. ይህንን ዛሬ ወደኋላ ተመልሰን ስንመለከተው ለማመን የሚያስቸግር ንግግር ነው። የእኚሁ ሰው እናት በቤተ መንግሥቱ ያደጉ፣ የእቴጌ መነን አልባሽ እንደነበሩ ይታወቃል። ደጃዝማች ተድላ ባይሩ ከሕግ መወሰኛ ምክር ቤት አባልነታቸው ተነስተው ወደ ስዊድን የኢትዮጵያ መንግሥት አምባሳደር ተብለው መሾማቸውን ወደ ግዞት የመላክ አድርገው በመውሰዳቸውና ሌላም ለኢትዮጵያና ኤርትራ አንድነት የደከሙትን የሚያስቀይም ጉዳይ ከመኖሩ ጋር ተያይዞ፣ ስዊድን አገር እያሉ ከመጀመሪያውም የኤርትራን ከኢትዮጵያ ጋር መዋሃድ ሲቃወሙ ከነበሩት ከቆላ የኤርትራ ግዛት ከሚወለዱትና ባብዛኛው የእስልምና ተከታይ የሆነው የዚያን አካባቢ ወገን እንወክላለን ብለው ከተነሱት ከእነአድሪስ መሃመድ አደምና ኦስማን ሳሌህ ሳቤህ እና በትውልድ የአክሱም ሰው መሆናቸው ከሚነገርላቸው ወልደአብ ወልደማርያም ጋር በመሆን የኤርትራ ነፃ አውጭ ግንባርን (ጀበሃ) መሥርተዋል።

ተቀምጫለሁ። ደጃዝማች ፀሐዩ በሥራ ካልተጠመዱና ቤተ መንግሥት ተጠርተው እዚያ የሚያውላቸውና የሚያሸመሻቸው ጉዳይ ካልገጠማቸው በስተቀር፣ በየቀኑ ያለሁበት ድረስ እየመጡ ምን የጎደለብኝ ነገር እንዳለ ይጠይቁኝ ነበር። ይበልጡን ጊዜ ግን ስለተማርኩት የኤኮኖሚክስ ትምህርት፣ ልማትና መዋዕለ ሀብትን ስራ ላይ በማዋል አገርን ስለማልማትና ስለማሻሻል፣ በተለይም፣ ከጉቦኛነትና አድልዎ ነፃ የሆነ እውነተኛ ዳኝነትን ስለማረጋገጥ ምን መደረግ ይሻል ይሆን እያሉ ምክር ይጠይቁኝ ነበር። የኔን ትምህርት እሳቸው እንደሚገባቸው አድርጌ ለማስረዳት የቋንቋ ችግር ነበረብኝ። ከአማርኛ ይልቅ እንግሊዝኛና ትግሪኛ ይቀናኝ ነበር። ቢሆንም የጠየቁኝን በደስታ ለማስረዳትና ሃሳቤን ለማካፈል እሞክር ነበር፣" ብለውኛል።

ለንጉሠ ነገሥቱ አቅርበው፣ የቦንጋ አውራጃ ገዥ ሆነው እንዲሾሙ ያደረጓቸው ደጃዝማች ፀሐዩ እንደነበሩ ራሳቸው አቶ ሀብተ አብ ነግረውኛል። በዚህ የአውራጃ ገዥነት ዘመናቸውም ጉቦን ለማስቀረት፣ ባለጉዳይ ያለ ምንም ምልጃና እጅ መንሻ ጉዳዩ እንዲያልቅለት፣ ለአውራጃም ሆነ ለወረዳ ባለሥልጣን ለፖሊስም ሆነ ለዳኛ ጉቦ ሳይሰጥ በአግባቡ የሚስተናገድበትን ሕጋዊና ፍትሃዊ አሠራር ለመዘርጋት ሙከራ በማድረጋቸው፤ ከቦንጋ የተነሡ ጊዜ "ያ ትግሬ እንዳይሄድብን ብሎ ሕዝቡ አቤት" ማለቱን በአንክሮ ያስታውሳሉ።[28] ይህንንም እሳቸው የነገሩኝን ታሪክ በቦንጋ አውራጃ ገዥነት የነበሩበትን ዘመን የሚያስታውሱ አባቶች መስክረውላቸዋል። በኤርትራ ጉዳይ ለሽምግልና ተልካችሁ ከግንባሮቹ መሪዎች ጋር በበረሃ ተገናኝታቸው አብራችሁ አሲራችኋል ተብለው የታሰሩ አቶ ሀብተ አብ ባይሩ ብቻ አልነበሩም። ሌሎችም በርካታ "ኢትዮጵያ ወይም ሞት" ብለው የታገሉና ኤርትራን ከኢትዮጵያ ጋር ለማዋሃድ ከግንባር ቀደሞች መሀል የነበሩ፣ ያገር ፍቅር አንድነት ማኅበርን የመሠረቱ እንደ ደጃዝማች ገብረ ዮሐንስ፣ ኮሎኔል ገብረ መድህን አስሄል ያሉም አብረውን ታስረው ነበር። በሌላ በኩል፣ ሌሎች ኤርትራ ከኢትዮጵያ ተገንጥላ ነፃ የምትሆንበትን ሐሳብ በልባቸው ይዘው፣ "ችግሩን በሰላም ለመጨረስ" የሄዱበትን ጉዳይ ትተው፣ በግንባሮቹ መካከል እርቅ እንዲወርድ የሞከሩም አብረውን ታስረው እንደነበር ማንሳቱ በጅምላ ሁሉንም ተጠያቂ ከማድረግም ሆነ ነፃ ከማውጣት ያድናል።

ወደ አቶ ሀብተ አብ ባይሩ ታሪክ ስመለስ፣ ደጃዝማች ፀሐዩ እጃቸውን ለደርግ ከመስጠት ይልቅ ራሳቸውን የመግደላቸውን ወሬ ሲሰሙም እንዳልደነቃቸው ጨምረው ነግረውኛል። እኚህ ሰው በኤርትራ ጉዳይ ከመታሰራቸው በፊት በገንዘብ ሚኒስቴር በአማካሪነት በኋላም በንግድና ኢንዱስትሪ ሚኒስቴር በከፍተኛ ሓላፊነት አገልግለዋል።

ደጃዝማች ፀሐይ የጤና ጥበቃ ሚኒስቴር ሆነው ያገለግሉ በነበረበት ወቅት በስዊዘርላንድ ጄኔቭ ከተማ ኢትዮጵያን ወክለው አለም አቀፍ ጤና ጉባዔ ላይ

---

28 እንኳን በዚያን ዘመን፣ አሁንም ድረስ ትግራዋይንና ኤርትራዊን መለየት ከእነርሱ ውጭ ለሆነ ሰው ማስቸገሩ አዲስ ነገር አይደለም።

ተሳትፈዋል። ይህንን የሚንስትር ሓላፊነት ዘመናቸውን ጨርሰው የጋሞ ጎፋ ክፍለ ሃገር እንደራሴ ሆነው ከመሄዳቸው በፊት ሁለት ጉዳዮችን አነሣለሁ። አንደኛው ፕሮፌሰር አሥራት ወልደየስ ትምህርታቸውን ጨርሰው ወደአገራቸው በተመለሱ ጊዜ በዚያን ዘመን የጤና ጥበቃ ሚኒስቴር ከነበሩት ደጃዝማች ፀሐዩ ጋር ሲገናኙ፣ የጠበቁት ቀርቶ ያልጠበቁት ሁኔታ እንዴት እንደገጠማቸው የሚመለከት ነው። ሌላው ደግሞ ደጃዝማች ፀሐዩ ከጸሐፊ ትዕዛዝ ወልደ ጊዮርጊስ ወልደ ዮሐንስ ሽረት ጋር በተያያዘ ያሳዩትን የባሕርይ ፅናት የሚገልፅ ነው።

ፕሮፌሰር አስራት በ1947 ዓ.ም. ስኮትላንድ ከሚገኘው ኤደንበርግ ዩኒቨርስቲ በቀዶ ሕክምና ስፔሻላይዝ አድርገውና የዶክትሬት ዲግሪያቸውን ተቀብለው ወዳገራቸው ሲመለሱ፤ የጤና ጥበቃ ሚንስቴር የነበሩት ደጃዝማች ፀሐዩ ዘንድ ቀርበው ነበር። ትምህርታቸውን አጠናቀው መመለሳቸውንና አገራቸውን ለማገልገል ዝግጁነታቸውን ለመግለፅ ቢሯቸው ሲገቡ፣ ያሰቡት ቀርቶ ያላሰቡት ሁኔታ ተከስቶባቸው ነበር። ይህንንም አስመልክቶ የመላው ዐማራ ሕዝብ ድርጅት (መዐሕድ) ልሳን ሰፋ አድርጎ እንደሚከተለው አስፍሮታል።

> በጣሊያን ወረራ ወቅት ጠላትን ካስጨነቁት ስመ-ጥር የኢትዮጵያ አርበኞች መካከል አንዱ ደጃዝማች ፀሐዩ ዕንቁ ሥላሴ ነበሩ። ደጃዝማች ፀሐዩ ጣሊያን ተባሮ ነጻነት ከተመለሰ በኋላ በአንድ ወቅት የጤና ጥበቃ ሚኒስትር ሆነው ተሾሙ። ፀሐዩ የጤና ጥበቃ ሚኒስትርነቱ ሥራ ለእርሳቸው እንደማይመጥን ወይም ከነበራቸው ችሎታ ጋር እንደማይጣጣም ስለተገነዘቡ የተማሩ ኢትዮጵያውያን ሥራውን እስከሚረከቧቸው ድረስ ኃላፊነቱን ለፈረንጆች አሳልፎ ላለመስጠት ቀን ይጠብቁ ነበር። ጊዜው ደረሰና የተማሩ ኢትዮጵያውያን ብቅ ማለት ጀመሩ።
>
> ‘እኛ በአርበኝነት ይህችን አገር ከኢትዮጵያ ጠላቶች ስንጠብቃት ከረምን። አሁን የተማራችሁት ኢትዮጵያውያን ተገቢውን አመራርና ኃላፊነት ለመውሰድ ስለመጣችሁ በጣም ተደስተናል። እኔም ከፈረንጆቹ እጅ እንዳይወድቅ ስጠብቅ የነበረውን ይህንን የጤና ጥበቃ ሚኒስትርነቱን መቀመጫ ተረከብ። ለአስረካቢነት ያበቃኘን አምላክ አመሰግነዋለሁ። በጣም ደስ ብሎኛል። ይህንንም ለግርማዊ ጃንሆይ አስረዳለሁ፣’ በማለት ደጃዝማች ፀሐዩ ለፕሮፌሰር አሥራት ነገሯቸው። ደጃዝማች ፀሐዩ ይህንን ቢሉም፣ ሥልጣኑን እንዲረከቡ የተጠየቁት ሐኪም ፈቃደኛ አልሆኑም። ይበልጥ ለአገርና ለወገን መሥራት የሚያስችላቸው በቀጥታ በህክምናው ሞያ ተሰማርተው መገኘቱ እንደሆነ አስረዱ። ደጃዝማች ፀሐዩ ግን አልረኩም። ብቻ የወንበሩ ርክክብ ሳይሆን ቀረ። ሐኪሙም በቀጥታ በሙያው ውስጥ ገቡበት። ዕውቅ ሐኪም ለመሆንም በቁ።
>
> (አንድነት መጽሔት 2ኛ ዓመት፣ ቁጥር 6፣ ሰኔ 17 ቀን 1987 ዓ.ም.፤ ገፅ 3)

ከመጽሔቱ ለመረዳት የሚቻለው የደጃዝማች ፀሐዩ በፕ/ር አሥራት መልስ ቅሬታ የገባቸው መስለው የታዩበት የራሳቸው ምክንያት ነበራቸው። ፕ/ር አሥራት በተማርኩትና ልዩ ስልጠና ባገኘሁበት የቀዶ ሕክምና ሙያ በሆስፒታል ተመድቤ የመሥራት እንጂ ሚኒስቴር የመሆን ዓላማም ሆነ ፍላጎት የለኝም ማለታቸውን ደጃዝማች ፀሐዩ የተረዱት እነርሱ ያልተማሩት ደፍረው ላገር የወሰዱትን ሓላፊነት የተማረው የሚፈራው መስሎ ስለተሰማቸው ነበር። በመጨረሻ ፕሮፌሰር አሥራትን ንጉሠ ነገሥቱ ዘንድ አቅርበዋቸው ንጉሠ ነገሥቱም በተማሩት ትምህርት እንዲሰሩበት መፍቀዳቸውንና ለዚህም እግዜር እንዲረዳቸው እንደተመኙላቸው ፋንታሁን እንግዳ በታሪካዊ መዝገበ ሰብ፣ ገጽ 414 ጠቅሶታል። ደጃዝማች ፀሐዩም በተማሩት ቀዶ ሕክምና ሙያ አገራቸውን ለማገልገል መወሰናቸው የተሻለ ምርጫ እንደሆነ የገባቸው ልዕልት ፀሐይ ሆስፒታል የቀዶ ሕክምና የተደረገላቸውን አንድ ታላቅ የመንግሥት ባለስልጣን ለመጠየቅ በተገናኙበት ወቅት እንደነበር ፕሮፌሰር አሥራት ለቅርብ ወዳጆቻቸው ይናገሩ ነበር። ከዚያም በኋላ ታናሽ ወንድማቸው ደጃዝማች ወርቁ ዕንቆ ሥላሴ የኩላሊት ጠጠር ቀዶ ሕክምና በተደረገለት ወቅት በሆስፒታሉ ተገኝተው በነበረ ጊዜ "የተማርከው ሙያ ላገር መጥቀሙ የገባኝ ውሎ አድሮ ነው። እኔስ የተማራችሁ ልጆች ስትባሉ እኛን ያልተማርነውን ለመውቀስ ቀድማችሁ የምትገኙ፣ ሓላፊነት ለመቀበል ደግሞ በጅ የማትሉ አድርጌው ነበር፣" ሲሉ የነገሯቸውን ፕሮፌሰር አሥራት በአንዳንድ አጋጣሚዎች ለቅርብ ወዳጆቻቸው ያጫውቱ ነበር።[29]

ክብርና ምስጋና ለሚገባው መስጠት ተገቢ ነውና ከፍ ብሎ ከ"አንድነት" የመላው ዐማራ ሕዝብ ድርጅት ልሣን የተጠቀሰው የተገኘው ነፍሱን ይማረውና ከሙሉጌታ ሉሌ መጽሐፍ "በዕዳ የተያዘ ሕዝብ" ቅጽ 2 ነበር። ሙሉጌታ ሉሌ በዚሁ ጉዳይ ካሰፈራቸው ዓረፍተ ነገሮች መካከል የሚከተለውን መጥቀስ ተገቢ ነው፡-

> "ከጠላት ጋር በመሣሪያ የተፋለሙ ሁሉ በግድ ሚኒስትርና ጠቅላይ ገዥ መሆን እንደሌለባቸው በአርአያነት ካሳዩ ደግኖቻችን መካከል ደጃዝማች ፀሐዩ ዕንቆ ሥላሴ እንደሚገኙ አንድ ወቅት ፕሮፌሰር አሥራት ወልደየስ መግለጣቸውን አስታውሳለሁ። አሥራት ወልድየስ የሕክምና ትምህርታቸውን ጨርሰው ከኤዴንብራ (ስኮትላንድ) ሲመለሱ ደጃች ፀሐዩ የጤና ጥበቃ ሚኒስትር ነበሩ። ዶክተር አሥራትን ከቢሯቸው ተቀብለው ካነጋገሩ በኋላ "ለእናንተ የሚገባውን ሥፍራ ስንጠብቅ ቆይተናል። አሁን ተምራችሁ ለሹመትና ለኃላፊነት ከተዘጋጃችሁ በኋላ እኔ ያለብኝ የቢሮዉን ቁልፍ ላንተ ለማስረከበ ነው። 'ኢትዮጵያ ለዘላለም ትኑር ነበር ያሉት።

---

29 ይህንን መረጃ በቤተሰብ አካባቢ ይሰጥ የነበረው አቶ ናደው ገድለ ጊዮርጊስ ታምራት የፕሮፌሰር አሥራት የልጅነት የሐረር (ድሬ ዳዋ) ጓደኛ ነበር። የአቶ ናደው ገድለ ጊዮርጊስ አባት የቅድመ አያታችን ፍቅርተ ኃይለ ሥላሴ አኅት የወለደ ሰማያት የልጅ ልጅ ነው።

የተወሰኑ ዜጎች ችሎታና ዝንባሌ፣ የሌሎች ሚናና ዝግጅት ሊለያይ የሚችልና የሁለቱም ክፍሎች አስተዋፅዖ ለነፃነትና ለዴሞክራሲ፣ ለአገር ጥበቃና ለአገር ግንባታ ምንኛ ተደጋጋፊነት እንዳለው አንድ ማስረጃ የደጃች ፀሐዩ ውሎ (አርበኝነት) እና የፕሮፌሰር አሥራት ዝግጅት (ለሰላም ጊዜ ተጋድሎ) ናቸው" (ገጽ 278)።

በማለት ጽፏል።

ደጃዝማች ፀሐዩ የጤና ጥበቃ ሚንስቴር የነበሩበት ዘመን በጸሐፌ ትዕዛዝ ወልደ ጊዮርጊስና በአቶ መኮንን ሀብተ ወልድና ደጋፊዎቻቸው መካከል የነበረው ሽኩቻ ጫፍ የደረሰበትና ጸሐፌ ትዕዛዝ ወልደ ጊዮርጊስ ተሽረው የውጭ ጉዳይ ሚኒስቴር የነበሩት አክሊሉ ሃብተወልድ የፀሐፊ ትዕዛዝነቱን ሥልጣን የጨበጡበት ነበር። ያ ዘመን የጸሐፌ ትዕዛዝ ወልደ ጊዮርጊስን በዚህ ዓይነት መሰናበት የተገነዘቡት መኳንንቱና የቀዳማዊ ኃይለ ሥላሴ ሚንስቴሮች ለራሳቸውም የፈሩበት ነበር። ንጉሠ ነገሥቱ ይበልጡን የሚፈሩበትን ሁኔታ የፈጠረ ብቻ ሳይሆን ጸሐፌ ትዕዛዝ ወልደ ጊዮርጊስ ከሹመታቸው እንዲሻሩ ያሴሩትና የተሳካላቸው የእነ አቶ መኮንን ሀብተ ወልድ ወገን ጭምር የሚፈራበት ዘመን ነበር። ከዚህም የተነሳ እንደዚያ ይከበሩና ይፈሩ የነበሩት ጸሐፌ ትዕዛዝ ወልደ ጊዮርጊስ በሹመት ስም በግዞት ወደ አሩሲ ሲሄዱ፣ "እንኳን ደስ አለዎ" ወይም ደግሞ "እግዜር መፅናናቱን ይስጥዎ" ለማለት የደፈረ አልነበረም[30]። አቶ ዘውዴ ረታ በየቀዳማዊ ኃይለ ሥላሴ መንግሥት[31] መጽሐፋቸው፣ ደጃዝማች ፀሐዩ ብቻ ጃንሆይ ይቀየሙኛል ብለው ሳይፈሩ፤ ለጸሐፌ ትዕዛዝ ወልደ ጊዮርጊስ የፀና ወዳጅነታቸውን ማስመስከራቸውን ጽፈዋል። ከፍ ብዬ የጠቀስኳቸው ዶ/ር ሥዩም ሐረጎትና አቶ ዘውዴ ረታ በመጽሐፎቻቸው ያመለከቱት ቁምነገር ቢኖር፣ ደጃዝማች ፀሐዩ ምን ያህል ለሕሊናቸው የቆሙና በተለይም ጸሐፌ ትዕዛዝ ወልደ ጊዮርጊስን በሚመለከት እስከ መጨረሻው ለዘለቀው ወዳጅነታቸው ታማኝ ሆነው የተገኙ ሰው መሆናቸውን መመስከራቸው ነው።[32] በዚያን ሰአት የደጃዝማች ፀሐዩ አሩሲ መገኘት በእነ አቶ መኮንን ሀብተ ወልድ ወገን ንጉሠ ነገሥቱን የሚያስከፋ ተደርጎ ቢተረጎምም፣ ንጉሡ ግን "ፀሐዩ ልጃችን ነው። ባሕርዩን እናውቀዋለን፣" በማለት ጉዳዩን ከማካረር ይልቅ ለጊዜው አጣጥለውታል። ውሎ አድሮ ግን ከጤና ጥበቃ ሚንስትርነታቸው አንሥተው "አመሉ የከፋ ወደ ጋሙ ጎፋ" ይባልበት ወደነበረው ጠቅላይ ግዛት

30 ጸሐፌ ትዕዛዝ ወልደ ጊዮርጊስ አምስት አመት ያህል አሩሲ በእንደራሴነት ከቆዩ በኋላ ከዚያ ተነሥተው ጋሞ ጎፋን በእንደራሴነት አስተዳድሩ ቢባሉም፣ ለስሙ ያህል የተባለውን "ሹመት" ይቀበሉት እንጂ፣ ጋሞ ጎፋ ሳይሄዱ፣ በህመም ምክንያት አዲስ አበባ ቀርተው፣ ከመንግሥቱም ሓላፊነት ራሳቸውን አግልለዋል።

31 ላከሽሚ እትም፤ እንደ አውሮፓ አቆጣጠር 2012 በአማዞን አከፋፋይነት የታተመ።

32 *የቀዳማዊ ኃይለ ሥላሴ መንግሥትን* እና *The Bureacratic Empire. Serving Emperor Haile Selassie* ይመልከቱ።

እንደራሴ አድርገው ሾኝተዋቸዋል።[33] በዚያም ከ1948 እስከ 1952 ድረስ ቆይተዋል። በጊዜው የጋሞ ጎፋ ጠቅላይ ግዛት እንደራሴ መሆን ከሹመት ይልቅ የቅጣት ያህል እንደነበር መረጃዎች ይጠቁማሉ (ታሪካዊ መዝገበ ሰብ፣ ገጽ 549)። ሌሎችም የጸሐፊ ትዕዛዝ ወልደ ጊዮርጊስ ወዳጆችና ደጋፊዎች ከሹመት ይልቅ ወደ ሽረት፣ አንዳንዶችም እንደ ግዞት የሚቆጠር የአምባሳደርነት ሹመት እየተሰጣቸው ከንጉሠ ነገሥቱ ፊት ዞር መደረጋቸውን፣ አቶ ዘውዴ ረታ ከላይ በጠቀስኩት፣ እንደ አውሮፓ አቆጣጠር ከ1930 እስከ 1955 ያለውን የቀዳማዊ ኃይለ ሥላሴን መንግሥት በሚዳስሰው መጽሐፋቸው አስፍረውታል። ከደጃዝማች ፀሐዩ ሌላ ጄነራል ዓቢይ አበበ፣[34] ኮሎኔል ከፍሌ እርገቱና

---

33 የጸሐፊ ትዕዛዝ ወልደ ጊዮርጊስ ከሥልጣን መወገድ በምን ሂደት እንድተከናወነ አቶ ፋንታሁን እንግዳ ያቀነባበረው እንደሚከተለው ይነበባል፡-

> ጸሐፊ ትዕዛዝ ይህን የተሟላ ሥልጣን ካገኙ በኋላ በማንኛውም መሥሪያ ቤት ጣልቃ ገብተው ሹመቱን፣ ሽረቱን፣ ሽልማቱን፣ የርስት ድልድሉን እና የመሳሰለውን አስመልክቶ ለሚቀርብ ጥያቄ ሁሉ የሚወስኑት ውሳኔ ይግባኝ የማይጠየቅበት እየሆነ በመምጣቱ "ዘውድ የቀረው ንጉሥ" የሚል መጠሪያ ተሰጥቷቸው ነበር። ውሎ አድሮ ግን "ንጉሠ ነገሥቱ ያለጸሐፊ ትዕዛዝ ወልደ ጊዮርጊስ አይሆንላቸውም" እየተባሉ ስማቸውና ሥራቸው እየገነነ፣ ብዙ ተከታይም እያፈሩ በመጡ ጊዜ "የቀዳማዊ ኃይለ ሥላሴን ንጉሣዊ ሚና እየገደቡ በሥልጣን የመጋፋት አዝማሚያም እያሳዩ ስለሆነ፣ ከአሁኑ ከሥልጣናቸው ካልወረዱ አደጋ ሊከተል ይችላል" የሚል ሥጋት ተፈጠረና ከሥልጣናቸው እንዲወርዱ የመኳንንቱ ግፊት አይሎ ቀጠለ። ከ14 ዓመታት አገልግሎት በኋላ ከሥልጣናቸው እንዲወርዱ ተደረገ። ከሥልጣናቸው ከመውረዳቸው በፊት ፀሐፊ ትዕዛዝ ወልደ ጊዮርጊስ በነአቶ መኮንን ሀብተ ወልድ ... መሪነት በ12 ባለሥልጣናት ገፋፊነት የአስተዳደር ክስ ቀርቦባቸው ነበር።... ልዑል ራስ ካሣ ክሱን ከመመርመራቸው በፊት እነአቶ መኮንን ሀብተ ወልድ ላቀረቡት ክስ ጸሐፊ ትዕዛዝ ወልደ ጊዮርጊስ በጽሑፍ ምላሽ እንዲሰጡ አደረጉ። ጸሐፊ ትዕዛዝም በምላሻቸው ለጃንሆይ የሚያቀርቧቸው ጉዳዮች ሁሉ ትክክለኛ መሆናቸውን፣ ጃንሆይ የሚሰጧቸው የውሳኔ ሃሳቦች የሚቀበሉት ምክትል ጸሐፊ ትዕዛዝ ገብረወልድ እንግዳ ወርቅ መሆናቸውን እና ሊሎችንም ክሶች በማስተባበል ማስረጃ እየቆጠሩ ምላሽ ሰጡ። ልዑል ራስ ካሣም የእማኞችን ቃል ከሰሙና የጽሑፍ ማስረጃዎችን ካጣሩ በኋላ ጸሐፊ ትዕዛዝ ወልደ ጊዮርጊስን የሚደግፍ ውሳኔ ከጃንሆይ ፊት ቀርበው በንባብ አሰሙ። ቀዳማዊ ኃይለ ሥላሴ ውሳኔውን አዳምጠው አስተያየት ከመስጠት በመቆጠባቸው፣ ልዑል ራስ ካሣ ቀጠል አድርገው "ጸሐፊ ትዕዛዝ ወልደጊዮርጊስ የሰራው ሁሉ ያስመሰግመዋል እንጂ አያስወቅሰውም። ለብዙ ጊዜ ከአጠገብዎ ሆኖ የሰራ ስለሆነ መሰላቸት ሊመጣ ይችላል። ስለዚህ ከፊቴ ፈቀቅ ይበልልኝ የሚሉ ከሆነ ሌላ ሥራ ይሰጠውና ይሥራ፣" ሲሉ ተናገሩ። የብዙ መኳንንት ግፊት ስለነበር፣ ቀዳማዊ ኃይለ ሥላሴ ጸሐፊ ትዕዛዝ ወልደ ጊዮርጊስን ከሥልጣናቸው አነሷቸው። በእሳቸው ምትክም የከሳሾች መሪ የነበሩት የአቶ መኮንን ታናሽ ወንድም አቶ አክሊሉ ሀብተ ወልድ የጸሐፊ ትዕዛዝነቱን ቦታ ያዙ። (ገጽ 548-549)

34 ሌፍተናንት ጄነራል ዓቢይ አበበ በኢትዮጵያ አቆጣጠር ከ1960 እስከ 1962 በኤርትራ የግርማዊነታቸው እንደራሴ፣ የኤርትራ ፌዴሬሽን ከፈረሰ በኋላ ከ1963 እስከ 1964 ደግሞ የኤርትራ ጠቅላይ ግዛት እንደራሴ ነበሩ። ጄነራል ዓቢይ የንጉሠ ነገሥቱ ልጅ የልዕልት ፀሐይ ኃይለ ሥላሴ የሕግ ባል የነበሩና "አውቀን አንታረም" የሚል መጽሐፍ ደራሲ ናቸው። በዚሁ መጽሐፋቸው "አውቀን ልንታረም ካልቻልን መቃብራችን እንኳን አይገኝም፣" የሚል ትንቢታዊ አነጋገር የተናገሩ፣ ከሙስናም ሆነ ከመሳሰሉት ብልሹ አስተዳደር የጸዱ ሰው ነበሩ። መጽሐፋቸውን ፈልጎ ማንበብ ለሚፈልግ ሙሉ ዝርዝሩ የሚከተለው ነው፡- በኢትዮጵያ አቆጣጠር 1950 (በአውሮፓ አቆጣጠር 1963) የታተመውም አስመራ፣ ኤርትራ ኤል ፖሊግራፊ አሳታሚ (Asmara publishers <<ll Poligraphic SA) ነው። በየካቲት 1966 ፈንድቶ የልጅ እንዳልካቸው መንግሥት እንደ ሞግዚት አስተዳደር ሆኖ ላጭር ወራት በቆየበትም ወቅት በመከላከያ ሚንስትርነት ተሹመው ብዙም ሳይቆዩ ከ60ዎቹ ጋር በደርግ ተገድለዋል።

የራስ እምሩ አማች ኮሎኔል ታምራት ይገዙ ሲገኙበት፣ ጄነራል ዓቢይ ደግሞ በፈረንሳይ የኢትዮጵያ አምባሳደር ሆነው ሄደዋል። እሳቸው ግን አገራቸውን በየትኛውም ሥፍራና ማዕረግ ማገልገልን እንደ ሹመት እንጂ እንደ ሽረት እንደማያዩት መናገራቸው፣ በዚሁ በአቶ ዘውዴ ረታ የቀዳማዊ ኃይለ ሥላሴ መንግሥት መጽሐፍ ውስጥ ይነበባል።

ደጃዝማች ፀሐዩ ለጸሐፊ ትዕዛዝ ላሳዩት ድጋፍ፣ ዋጋ እንደከፈሉበትና ወደ ጋሞ ጎፋ በጠቅላይ ገዥነት ሊሄዱ የቻሉበትም ምክንያት ይኸው እንደነበር ከፍ ብዬ በጠቀስኩት፣ የዶ/ር ሥዩም ሐረጎት መጽሐፍ፣ በገፅ 19 ላይ ይገኛል። በዚሁ የመጽሐፉ ክፍል፣ የጸሐፊ ትዕዛዝ ወልደ ጊዮርጊስ ደጋፊ የነበሩት ጄነራል ዓቢይ አበበም ወደ ፈረንሳይ አገር በአምባሳደርነት መሾማቸውና ሌሎችም ከነበራቸው ሥልጣን መነሣታቸው ተጠቅሷል።[35]

ጋሞ ጎፋ በዚያን ዘመን ከዋናው ከተማም ሆነ ከሌሎች የኢትዮጵያ ክፍላተ ሃገራት የሚያገናኝ መንገድ ያልነበረው፣ ከመሃል አገር የራቀ ብቻ ሳይሆን በመሠረተ ልማት እጅግ ወደኋላ የቀረ ነበር። ይሁን እንጂ ደጃዝማች ፀሐዩ ጋሞ ጎፋ የነበሩበት ዘመን በአንጻራዊነት ሲታይ እጅግ አጭር ቢሆንም፣ የተፋጠነ የመሠረተ ልማት ሥራ ሠርተውበታል። ለዚህም ደጃዝማች ወልደ ሰማዕት ገብረ ወልድ "ደጃዝማች ፀሐዩ ዕንቆ ሥላሴ በሄዱበት ክፍለ ሃገር ልማት ተኮር ስራ የሰራ የለም" የሚል የምስክርነት ቃል ሰጥተውበታል። ይህንንም ወደፊት ሰፋ አድርጌ እመለስበታለሁ። ንጉሠ ነገሥቱም በጋሞ ጎፋ ላከናወኑት የልማት ሥራ እውቅና ሰጥተውት ስለነበር "አመሉ የከፋ..." ይሄድበታል እየተባለ ከሚነገርለት ጋሞ ጎፋ አንሥተው ቀደም ሲል በእንደራሴነት ተሹመው ለሄዱ ራስና ደጃዝማች ፈታኝ ወደሆነበት ጎጃም ጠቅላይ ግዛት ባለ ሙሉ ሥልጣን እንደራሴ አድርገው ሾመዋቸዋል።

---

35 The second phase started with the ferreting out of known supporters of Woldegiorgis from positions of influence. Dejazmatch Tsehayu Enqueselassie was removed from the important province of Shoa into Gomu Goffa; General Abiye Abebe was sent as ambassador to France and others removed from their positions.. (2013:19)

ክፍል ሁለት

1952 እስከ 1960

ምዕራፍ አንድ

የጎጃም ክፍለ ሃገር እንደራሴ

መንደርደሪያ

በመጽሐፉ መግቢያ እንደገለፅኩት ይህንን ደጃዝማች ፀሐዩ የጎጃም ጠቅላይ ግዛት ባለ ሙሉ ሥልጣን እንደራሴ ሆነው የቆዩበትን ስምንት ዓመት ከሌሎቹ በሹመት ከሄዱባቸውና ከቆዩባቸው ሁሉ ለየት ባለ መልኩ አቅርቤዋለሁ። ከሁሉም ሓላፊነት ከተቀበሉባቸውና በሹመት ከሄዱባቸው ክፍላተ ሃገራት አከራካሪና አልፎ ተርፎም ከሚመሰገኑባቸው ይልቅ የወቀሳውና ጥላቻው ትርክት አመዝኖ ሲሰማ የኖረበት ስለነበር፣ ሚዛናዊ ሆኖ ለመዝለቅ ከፍተኛ ጥንቃቄ አድርጌበታለሁ። ወደ ደብረ ማርቆስ ሁለት ጊዜ ያህል በመሄድ በሕይወት ካሉ ሰዎች ጋር ሳምንታት ያሳለፍኩ መሆኔን በመጽሐፉ መግቢያ ገልጫለሁ። በራሳቸው መልካም ፈቃድ በድምፅ መቅጃ የተቀዳውን ቃለ ምልልሳችንንም ሆነ ጥልቅ ውይይታችንን በዚህ ክፍል ውስጥ እንዳለ አቅርቤዋለሁ። ይህንን አቀራረብ የመረጥኩበት ምክንያት በተቻለ የኔ የደራሲው ድምፅ ገንኖ በመውጣት፣ ወገናዊነቴ ጎልቶ እንዳይሰማ በማሰብና ሚዛናዊ ሆኖ በጥንቃቄ ለመዝለቅ ነው።

ጎጃም የስመ ጥሩ አርበኞች የንጉሥ ተክለ ሃይማኖት የልጅ ልጅ የእነ ቢትወደድ ነጋሽ በዛብህ፣ በላይ ዘለቀ፣ ቢትወደድ መንገሻ ጀምበሬ፣ ራስ ኃይሉ በለው ፣ ደጃዝማች አያሌው ደስታ፣ ፊታውራሪ ኃይለ የሱስ ፍላቴን የመሳሰሉ ጠላት የጎጃምን መሬት እንዳይረግጥ የተዋደቁ፣ ሌሎችም አርበኝነቱንም ሽፍትነቱንም በማፈራረቅ የሚታውቁ የእነ ደምስ አላምረው አገር ነው። ከነዚህ መካከልና ሌሎችም ስማቸውን ያልጠቀስኳቸው አርበኞች “የፈረንጅ ሥልጣኔ ገብቶ መንገዱም፣ ድልድዩም ደህና ሆኖ ይሠራ ማለት፣ የውጭ ጠላት እንደገና የወረረን እንደሆን ምሽጋችንና መከላከያችንን ማጣታችን አይደለም ወይ” እያሉ ይቃወሙ የነበረበት ዘመን ነበር። በተለይ የሸዋ አርበኛ መልሶ መላልሶ ገዥ ሆኖ መሾሙና ልማት የሚባል ነገር ይዞ አባይን ተሻግሮ መምጣቱ በበጎ የማይተረጎምበት ዘመን ነበር። እነ ደጃዝማች አያሌው ደስታን የመሳሰሉ አያታቸው ተድላ ደስታ አፄ ቴዎድሮስን ሲፈታተኑ ለነበሩ መኳንንት የልጅ ልጅ ደጃዝማች ፀሐዩ ተሹመው ሲሄዱ “ለጎጃሜ ፍቅር የሌለው ሰው መጣብን” እየተባለ ሲጉረመረም የኖረ እንደነበር እኔ ራሴ ገና ልጅ እያለሁ ሲነገር የሰማሁት ቢሆንም፣ ምንም አይነት የእውነትነት መሠረት ያልነበረው ሃሜት ነበር። ለምሳሌ ያህል የቅድመ አያታችን የግራዝማች ዕንቆ ሥላሴን እህት የባንቿ ወሰንን የልጅ ልጅ የእልፍዳኛን ልጅ እትዬ አለሚቱን ደጃዝማች ፀሐዩ የዳሩት የግል ጸሐፊያቸው ለነበሩት ለጎጃሜው አቶ ታሪኩ ነበር። የኔንም እናት ያሳደጉና የዳሩ ለጎጃሜው ተግባሩ በየነ ነበር። ታናሽ ወንድማቸው ፊታውራሪ ክፍሌ ዕንቆ ሥላሴም ያገባው ጎንደሬና ጎጃሜ ድብልቅ፣ የወላጅ አባቴ ዘመድ የነበረችውን ወ/ሮ ጥሩ ወርቅን ነበር። እንዳውም በዚያን ዘመን ይህ ጉዳይ በጨዋታ መሃል ሲነሣ ደጃዝማች ፀሐዩ “ብለምን ባስለምን ምንም አልረዳቸው፣ ዘመዶቼን ሁሉ ጎጃሜ በላቸው” በማለት ቤተሰቡን ያዝናኑ እንደነበር እናቴ ትነግረን ነበር።

ኢጣልያ ፋሽስት አገራችንን ከመውረሩ ቀደም ባለው ዘመን ራስ እምሩ ኃይለ ሥላሴ ጎጃምን ተሹመውበታል። ጠላት ካገራችን እንደወጣ ደግሞ ደጃዝማች ከበደ ተሰማ ተተክተው ክፍለ ሃገሩን አስተዳድረዋል። ከሳቸው በኋላ ደግሞ ራስ መስፍን ስለሺ ጎጃምን ተሹመው ነበር። እነኚሁ ስምና ክብራቸው የገነነ አርበኞችና መኳንንት ያስተዳደሩት ወደነበረ ጎጃም ክፍለ ሃገር የደጃዝማች ፀሐዩ መሾም ያለ ምክንያት እንዳልነበርና ለሳቸውም ቢሆን ከባድ ሓላፊነት እንደነበር መገመት አያስቸግርም። አባይን ተሻግሮ ከሸዋ ተሹሞ ለሚመጣ ባለሥልጣን ጎጃም የነበረው እይታና ሕዝቡንም በማቀፍና በማስተባበር መሠረተ ልማትን ለመዘርጋት ፈታኝነቱ አያጠያይቅም። ደጃዝማች ፀሐዩ በጎጃም ጠቅላይ ግዛት ባለ ሙሉ ሥልጣን እንደራሴነት ዘመናቸው ከሠሩት፣ የተጨበጠና አሁንም ድረስ መሬት ላይ ከሚታይ ድንቅ የልማት ሥራ ይልቅ የሚወቀሱበትና ስማቸው በክፉ የሚነሳበት አመዝኖ ሲነገር ኖሯል። በሌላ በኩል ደግሞ በቅርብ የሚያውቋቸውና ከአርበኝነት ዘመናቸው እስከ ህልፈተ ሕይወታቸው ድረስ ስለማንነታቸው የሚመሰክሩ ወገኖች ደግሞ፣ ሚዛናዊ በሆነ መንገድ ታሪካቸው ባግባቡ አለመነገሩና ባገራችንም ሆነ የውጭ የታሪክ ፀሐፊዎች አለመጻፉ የተሳሳተ ትርክት 'ጥያቄ ሳይቀርብበት እውነት መስሎ ትውልድ እንዲቀባበለው ምክንያት እንደሆነ ይናገራሉ። እነኚሁ ወገኖች ከዚሁ ተነሥተው እኛን በሕይወት ያለነውን ዘመዶቻቸውን "ዝምታ" ከተወቃሽነት እንደማያድነን በያጋጣሚው ሲወተውቱን ኖረዋል። ይህንን ታሪክ በመጻፍ በታሪክ የተጠያቂነትን ጉዳይ በሚዛናዊነትና ባግባቡ እንድናወራርድ የሚያስገድድ የህሊና ጫና ያሳደሩብን በመሆኑ ምስጋናዬ ይገባቸዋል።

በ2007 ዓ.ም እና በ2012 ዓ.ም. ወደ ደብረ ማርቆስ በመጓዝ ባጠቃላይ ሁለት ሳምንት ያህል በመቆየት 14 ሰዎች (13 ወንድና 1 ሴት) ኢንተርቪው አድርጌአለሁ።[36] ከእነኚህም መካከል ደጃዝማች ፀሐዩ እንደራሴ በነበሩበት ዘመን በቤተ መንግሥቱም ሆነ በተለያየ የክፍለ ሃገሩ አስተዳደር ሓላፊነት የነበራቸው ይገኙበታል። የቀሩት ደግሞ በዚያን ዘመን ገና ወጣቶች የነበሩ፣ ራሳቸው የሚያስታውሱትንም ሆነ ከወላጆቻቸውና ከአገሬው ህዝብ የሰሙትንና ዛሬም ድረስ በተጨባጭ መረጃነት ሊነገር የሚችለውን መንገር የሚችሉ ወገኖች ናቸው። በከፍተኛ የትምህርት ተቋም በመምህርነትና በምርምር ሥራ ላይ የሚገኙም፣ ከዚህ የሚመደቡ ሲሆኑ፤ በደርግ ዘመን ደግሞ በወረዳ፣ አውራጃና በ"ኢትዮጵያ ሠራተኞች ፓርቲ" (የኢሠፓ) ውስጥ ሃላፊነት የነበራቸዉም በዚህ ኢንተርቪው ተካፍለዋል። እነኚህ ሁሉ የመረጃ ምንጮቼ የዝምድና ግንኙነቴን ሊጠረጥሩ የሚችሉበትን ሁኔታ ለማደብዘዝና ምናልባትም ወላጅ አባቴ የዚያው ክፍለ ሃገር ተወላጅ መሆኑ የተጠረጠርም እንደሆን በኢንተርቪው ተሳታፊዎቹ ላይ ሌላ አይነት ያልተጠበቀ ተፅዕኖ በማሳደር መረጃዎቼን እንዳያመክንብኝ በተቻለኝ

36 ይህ መጽሐፍ ለህትመት ከመብቃቱ በፊት በታህሣሥ ወር 2013 መሪ ጌታ ለብኖስ የተመኝ እና ደጃዝማች ፀሐዩ የጎጃም ጠቅላይ ግዛት እንደራሴ በነበሩበት ዘመን በቤተ መንግሥቱ ተላላኪ የነበሩት መጋቢ ሃምሳ አለቃ መንግሥቴ ከዚህ ዓለም በሞት ተለይተዋል። ላደረጉልኝ ትብብር በድጋሚ ምስጋናዬን እያቀረብኩላቸው፣ የሁለቱንም አባቶች ነፍስ ይማር ለማለት እወዳለሁ።

በመጠንቀቅ ከሁሉም አንፃር ሚዛናዊ መረጃ ለማሰባሰብ ሞክሬአለሁ።

በዚህ የጎጃምን ክፍለ ሃገር ጉዳይ በሰፊውና በዝርዝር በቀረበበት ክፍል ደጋግሞ የሚነሡ ስሞች ይኖራሉ። እነርሱንም በቅድሚያና ባጭሩ ማስተዋወቁ አንባቢ ታሪኩን ለመከተል ይረዳዋል ብዬ አስባለሁ። እነርሱም ፊታውራሪ ደምስ አላምረው፣ ደጃዝማች አያሌው ደስታ፣ ፊታውራሪ ኃይለ የሱስ ፍላቴ፣ በጅሮንድ ረታ፣ ቀኛዝማች ዘውዴ ደርሰህ የሚሉት ስሞች ናቸው። ደምስ አላምረው የብቸና ሰው ናቸው። ከጠላት ወረራ በፊትም ማዕከላዊ መንግሥት የሚባል የማያውቁ፣ የራሳቸውን ሕግና ሥርዓት አውጥተው የሸፈቱና በጠላት ወረራ ደግሞ በአርበኝነት ጠላትን የወጉ ነበሩ። ጠላት ተሸንፎ ከወጣ በኋላ ደግሞ ያው ወደ ሽፍትነቱ ተመልሰው እያስገበሩ፣ ለሳቸው አልገብር ያለውን እያስገደዱና እየዘረፉ ብዙ ተከታይ ያፈሩ ሰው ነበሩ። የሳቸውን ጉልበትና መከታ አምነው የተቀበሉ፣ ለሳቸው እንጂ ለመንግሥት የማይገብሩ፣ ሽፍቶችና በዘረፋ የሚተዳደሩ (በተለይም በቀንድ ከብት ዝርፊያ የተሰማሩ) ጭፍሮች ተከታዮች እንደነበሯቸው ይነገርላቸዋል።

ደጃዝማች ፀሐዩ ወደ ጎጃም በጠቅላይ ገዥነት ተሹመው ሲመጡ ሰላምና ፀጥታ ለማንገሥ፣ ሽፍትነትንና ዘረፋን ለማስወገድ የተጠቀሙት ዘዴ እንደ ምንም አግባብተው የሽፍታው ሁሉ አለቃ ከነበሩት መካከል ዋነኛውን ደምስ አላምረውን በሰላም ማስገባት ነበር። እሳቸውም በሰላም ገብተውላቸውል። ከገቡላቸውም በኋላ ሌሎችንም ሽፍቶችና በዘረፋ የተሰማሩትን ካሉበት እየመነጠሩ ለደጃዝማች ፀሐዩ አሳልፈው ሰጥተዋል። ከዚያ በሹመቱም ከወረዳ እስከ አውራጃ አስተዳዳሪነት፣ በማዕረግም ፊታውራሪ እስከመባል የደረሱ ነበሩ። በመጨረሻ በደጃዝማች ፀሐዩ ተከልለውና እሳቸውም በፊታውራሪ ደምስ ላይ አመኔታ አሳድረውባቸው "ሕዝብ በድለዋል፣ ዘርፈዋል፣ አስረው ገርፈዋል" የሚል አቤቱታ ቢቀርብባቸውም፤ "እኔ እጅ ከፍንጅ ካልያዝኩትና በበቂ መረጃ እስካልተረጋገጠበት ድረስ ጠላት ተነሥቶበታል ብዬ ከሹመቱና ሓላፊነት አላነሣውም" በማለታቸው፣ በመጨረሻ ለራሳቸውም መወቀሻና መወገዢያ ምክንያት ሆኗቸዋል። ደምስ አላምረው ደጃዝማችን ተከትለው ወደ ከፋ የሄዱና በዚያ የአውራጃ ገዥነት ሹመት የነበራቸው ሰው ነበሩ። ደጃዝማች ለደርግ እጄን አልሰጥም ብለው ወደመርሀ ቤቴና ሰላሌ በሸፈቱም ጊዜ አብረው የሸፈቱ ሲሆን ደጃዝማች ፀሐዩ አሻፈረኝ ብለው እጅ ከመስጠት ራሳቸውን ሲያጠፉ ፊታውራሪ ደምስ ከደጃዝማች ወንድሞችና ያክስታቸው ልጆች ጋር በፈቃዳቸው እጃቸውን ሰጥተው በመጨረሻው ከ56ቱ የቀዳማዊ ኃይለ ሥላሴ ባለሥልጣናት ጋር አብረው ተገድለዋል።

ዘውዴ ደርሰህ ደግሞ የፍኖተ ሰላም ሰው ሲሆኑ፤ የተራ ፖሊስ ወታደርነት ታሪክ እንደሆን እንጂ የባላባትነትም ሆነ የጉልት ገዥነት መሠረት ያልነበራቸው ሰው ነበሩ። ከዚያ ተነሥተው ቀኛዝማች ማዕረግ ድረስ የደረሱት በደጃዝማች ፀሐዩ ነው። እሳቸው ወረዳዎችን ሲጎበኙና ሕዝቡን ሲያነጋግሩ ያገኟቸው፣ ቁመናቸው ለውትድርና ሙያ የሚመች፣ ጠንካራ ተክለ ሰውነት የነበራቸው ሰው ነበሩ። የህንፃ ስራም ሆነ መንገድ

ቅየሳ ሥራ ቶሎ የሚገባቸው፣ አእምሮ ክፍት ከመሆናቸውም በላይ፣ በተኳሽነታቸው የሚደነቁ ስለነበሩ፤ በአንጋችነት ወደ ቤተ መንግሥት ወስደዋቸው፣ ለእሳቸው ባሳዩት ታማኝነት እስከ "ቀኛዝማች" አሰኝተዋቸዋል። እሳቸውም እንደፊታውራሪ ደምስ፣ የሕዝብ ስሞታ ቢቀርብባቸው ደጃዝማች ፀሐዩ ሥራዬ ብለው ጉዳዩን አጣርተው ፍርድ የሚያወጣቸው ከሆነም ፍርድ እንዲያወጣቸው፣ ዋጋ የሚከፍሉበትም ከሆነ ዋጋ እንዲከፍሉ ባለማድረጋቸው የተወቀሱባቸው፤ ወደ ከፋም ሲሄዱ ይዘዋቸው የሄዱ፣ እስከመጨረሻው ያልተለዩዋቸው ሰው ነበሩ።

በጅሮንድ ረታ ደጃዝማች ፀሐዩን ተከትለው ወደ ጎጃም የመጡ ብቸኛ የሸዋ ሰው ሲሆኑ፤ ቀደም ሲል አዲስ አበባ በጅሮንድ መሥሪያ ቤት በሓላፊነት ይሠሩ የነበሩ ናቸው። ደጃዝማች ፀሐዩ የሸዋ ክፍለ ሃገር እንደራሴ በነበሩም ጊዜ አብረዋቸው ሠርተዋል።

በሞጣ በኩል ደግሞ፣ **ደጃዝማች አያሌው ደስታ** ነበሩ። እኚህ ሰው ስመ ጥር አርበኛና መጀመሪያው ላይ የደጃዝማች ፀሐዩ ወዳጅ የነበሩ ሰው ናቸው። የአርበኝነት ታሪካቸው ያቀራረባቸው ከመሆኑም ባሻገር፣ ደጃዝማች ፀሐዩ ሌባውንና ሽፍታውን ለማጥፋት በተነሡ ጊዜ አብረው የነበሩና የተባበሩ ነበሩ። በዚህም እስከ አዲስ አበባ ድረስ ከበሬታን አግኝተውበታል። ውሎ አድሮ ግን እሳቸውም በተራቸው "ጉቦ ሲበሉ እና ሕዝብ ሲበድሉ" ተገኝተዋል በሚል፣ ደጃዝማች ፀሐዩ ከሹመታቸው ያነሷቸው ሰው ስለመሆናቸው በዚህ የመጽሐፉ ክፍል ይነበባል። በዚህ የተከፉት ደጃዝማች አያሌው ደስታ ከሌላው አርበኛና በብልሹ ባሕርያቸው ስማቸው ይነሣ ከነበሩት ከፊታውራሪ ኃይለ የሱስ ፍላቴ፣ ከሳህላን (ረቡዕ ገበያ) ወረዳ ገዥ ቀኛዝማች ሰውነቴ፣ ከእነ ቀኛዝማች ለማ ተሾመ፣ ቀኛዝማች ቢሰነብት አድገህ ጋር በመሆን "እኛ ጎጃሞች በአርበኝነቱስ ቢሆን ከፀሐዩ አንሰን ነወይ? ከሸዋ ሰው የሚሾብን" እያሉ ደጃዝማች ፀሐዩን አዲስ አበባ ድረስ እየሄዱ ለባለስልጣኑ ማሳጣቸውን በሕይወት ካሉ ምስክሮች የተሰጠው ቃል በዚሁ የመጽሐፉ ክፍል ይነበባል።

እነኚህ ከፍ ብሎ ስማቸው የተጠቀሰው ሰዎች "በደጃዝማች ፀሐዩ ተከልለው ሕዝብ በድለዋል፣ ዘርፈዋል፣ ጎድተዋል" በሚል አቤቱታ የቀረበባቸው ነበሩ፤ ደጃዝማች ፀሐዩም እነዚህ ሹማምንት ለእሳቸው የነበራቸውን ታማኝነት በማየት፣ ምናልባትም በሌሎች የልማት ሥራዎች በመጠመዳቸው፣ ወይም ደግሞ እንደሰው በነበረባቸው ድካም አንድ ጊዜ ያቀረቡና እምነት የጣሉባቸውን ሰዎች "ምቀኛ ተነሥቶባቸዋል" ብለው አሳልፈው አለመስጠታቸው፣ መዘዙ የእሳቸውንም "እጅ ለማቆሸሽ" እንዴት እንደቻለ አንባቢ ሲደርስበት ታሪኩን ለመከተል እንዲችል ነው በዚህ መልክ ማስተዋወቅ ያስፈለገው።

የ"**ቀላድ መጣል**" ጉዳይ በሰዎች ምስክርነት በሰፊው ይወሳል። ይህንን የጎጃሙ ታሪክ በሚነበብበትን ክፍል ታሪክ የደጃዝማች ፀሐዩን ታሪክ በሚያውቁ ሰዎች ምስክርነት አቀናብሬዋለሁ። በመሆኑም፣ ምስክርነቶቹን በቅደም ተከተል አቀርባለሁ።

በመጽሐፉ መደምደሚያ ላይ ብቻ ይህንን "ቀላድ መጣል" ጉዳይ የደርግ መሥራች አባል፣ ዋና ፀሐፊና የኢትዮጵያ ጠቅላይ ሚንስትር የነበሩት ሻምበል ፍቅረ ሥላሴ ወግደረስ እኛና አብዮቱ በሚለው መጽሐፋቸው ካቀረቡት ግምገማ ጋር ለማገናኘት ሞክሬለሁ። እግረ መንገዴንም ከታሪክ ምሁራን ዶ/ር ገብሩ ታረቀን Ethiopia: Power & Protest፡ Peasant Revolts in the Twentieth Century (1996) በሚለው መጽሐፉ ከቀላድ መጣል ተያይዞ የተነሳውን የጎጃሙን ዐመፅ በፈረንሳይ አብዮት ከተቀሰቀሰው "የቬንዲ ዐመፅ" ጋር ለማመሳሰል በሞከረበት ጉዳይ ላይ አስተያየቴን አቀርባለሁ። ከገብሩ ታረቀ በተጨማሪ ፐ/ር ባህሩ ዘውዴ A History of Modern Ethiopia, 1855-1991 (Addis Ababa, Addis Ababa University Press, 2020) አንስቼ አልፋለሁ። ከዚሁ ጋር በተያያዘ ዶ/ር ዳንኤል ደጀኔ ቸኮል በአውሮፓውያን አቆጣጠር በ2002 በታሪክ ምርምር ለዶክተርነት ማዕረግ ባበቃው *Land Tenure Reform and Socioeconomic Structures in DÄBRÄ MARQOS (GOJJAM), ETHIOPIA: c.1901-1974* በሚለው የምርምር ጥናቱ ላይ ስለ ዐመፁም ሆነ ስለ ደጃዝማች ፀሐዬ ያገኘውን መረጃ እንደምን እንዳቀረበው አስቃኛለሁ። በመጨረሻ ደጃዝማች ፀሐዬን በሚያስጠይቀውና በማያስጠይቀው ጉዳይ፣ ፍርዱን ለአንባቢ በመተው ይህንን የጎጃሙን ታሪክ የተነገረበትን ክፍል እደመድማለሁ።

❋❋❋

"ፍትህ በፀሐይ ጊዜ ቀረ የሚባል ጊዜ ላይ ነው የደረስን።...
መቻቻል የሚያውቁ የፍትሕ ሰው ነበሩ።"

- አቶ ተሠራ አስማረ

አቶ ተሠራ አስማረ በSociology of Applied Linguistics (የተግባራዊ ሥነ ልሳን ማኅበረሰባዊ ሳይንስ) የማስተርስ ዲግሪ አግኝተው፣ በደብረ ማርቆስ መምህራን ኮሌጅ በማስተማር ሙያ የተሰማሩ ናቸው። እሳቸው እንዳጫወቱኝ የደጃዝማች ፀሐዬን መልክና ቁመናቸውን በሩቅ ያስታውሱ እንደሆን እንጂ ቀረብ ብለው አያውቋቸውም። አባታቸው ጉልት ገዥ[37] ስለነበሩ ስለደጃዝማች ፀሐዬ ከሚነግሯቸውና ከሰሙት፣ በኋላም የዕድሜ ጌታ ከሆኑ አባቶች ጠይቀው ያወቁትን እንጂ በዚያን ጊዜ በዕድሜያቸው

37 ጉልት በግዕዙ መዝገበ ቃላት በቁሙ ሲተረጎም "ዐዲስ ርስት ሰው በፈቃዱ ለዘመድ ለባዕድ ወይም ለገዳም የሚያወርሰው ገንዘብ ጥሪት ቦታ መሬት። ንሕነ ጐለትነ ጉልተ ለገበዘ አኵስም። ብፅዓታት ወጕልታት" (ክብረ ነገሥት። ፍትኃ ነገሥት ፲፰)። ጉልተኛ ደግሞ ለቤተ ክርስቲያን በገዳምነት በጕልትነት ለሴት ወይዘሮ ለወንድ መኰንን የተጐለተ ጭቃሹም ወይም በራሱ ባልሆነና በማይገባው ጉልት መሬት ላይ የሰፈረ ሊባል ይችላል።

ልጅ ስለነበሩ አልደረሱባቸውም። ቢሆንም "እንደ ጎጃሜ የሰማሁትንና አሁንም ቆሞ ከሚታየው ሥራቸው ተነስቼ ልመሰክር እችላለሁ" ባይ ናቸው። ከአባታቸው የሰሙትና "አሁን ድረስ ቋሚ ምስክር ሆኖ ከሚታየው የአደባባዩ፣ የቤተ መንግሥቱ፣ የውጭ እንግዳ ማረፊያው፣ የመንገዱ፣ የፍርድ ቤቱ፣ የፋይናንሱ፣ የአስተዳደሩ፣ የመዝገብ ቤቱ፣ የፋይል አያያዙ ሳይቀር የእሳቸው ሥራ ነው" በማለት እንደሚከተለው በሰፊው አጫውተውኛል።

> መንገድን በተመለከተ ከደብረ ማርቆስ ሞጣ፣ ባህር ዳር፣ ደብረ ታቦር፣ መተከል (ጃግኔ) ድረስ የሚወስደውን ያሠሩ እሳቸው ናቸው። አውሮፕላንም ቢሆን ከንጉሠ ነገሥቱ ጋር በነበራቸው ቅርበት ይመስለኛል፣ ከአየር መንገድ ጋር ተነጋግረው ለመጀመሪያ ጊዜ ከማርቆስ ባህር ዳርን አቋርጦ በጎንደር በኩል ወደ ደብረ ታቦርና መተከል ድረስ የሚበር አውሮፕላን መስመር ያስጀመሩ እሳቸው ነበሩ። ለትምህርት ቅድሚያ ይሰጡ ስለነበር፤ ለትምህርት ለሚመላለሱ ቅናሽ ተደርጎ 7 ብር ለቀረው ተመላላሽ 12 ብር እንዲከፈል በጊዜው ከአየር መንገዱ ጋር የተስማሙ እሳቸው ናቸው።

የመጀመሪያው የኢትዮጵያ አየር መንገድ አዲስ አበባ ደብረ ማርቆስ በረራ በጀመረበት ዕለት ፀሐዩ ከአየር መንገዱ ሃላፊዎችና ከፍለ ሃገሩ ባለሥልጣኖች ጋር አብረው ለመታሰቢያነት የተነሱት ፎቶ

አቶ ተሰራ ዛሬ ላይ ቆመን ስናስበው ቀላል ጉዳይ ይመስላል በሚል በጎጃም ለመጀመሪያ ጊዜ ልብስ ሰፊ ደብረ ማርቆስ ሱቅ ከፍቶ ልብስ መስፋት እንዲያስተምር ያደረጉ ደጃዝማች ፀሐዩ መሆናቸውን በማስታወስ "አንድ የእንሳሮ ሰው፣ ገብረ መድህን

የሚባሉ አስመጥተውና ፊታውራሪ ማዕረግ አስጥተው፣ ልብስ ስፌት በዘመኑ የሴንጀር መኪና እንዲሰፋ ያደረጉ እሳቸው ናቸው፣" ሲሉ ነግረውኛል። አቶ ተሰራ እንደሚሉት ደጃዝማች ፀሐዬ "በአስተዳደር በኩል የውጭ ትምህርት ያለው ያደርገዋል የሚባል ሥራ ሰርተው እንደሄዱ፣ የተማረ ሰው ያቀርቡ እንደነበር፣ የሥራ ሰአት እንዲከበር፣ ሠራተኛ በሰአት ገብቶ በሰአት እንዲወጣ ያደረጉ ሰው" እንደነበሩ አጫውተውኛል። እኚህ የቃለ ምልልሴ ተሳታፊ እንደሚናገሩት "በዕድገትና ሹመት፣ ፍርድ አሰጣጥ የሚያከላቸው እንዳልነበርና ከሳቸው በኋላ የመጣ ሁሉ ሲያደርገው እንዳላዩ፣" ይመሰክራሉ።

> ፍትህ በፀሐይ ጊዜ ቀረ የሚባል ጊዜ ላይ ነው የደረስን። ፍርድ ችሎት ሲኖር ድንገት ሳይታሰቡና ሳይጠበቁ ብቅ ይሉና ትችቱን ያዳምጣሉ። ፍትሕ የጎደለው ትችት ሲሆን፤ እዚያው አስችለው የተፈረደም ከሆነ ፍርዱን ውድቅ አድርገው ለተበደለው እዚያው ፍርድ ሰጥተው ከችሎት ይነሱ ነበር። መቻቻል የሚያውቁ የፍትሕ ሰው ነበሩ። በተለይ ፍርድ ቤት ችሎት በሚሰማና ፍርድ ይሰጣል በተባለ ቀን የተሰየሙት ዳኞች ሳያውቁ ድንገት ከችሎቱ ይገቡና የተከሳሽ ወገንም መከላከያውን፣ ዓቃቤ ህግም የሚያቀርበውን ትችት ይሰሙና ዳኞች በመጨረሻ የሚሰጡት ፍርድ ፍትሐዊ ካልሆነ እዚያው የፍርዱ ውሳኔ እንዲሻር ወይም አጭር ቀነ ቀጠሮ ተሰጥቶ ጉዳዩን እሳቸው አጥንተው ችሎት ይቀመጡና ፍርድ ይሰጡ እንደነበር ይታወቃል። በጉቦና አምቻ ጋብቻ ፍትህ የሚያጓድለውን ዳኛ ስለሚያውቁት፣ ወዲያው መንጥረው ያወጡና ወይ ይሽሩታል ወይም ከሹመቱ ያወርዱና ፍርድ ላይ የማይሰየምበት ቦታ ላይ ይመድቡታል። ከዚህ የተነሳ ጉቦኛው በተለይ ከባላባቱ ጋር አብሮ ጠልቷቸው ነበር። አንዳንዴማ ጉቦኛ የሆነውን ዳኛ ይሁን ወይም በሌላ የሕዝብ ጉዳይ ሓላፊነት ላይ የተመደበ ሹም ድንገት መንገድ ሲያገኙት አንተ ጉቦኛ ሰው እንደምትበድል የማላውቅ እንዳይመስልህ ብለው እውነትን ለመናገር የነበራቸውን ድፍረት አባቴም ይነግሩኝ ነበር። እኔም ካባቶች ሰምቼዋለሁ።

ጎጃም እሳካሁን ድንቅና ዘመናዊ ነገር ሠርተውልኝ ሄዱ እያለ ደጃዝማች ፀሐዩን ከሚያመሰግንባቸው አንዱ የገበያ ዋጋ የተስተካከለና አንድ ወጥ እንዲሆን፣ የሚነግዱም በአንድ የመገበያያ አካባቢ ሱቅ ተከራይተው እንዲነግዱ ማድረጋቸው ነው። ይህንንም ሲናገሩ፣

> የእህል ቦርድ አቋቁመው፣ እህሉን ከገበያ በገበያ ዋጋ እየገዙ የጎጃም ሕዝብ አንድ መከራ ቢገጥመው መጠባበቂያ እንዲኖር ያደረጉ ነበሩ። ሌላው ሁሉ ሲራብ ጎጃም ያልተራበ መሬቱ ለም፣ የሰጡትን የሚያበቅል በመሆኑ ብቻ አልነበረም። በማርቆስ አንዲትም ዛፍ አልተተከለም ነበር። ይህ እስከዛሬ በከተማ የሚታየውና ከማርቆስም ዙሪያ የማገዶ እንጨት ችግር እንዳይኖር በዙሪያው ዛፍ አስተከለው የሄዱ እሳቸው ናቸው። ይኸው እስካሁን አለ።

ደጃዝማች ፀሐዩ በሰሌን ባርኔጣቸው እንደሚታወቁ እና ይህም "የፀሐይ ባርኔጣ" እየተባለ እንደሚጠራ ነግረውኛል። እንደ አቶ ተሠራ ገለጻ፣ የሰሌን ባርኔጣ የሚያዘወትሩት፣ የተሻለ "የሱፍ ባርኔጣ ማድረግ አቅቷቸው" ሳይሆን፣ ተራውን ሰው ለመምሰልና እንደልባቸው አለአጃቢ ተዘዋውረው ልማቱን ለማየትና የሕዝቡን አስተያየት ለመጠየቅ እንደነበር ይታወቃል። ክረምት ከበጋ ሰሌን ባርኔጣቸውን አድርገው፣ መሃንዲስም ቀያሽም ሆነው የከተማውን ልማት ራሳቸው ድንጋይ እየተሸከሙ ነበር የሚሠሩ፣ የሚያሠሩትም። ቆርቆሮ ቤት የተጀመረው በእሳቸው ዘመን ነበር።

> አንድ ጊዜ ሰሌን ባርኔጣቸውን አድርገው፣ ጉልበታቸው ድረስ የሚደርስ ገንባሌያቸው ላይ ቦት ጫማቸውን አድርገው፣ በእግራቸው ያለ አጃቢና ተከታይ ስለልማቱ ተራውን የጎጃም ሕዝብ ይጠይቁታል። ከመንገድ አቁመው አንዱን ባላገር "ለመሆኑ ይህ የተሠራው መንገድ ለገበያውና ከቦታ ቦታ፣ ክረምት ከበጋ ለመመላለስ የተመቸ ነው ወይስ አሁንም ችግር አለበት?" ብለው ይጠይቁታል። ባላገሩም "ምኑ ጅላጅል ሥራ ፈት ነው አያ! እኔ በሬ ጠፍቶብኝ ላይ ታች እላለሁ፣ ስለመንገዱ ይጠይቀኛል፣" እንዳላቸው ጎጃም የሚያውቀው ነው።

"የመዘውር ውሃ" እየተባለ እንደ ብርቅ ይጠራ የነበረበትን ጊዜ ሲያስታውሱ፣ የተባለበትም ውሃና መብራት በጎጃም ያስገቡት እሳቸው ስለሆኑ ነበር ሲሉ ነግረውኛል። ለመንገድ በጣም ይጠነቀቁ እንደነበር አቶ ተሰራ ከአባታቸውም ከሌሎች ደጃዝማች ፀሐዩ ዙሪያ ከነበሩ ሰዎችም ሲነገር ይሰሙ ነበር።

> መጪው ትውልድ ፍላጎቱን አናውቅምና ለእሱ መሬት መቋቋሚያ እንተውለት እያሉ፣ ህንፃም ሆነ ቤት ከዋና መንገድ ቢያንስ ሦስት ሜትር ርቆ እንዲገነባ ያደርጉ ነበር። ያኔ ከሃምሳ አመት በፊት በፕላን የተሰራ የሚመስለውን፣ ዛሬ በራሱ የሚናገረውን የማርቆስን ዋና ዋና መንገድ፣ ከነመጋቢው መንገድ ድረስ የሠሩ እሳቸው ናቸው። የሰቀላ ቤት ጉርሻና የጠላ መጠጫ እየሰጡ ያስጀመሩ እሳቸው ነበሩ። አደባባዩን ያሠሩት ከመንግሥት ካዝና ሳይወጣ በሕዝብ መዋጮ ነበር።

አቶ ተሠራ ከሚያስታውሷቸው ጉዳዮች መካከል በደረቅ ወንጀል ለታሰሩ እስረኞች የነበራቸውን ርህራሄ ነበር። እስረኛም ቢሆን ያው ከፍርድ ውጭ ምንም ነገር እንዳይደርስበት አልባሳት ሁሉ ያውም የተለያየ የቤት ልብስና የሥራ ልብስ እንዲሰጠው አድርገው፣ ለሥራም የወጣ እንደሆን በሚገባ አብልተው አጠጥተው፣ እንዲሰናበት ያደርጉ ነበር ብለውኛል። እኚህ ሰው እንደሚሉት "ሌላው ባለሥልጣን ቤቱን ጭምር እስረኛውን እያወጣ በነጻ ሲያሠራ የሰሙ እንደሆን ይህ እንዳይሆን ይከለክሉ ነበር። ካልቻሉም ተደብቀው ሄደው የሚበሉትንና የሚጠጡትን አዘውና ጉርሻ ሰጥተው ነበር የሚሄዱ። ለሰው እጅግ አዛኝ ስለነበሩ፣ እስረኛው ጭምር ነበር ያለቀሰ የሳቸውን

ከጎጃም መሄድ ሲሰማ።"

እኚህ ሰው እስከሚያውቁት ድረስ ደጃዝማች ፀሐዩ "የሰላም ሰው፣ እግዚአብሔርን ፈሪ፣ እጅግ ሃይማኖተኛና ርህሩህ ነበሩ፣" ካሉ በኋላ በጎውንና ሊመሰገኑበት የሚገባውን ጉዳይ ሲደመድሙ እንዲህ ይላሉ፡-

> ጠላት እንደወጣ ደጃዝማች ከበደ ተሰማ መጥተው ነበር። ከዚያም በፊት ራስ እምሩ፣ ጠላትም ከወጣ በኋላ ላጭር ጊዜም ቢሆን ራስ መስፍን መጥተው ነበር። ምንም ሳይሠሩ ነው የሄዱ። እንደ እውነቱ ከሆነ ያለ ዘመናቸው ተወልደው ራዕያቸውን የጎጃም ሰው አልረዳላቸው ብሎ፣ ያስቀመጡትን ሥራዎች በአግባቡ ሳይዳስስላቸው ያለፉ ጥሩ ገዥ ነበሩ። ዘመኑ ሁኖ፣ አድሃሪ፣ አድሃሪ የሚባልበት ዘመን የገነነበት ሆነና፣ በጊዜው ተማሪውና ምሁሩ አርሶ አደሩን ለመብቱ እቀሰቅሳለሁ ብሎ የተነሣበት ሆኖ፤ ነገሮችን እንደዛሬ በሚገባ አጥንቶ እሳቸውን የሚያስጠይቀውን ከማያስጠይቀው ለመለየት የሚቻልበት ሳይሆን፤ ደግ የሠራውም ያልሠራውም በደፈናው የሚኮነንበት ዘመን ሆን ነው ነገሮች የተበላሹ።

ይህንን ሲናገሩ ግን "የሚወቀሱበትና እንደ ሰው ያጠፉት ጉዳይ አልነበረም ማለት እንደማይቻል" ይናገራሉ። አንዱ "ቀላድ ተጣለ" በሚል ሳቢያ የተቀሰቀሰው የአርሶ አደር ዐመፅ ሌሎች ለጥቅማቸው ሲሉ የተጠቀሙበትና የሳቸውም አልደፈር ባይነት ተጨምሮበት መዘዙ ከፋ እንጂ "እሱም ቢሆን ዛሬ በታሪክ መነፅር ባግባቡ ሊመረመር የሚገባ ነው" ባይ ናቸው።[38]

> ቀላድ ተጣለ የሚባልስ ለጥቂት ለባላባት ተገዥ የነበረው አርሶ አደር እነርሱ ሰብሉን እንዳይወስዱበት፣ በሰው አሳርሰው እንጂ እነርሱ አርሰው ለማያውቁ ቀማኞች መገበሩ ቀርቶ፣ በቀጥታ ለመንግሥት የእርሻ ግብር እየከፈለ፣ ባላባት ነን ባዩም ግብር እየከፈለ እንዲኖር የእርሻ ግብር ብር ከሃምሳ በመደረጉ በጎጃም በዚያን ጊዜ በሽልንግ እንጂ በብር መቁጠር የማይታወቅ ስለነበር፤ ባላባቱና አርበኛ ነን ባዩ እሳቸውን በአርሶ አደሩ ለማስጠላትና ለማነሳሳት "የለም ብር ከሃምሳ ሳይሆን ሃምሳ ብር ነው፣" እያሉ፣ ውሎ አድሮም "ፀሐዩ ጭሰኛው አድርጎ መሬትህን ሊወስድብህ ነው" በሚል ዐመፅ አስነሥተው ብዙ ሰው አለቀ።

38 ቀላድ ፩፻፶ ክንድ በኾነ ቀላድ ገመድ መሬቱ ተሰፍሮ ተለክቶ ለእየ ሰው ርስት ሪም ማደሪያ ኾኖ የሚሰጥ ርዝመቱ ዐሥራ ኹለት ቁመቱ ዘጠኝ ገመድ ኾኖ የሚሰጥ። በአቢሲኒካ መዝገበ ቃላት ላይ ተተርጉሞ ይገኛል። በቀላድ የተለካ አንድ ጋሻ መሬት። በግእዝ "ሐብለ ርስት" (መዝ ፸፰:፲፩)እንደሚባልም በዚህ መዝገበ ቃላት ተሰጥቷል።

በአቶ ተሠራ አመለካከትና ዝቅ ብዬ የማነሣቸውም የሕይወት ምስክሮች እንደነገሩኝ፣ ተገቢ የነበረውን የመሬት ይዞታ የማሻሻልና መንግሥትም ከጎጃም ክፍለ ሃገር አግኝቶት የማያውቀውን የመሬት ግብር ለመሰብሰብ በሚል የታሰበውን ዓላማ ከደጃዝማች ፀሐዩ ጋር ጠበኛ የነበሩና ቂም የቋጠሩ ወገኖች ለአርሶ አደሩ "ቀላድ ተጣለ" በሚል ያልሆነ ትርጉም በመስጠት በሳቸው ላይ ዐመፅ አነሳስተዋል። እሳቸውም አልለሳለስ ብለው፣ እልህ ውስጥ ገብተው፣ ያው የሰው ሕይወት ሊጠፋ ችሏል። በዚህስ "በእርግጥ በሳቸውም በኩል ጥፋት የለም ማለት አይቻልም፣" ብለውኛል።

ሆኖም ይህንን የመሰለ ከዘመኑ የቀደመ የግብር አሰባብሰብ እንዴት ተብሎ ክፉ ነገር እንደተደረገ ተደርጎ ደጃዝማች ፀሐይን ለመኮነን እንደተሞከረ አሁን ድረስ ሲታሰብ የሚያሳዝን ታሪክ ነው ማለት እችላለሁ። የሠሩት ድንጋይ አፍ አውጥቶ እየተናገረ ምን ብዬስ እከሳቸዋለሁ። ጉልት ገዥ የነበረውን አባቴን ጭምር ቀስቅሰውት፤ ደጃዝማችን አገር ግዛት ድረስ ለመክሰስ እንሂድ ቢሉት አባቴ አልሄድም፣ ደግ በሠሩ ምን ብዬ ከጉቦኛው፣ ልግመኛውና ከሰነፉ ጋር ተደምሬ እሳቸውን እከሳለሁ ብሎ እምቢ ማለቱን አባቴ ነግሮኛል።

ከዚሁ ከቀላድ ጉዳይ ተያይዞ፣ ከነቀኛዝማች ሰውነቴ፣ ደጃዝማች አያሌው ብሩና ፊታውራሪ ኃይለ ኢየሱስ ፍላቴ ጋር የገቡበት ግጭት አባብሶት፤ እነርሱም በሙቶ የሚቆጠር የጎጃም ገበሬን እያስከተሉ ደጃዝማች ፀሐዩን አዲስ አበባ ድረስ እየሄዱ ለባለሥልጣናቱ ያሳጧቸው ስለነበር፤ ይህ ሁሉ ተደማምሮ፣ በመጨረሻ ከጎጃም ለመነሳት እንዳበቃቸው ያምናሉ አቶ ተሠራ። "እንዲያም ሆኖ፣ እኔ ራሴ ጎጃሜ ሆኜ ፍርድ የምፈርድ በነዚያ ባሴሩባቸው እንጂ በደጃዝማች ፀሐዩ ላይ አይደለም። ዘመኑም አርሶ አደርው በተማሪና ምሁሩ የተቀሰቀሰበት ዘመን ሆነና፣ አልበርድ ብሎ ስለነበር፤ ይህ ሁሉ ተጨምሮበት፣ እሳቸውም እንዲህ በቀላሉ የሚበገሩ ሰው ስላልነበሩ ተኩስ ሁኖ ሰው ሞቷል፣" ሲሉም አጫውተውኛል።

የነቀኛዝማች ሰውነቴንና የባላባቱን ሃሜትና ጥላቻ ሰምተኸው ይሆናል። ባላባቶቹ "እኛ ከፀሐዩ አንሰን ነወይ? ከሸዋ ድረስ ገዥ የሚላክብን" እያሉ ያልተማረውን ሕዝብ ይቀሰቅሱ ነበር። እውነቱ ግን፣ አገር ግዛት ሚኒስቴር ካዲስ አበባ ድረስ ለጎጃም የተማረ ሰው መልምሎ፣ እሳቸው ዘንድ ዝርዝሩ ተልኮ እንዲቀጠሩ ቢባል፣ እሳቸው "አንድ ሰው ወዲህ ብትልኩ አባይ ድልድይ ላይ ቆመጤን ይዤ ጠብቄ ደብድቤ ነው ወደመጣበት የምመልሰው። የጎጃም እናት ልጅ ወልዳ በልጇ አትገለገልም ያለው ማነው?" ብለው እዚሁ ለመንግሥት ስራ ለሚያስፈልገው አመልካቾችን አወዳድረው ራሳቸው ይቀጥሩና እንዲቀጠሩ ያደርጉ ነበር። እውነቱ ይኸ ነው።

አቶ ተሠራ አስማሪ ምስክርነታቸውን እንዲህ ሲሉ ይደመድማሉ፡-

ደጃዝማች ፀሐዩ መቼም ያጠፉት ነገር የለም ማለት አልችልም። የባላባት ልጅ ነኝ፣ አርበኛ ነኝ የሚለው እንደ አያሌው ደስታ፣ ኃይለ ኢየሱስ ፍላቴ የመሳሰለው፣ ጮማና ጠጁን ከመቁረጥ ያለፈ ምንም የማይሠራ፣ ልማት ሲባል በጥቅሙ ላይ የመጣበት የሚመስለው፣ ጉቦኛውና ሕዝብ የሚበድለው አይወዳቸውም። በእነዚህ ላይ ምህረት የለሽ መሆናቸውን እያየ፤ ይህ ባላባት ነኝ፣ አርበኛ ነኝ፣ እያለ የሚኮፈሰው እሱ የተናቀና የተዋረደ ስለመሰለው ያልተማረውን አርሶ አደር ቀስቅሶ ሕዝብ አስነስቶባቸዋል። ደጃዝማች ፀሐይ መጀመሪያ እንደመጡ፣ እነአያሌው ደስታና ኃይለ ኢየሱስ ፍላቴን የመሳሰሉትን አስጠግተውና ከንጉሡ አስፈቅደው፣ ሹመት ጭምር አስጥተዋቸው ነበር። በኋላ ግን አያያዛቸውን አይተውና፣ ጉቦውንም ከሽፍታ ጋር ማበራቸውን ደርሰውበት ከሹመታቸው አንስተዋቸዋል። በዚህ ስለተከፉና ደጃዝማች ፀሐይ የጸሐፊ ትዕዛዝ ወልደ ጊዮርጊስ ወዳጅ መሆናቸውን ያውቁ ስለነበርና ከጸሐፊ ትዕዛዝ አክሊሉ ብዙም ፍቅር እንዳልነበራቸው ወሬውን ይሰሙት ስለነበር፤ አዲስ አበባ ጸሐፊ ትዕዛዝ አክሊሉ ዘንድ ድረስ እየሄዱ ከሸዋ እንዴት ጠቅላይ ገዥ ይላክብናል የሚል ስሞታ ያቀርቡና አድማ ያስተባብሩ ነበር። እሳቸውም ስማቸው በክፉ የሚነሣ፣ እንደ ደምስ አላምረው የመሰሉትን በማስጠጋታቸው እጃቸው እንዲቆሸሽ መደረጉ አይካድም። ደምስን ያሰጠጉት፣ እሱ ራሱ ሽፍታ ስለነበር፣ በሰላም እንዲገባ አድርገውት ፊታውራሪነት አስጥተውት፣ አውራጃ ገዥ አድርገውት፣ ሌባውንና ሽፍታውን ከያለበት እየፈለፈለ አውጥቶ አገሩ ከወንበዴ፣ ሽፍታና ቀማኛ ነጻ እንዲሆን ስላደረገላቸው እንጂ እሱ በተራው ተመልሶ በደጃዝማች ተከልሎ ሕዝብ መጉዳቱን ሳያውቁት ቀርተው አልነበረም። በዚህ በኩል፣ ፊታውራሪ ደምስንም ሆነ ሊሎችን ዝም ማለታቸው ጥፋት ነው። ይህም ሆኖ ደጃዝማች ፀሐዩን የመሰለ ጠቅላይ ገዥ ከሳቸውም በፊት ሆነ ከሳቸው በኋላ አላየንም።

❋❋❋

"ደጃዝማች ፀሐይ የጎጃምን ዐይን ከፍተው፣ ልማትና ሥልጣኔ አሳይተው የሄዱ ሰው ናቸው።"

- አቶ ወንድ ይፍራው ወሬኛ ይልማ

አቶ ወንድ ይፍራው ወሬኛ ይልማ ዘመናዊ ትምህርት የተማሩና የእንግሊዝኛ ቋንቋ በሚገባ የሚያውቁ ሰው ናቸው። ስተዋወቃቸው በአስተዳደር የቆየ ልምድ ያላቸው

ቀልጣፋ መሆናቸው ያስታውቅ ነበር። ወደ ጎጃም ክፍለ ሃገር የመጡት ደጃዝማች ፀሐዩ ከጎጃም ተነሥተው፣ ወደ ከፋ ክፍለ ሃገር ከሄዱ በኋላ ነው። አመጣጣቸውም ደጃዝማች ፀሐዩን ተክተው የጎጃም ክፍለ ሃገር እንደራሴ ሆነው የተሾሙትን ደጃዝማች ደረጀ መኮንንን ተከትለው ሲሆን፤ የሥራ ምድባቸውም የክፍለ ሃገሩ የአስተዳደርና የሕዝብ ግንኙነት ሓላፊነት ነበር። ደጃዝማች ፀሐዩ እንደሄዱ፣ የአስተዳደሩን ሥራ የተረከቡም እሳቸው ነበሩ። በምስክርነት የሰጡኝ ቃል እንዲህ ይላል፡-

> የአስተዳደሩን ሥራ የተረከብኩ እኔ ስለሆንኩ፣ ብዙ በምስክርነት የምናገርላቸው ድንቅ ጉዳዮች አሉ። በአመራር ደረጃ ብቁና የሚገባ እውቀት እንደነበራቸው የአስተዳደሩን ሥራ ስረከብ አስተውያለሁ። በግንዛቤ ስፋት ብርቱ ነበሩ። ከየት እንዳመጡትና እንደተማሩት አላውቅም። የመንግሥት ሠራተኛው፣ የነጋዴው፣ በእርሻ የሚተዳደረው፣ የወታደሩ፣ የፖሊሱና የፀጥታው ሠራተኛ የራሱ የግል ፋይል ነበረው። የሚንቀሳቀስና የማይንቀሳቀስ መዝገብ የሚባል፣ በመዝገብ ተለይቶ በስርዓት ተቀምጦ ይገኛል። ስንት ዘመን ያለፈው የባለ ጉዳይ ፋይል ተፈልጎ ለማግኘት እጅግ አድርጎ የቀለጠፋና አሠራሩ የሚገርም ነበር። ለዚህ እኔ ምስክር ነኝ።

አቶ ወንድይፍራው እንደሚመሰክሩት "ደጃዝማች ፀሐዩ ጎጃም ተሹመው ሲመጡ፣ አገሩ ሁሉ ፍርስርስ ያለ፣ ቤት ቢባል ከደሳሳ ጎጆ በስተቀር ምንም የማይታይበት፣ እንኳንስ ከተማ ይቅርና ከዱር መንደር ያልተሻለ ሆኖ ነበር ማርቆስ የጠበቃቸው። ማርቆስን ማርቆስ ያደረጉ እሳቸው ናቸው። ይኸው ዛሬ ቆሞ ይታያል፣ ከተማው በራሱ የሚናገር ነው። የሰው ምስክርም አያስፈልገው።"

እኚህ ሰው ከየካቲት አብዮት ፍንዳታም በኋላ በክፍለ ሃገሩ ያስተዳደሩን ሓላፊነት ይዘው ቆይተዋል። በዚሁ ሓላፊነት እያሉ፣ ያገሪቱ መሪ የነበሩት ሌተና ኮሎኔል መንግሥቱ ኃይለ ማርያም ካንዴም ሁለቴ ክፍለ ሃገሩን መጎብኘታቸውንና በጉብኝቱም ጊዜ ሁሉ እሳቸው እንዳልተለዩ ይናገራሉ። ይህንኑ አስመልክተው ቃል በቃል የነገሩኝን እነሆ፡-

> ጓድ ሌተና ኮሎኔል መንግሥቱ ኃይለ ማርያም ሁለቱንም ጊዜ "እውነት ይህንን ሁሉ የሠሩ ደጃዝማች ፀሐዩ ናቸው?" ብለው በተመስጦ ጠይቀው፣ አዝነውም፣ አመስግነውም እንደነበር እኔ ራሴ እዚያው ስለነበርኩ አስታውሳለሁ። አንድ ጊዜ እንዳውም ጓድ ካሣ ከበደን ጠርተው "ምን ያደርጋል እኛን የመሰሉ ሰው አንመልሳቸው፣" ብለው ሲናገሩ እኔ ራሴ እዚያው ቆሜ ስለነበር ሰምቻቸዋለሁ። ለእኔም ቢሆን ደጃዝማች ደረጀን ተከትዬ ወደ ጎጃም ስመጣ የጠበቀኝ የደጃዝማች ፀሐዩ ቆንጆ ስም እንጂ ከፉው አልነበረም። ክፉም ቢኖር እንዳው ሳነፃፀረው 10 በመቶ ይሆን እንደሆን እንጂ፣ 90 በመቶው ትልቅ ሥራ ሠርተው፣ የጎጃምን ዐይን ከፍተው፣ ልማትና ሥልጣኔ አሳይተው የሄዱ መሆናቸውን የሚመሰክር

ነው።

ደጃዝማች ፀሐዩ የሚወቀሱበትንና የተሳሳቱበትን ጉዳይ በተመለከተ አቶ ወንድ ይፍራው በግልፅነት አጫውተውኛል። በሰዎች መሸነፍ ሊኖርባቸው እንደሚችል አልደበቁም።

> ያው የሚታሙበት ለነፈታውራሪ ደምስ አላምረው ወናዊነት በማሳየታቸው ሲሆን፤ የእነርሱ ክፉ ምግባር የእሳቸውን እጅ ማቆሸሹ አልቀረም። ይህ ደግሞ ከድንቅ ሥራቸው ጥቂት ጉድለት ቢኖር፣ ሰው ናቸውና ጥላሸት በመቀባት የሠሩትን ትልቅ የልማት ሥራ ዐይንን በጨው አጥቦ መካድ በኔ በኩል ነገሬም አይደል። ራሱ ይናገር የል? በዕድሜዬ ስለ ሙስና፣ ጉቦና አድልዎ ሰምቼባቸው አላውቅም። ለኛ በዚያን ዘመን ወጣትና ትምህርት ቀመስ ለነበርነው እንኳን የሚገርሙ ዘርፈ ብዙ የልማት ሰውና ትልቅ የሥራ ዲስፕሊን የነበራቸው ሰው የነበሩ መሆናቸው ነበር። ከሳቸው በፊትም ሆነ ከሳቸው በኋላ በልማት እና በፍትሕ ከፍተኛ ሥራ የሠራ የለም። ስርቆሽና ነፍስ ግድያ፣ ጉቦ፣ ቅሚያና ውስልትና ይበዛበት ነበር ጎጃም። ይህንን ሁሉ አፅድተው ለመሄዳቸው አሁንም ድረስ ኀልቶ ይነገርላቸዋል።

የስህላን (ረቡዕ ገበያ) ወረዳ ገዥ ስለነበሩት ቀኛዝማች ሰውነቴ አቶ ወንድ ይፍራው ወሬኛ ይልማ እንዲህ ሲሉ አጫውተውኛል፡-

> ቀኛዝማች ሰውነቴ ባለገንዘብ ነበሩ። በዚህ ላይ ሰነፍ፣ ጠጅና ጮማ ከመቁረጥ በስተቀር አስተዳደር የማያውቁ፤ ያልተማሩ ጨዋታና ቀልድ የሚወዱ በዋል ፈሰስ ነበሩ። በዚህ ላይ ሌላም የሚወቀሱበት የሥነ ምግባር ጉድለት የሚታይባቸው ሰው እንደነበሩ አገር የሚያውቀው ነው። ደጃዝማች ፀሐዩ ከግዛታቸው አንሥተው፣ በማዕረግ ማርቆስ እሳቸው አጠገብ አምጥተው አስቀመጧቸው። ያው እንደ ግዞት ሊቆጠር ይችላል። ታዲያ ሰውነቴ ጨዋታም ይችሉ ስለነበር፣ በተለይ የደጃች ፀሐይ ባለቤት ይወዷቸውም፣ ያቀርቧቸውም ነበር። አንድ ጊዜ እንዳውም አማላጅ እስከመሆን ደርሰው፣ "እባክዎ ከንግዲህ ጥፋት አያጠፉም። ሕዝቡንም አይበድሉምና ወደ ግዛታቸው ይመለሱ" ብለው ደጃዝማችን ጠይቀዋቸው ነበር። ደጃዝማችም "የለመደ ውስልትናና ጉቦኛነት እንዲህ በቀላሉ አይለቅም፣ በዚህ ላይ ግዛታቸው የቀማኛና ሽፍታ አገር ነውና እንደ ሰውነቴ ያለ ደካማ ሰው ሳይሆን፣ ጠንካራ ሰው ነው ላስተዳደሩ የሚሆንና፤ ወደ ግዛታቸውስ አልሰዳቸውም። እዚሁ አንቺው ዘንድ የሚወዱትን እየበሉና እየጠጡ [ይቆዩ፣" ብለው፤] ጠጅም በቀን ሦስት ጊዜ እንዳይጓደልባቸው አዝዘውላቸው እዚያው ከቤተ መንግሥቱ እንዲቀመጡ ማድረጋቸው ይታወቃል። "እኔ ከኪሴ በየወሩ መቶ ብር ተቆራጭ አድርጌላቸዋለሁ፣" ብለው ከዚያው ከማርቆስ እንዳይወጡ አድርገዋቸዋል። ቢሆንም ቀኛዝማች

ሰውነቴ በነገር ደጃዝማችን ወጋ ማድረጉን ስለሚያውቁበት፣ ደጃዝማችም እየሳቁና ሰምተው እንዳልሰማ ይሆናሉ እንጂ ምንም አላደረጓቸውም። በመጨረሻ ያው በምልጃም ቢሆን ሰውነቴን ግዛታቸውን መልሰውላቸው ከግዞትና እስርም ፈተው ሰደዋቸዋል። ሆኖም ሰውነቴ በደጃዝማች ፀሐይ ላይ ማሳደማቸውና ከአድመኞቹ ጋር መተባበራቸው አልቀረም።

❋❋❋

“ጎጃምን ጎጃም ያደረጉ፣ ... ትልቅ ሰው፣ ያገር ባለ ውለታ ደጃዝማች ፀሐዩ ዕንቁ ሥላሴ ናቸው::”

- መሪጌታ ሊባኖስ የተመኘ

መሪጌታ ሊባኖስ የተመኘ ደጃዝማች ፀሐዩ ጎጃም ተሹመው ሲመጡ፣ በመሪጌታነት ቁልቋል ማርያም ላይ የተሾሙ፣ በጎጃም አሉ ከሚባሉ ሊቃውንት አንዱ ነበሩ። ይህ መጽሐፍ ከመጠናቀቁ በፊት ከዚህ ዓለም በሞት ተለይተዋል። ይህ መጽሐፍ ለሕትመት እንደበቃ ልልክላቸው ቃል የገባሁትን መፈጸም ባለመቻሌ አዝናለሁ። መሪጌታ ሊባኖስ የተመኘ በመሪጌታነት መጀመሪያ የተሾሙት ቁልቋል ማርያም ማለት፣ በእነማይ ወረዳ፣ ብቸና አውራጃ የምትገኝ ቤተ ክርስቲያን ነበር። በብቸናም እያሉ አውቃለሁ የሚሉት ደጃዝማች ፀሐዩ በእውነት የሥራ ሰው፣ ታታሪ የነበሩ መሆናቸውን ነው። ማርቆስም ከገቡም በኋላ በዐይኔ አየሁ የሚሉት “ጎጃምን ጎጃም ያደረጉ፣ ቤተ መንግሥቱን የከተማውን መግቢያ መውጫ ደህና አድርገው በሥርዓት ያሠሩት ትልቅ ሰው፣ ያገር ባለ ውለታ ደጃዝማች ፀሐዩ ዕንቁ ሥላሴ” መሆናቸውን ነው። የመሪጌታ ሊባኖስ ምስክርነት እጅግ አድርጎ ልብ የሚነካ በመሆኑ የተቻለውን ያህል ቃል በቃል መጥቀስ አስፈላጊ ሆኖ አግኝቼዋለሁ።

> የጎጃም ተወላጆችም አልሠሩት። እነዚያ መሪ የነበሩት ካባታቸው የተቀበሉት የንጉሥ ተክለ ሃይማኖት ልጅ ናቸው የተባሉት ራስ ኃይሉም አልሠሩት። ጎጃም ይታዘባል ያውቃል። እኔ ላማቸውም፣ የተጣሏቸው ሞቱ ብዬም አይደለም፤ ጎጃምን አልበደሉትም። ይኸ የምታዩት አደባባይ አለት ደንጋይ ሥራ ማይዝ ወፈጥ[39] ተገትሮበት የነበረ አደባባይ፣ አልፋ አልፋ ጎጆይቱ በድንጋይ ጥግ ለጥግ ነው ተሠርታ የነበር። ምሽጋችን ነው እየተባለ ወፈጥ ደንጋይ ነው ተለጥልጦበት የነበረ፤ እሳቸው መጥተው በሥነ ሥርዓት ይኸ

39 ወፈጥ ማለት በጎጃም ከአፈር በላይና በታች አፍጥጦ የሚገኝ/የሚታይ ምን ያልተሰራበት አለት ድንጋይ ማለት ነው

ጎዳና ያለው ቤተ መንግሥት ግራና ቀኝ ተከፍሎ ያስተዳደሩና የፍርዱ፣ የፖሊሱና የፀጥታው በሚገባ ሆኖ የተሠራ በደጃዝማች ፀሐዩ ዕንቆ ሥላሴ ነው።

ይህ ሁሉ ከተሠራና ልማቱ ቦግ ብሎ ከታየ በኋላ፣ ፊታውራሪ ደምስ አላምረው የኛ ሁሉ ዘመድ ናቸው፣ እሳቸውን ማስጠጋታቸውና ማሾማቸው የእገሌ ልጅ ነኝ፣ የባላባት ልጅ ነኝ ባዩ ትልልቅ ትልልቁ ተጣላቸው። ብዙ ሰዎች ተጣሏቸው። ወደ አዲስ አበባ እየሄደ አሳበቀ፣ ጮኸ። ከዚያ እገሌ ያጣራው፣ እገሌ ያጣራላችሁ፣ ደጃዝማች ከፍሌ እርገቱ[40] ያጣሩት ተባለ፡ ኋላ ደግሞ ደጃዝማች ከፍሌ ዳዲ[41] ይጨመሩበት ተባለ። እንዳው መቼም ብዙ ተደረገ። አላረካም። ባያረካ ጠመንጃ ያለው ገበሬ፣ ያው የመንደር ሰው ነው፣ ባላባትና አርበኛ ነኝ ባይ ነው ፊታውራሪ ደምስ አላምረውን የጠላቸው። ደምስ አላምረውን የጠላ ወደ ደጃዝማች ፀሐዩ ዞረ። በዚህ ላይ ደግሞ፣ የፖለቲካ ክስረት አለበት ሕዝቡ፤ እውቀት የለውም፣ ገበሬ ነው፣ በነዚህ በትልልቆቹ አወቅሁልህ በሚለው በመመራት ገበሬው ተቀሰቀሰ። አወቅሁልህ ባዮች ሲነግሩት ወጨፎም ያለው፣ ውዥግራም ያለው ጠመንጃውን አንሥቶ ተኩስ ከፈተ። በእነ እከሌ፣ በእነ እከሌ ምክንያት ተባለ፤ በነፊታውራሪ ደምስ ተባለ፣ በነቀኛዝማች ዘውዴ የሚባሉ ነበሩ፣ እንዳው ብዙ ሰዎች ወዳጆቻቸው ነበሩ፤ በነዚያ ምክንያት ተኩሱ ተከፈተ። ያው ተደረገ፣ ተፈጸመ፣ ምንም ረድፍ የለውም። ያው ከዚህም ከዚያም ብዙ ሰው ሞተ።

ይህንን ከተማ ከተማ ያደረጉ፣ ቤተ መንግስቱን መልክ የሰጡት ቅርፅ የሰጡት ጎዳና ያወጡለት፣ በዚህ በኩል ወህኒ ቤቱን፣ ይህንኑ ያስተዳደሩን የምታዩት፣ በዚያ በኩል የፖሊሱ፣ ያስተዳደሩ፣ ያቃቢ ህጉ፣ የፍርድ ቤቱ ሁለመናው ቅርፅ ያለው የሠሩለት፣ ለማርቆስ ደጃዝማች ፀሐዩ ናቸው። ባለ ውለታ ናቸው ላገር በኔ በኩል። ግን የውለታ ክፍያ ሰይጣን ፈተነና፣ እሳቸውን ያው ያለስማቸው ስም እየሰጡ አሳጡ። ያው እሳቸውም ደህና ጠስቀው ይዘው ነበር። ያው ቆይተው እሳቸውም ላልተው ተዉት ነገሩን። ያው ወደ ጅማ ሄዱ። የበደሉት እኔ የማውቀው ነገር የለም። የጎጃም ባለ ውለታ፣ ባለ ካሳ ናቸው። የኖረው ባላባት ነይ ባዩ ያልሞከረውን ሥራ ሰርተው፣ ሃውልቱ ይህ ምስክር አይደለም እንዴ? ይኸስ ግንብ የቆመው የሳቸው አይደል፣ አስተዳደሩ፣ ፖሊሱ፣ ፍርድ ቤቱ አሁን ወርዶ እዚህ

---

40 ደጃዝማች ከፍሌ እርገቱ በጊዜ ያገር ግዛት ሚኒስቴር ነበሩ።

41 ደጃዝማች ከፍሌ ዳዲ በዚያን ዘመን የከፋ ክፍለ ሃገር እንደራሴነታቸው ዘመን አብቅቶ የዘውድ ምክር ቤት አባል የነበሩና አዲስ አበባ ቀጨኔ አካባቢ ከደጃዝማች ፀሐዩ ጋር በጉርብትና የሚኖሩ የደጃዝማች ፀሐዩ ወዳጅ ነበሩ።

ሲሠራ እንጂ፡ የበጅሮንዱ፣ ያቃቤ ህጉ፣ የብቻ፣ የመሰብሰቢያ አዳራሹ የብቻ አድርገው ይኸን ሁሉ ትክክል አድርገው ያሠሩ ደጃዝማች ፀሐዩ ናቸው። መልክ ሰጥተው የሰሩ እሳቸው ናቸው።

እንኳን ይህንን ማርቆስ ቤተ ክርስቲያኑ ልስን የሌለው፣ ቀለም የሌለው፣ ወግ አግኝቶ ቤተ መቅደስ እንዲመስል አድርገው ያሳመሩና ያሰሩ ደጃዝማች ፀሐዩ ናቸው። ያንን ያን የተባረከ አናጢ አምጥተው በሦስት ቤተ መቅደስ በሁለት ቅድስት፣ ባንድ ቅኔ ማህሌት የተሠራውን የምሽግ ቤተ ክርስቲያን ያሳመሩት እሳቸው ናቸው። እንግዲህ የሰው ውለታው ፈታኝ ይመጣል፣ ሰይጣን ይመጣል፣ ታሪካቸውን አደበዘዘባቸው። ት/ቤቱን ባለ ወግ ያደረጉት፣ ይኸን የሞጣ ጎዳና የደጃዝማች ፀሐዩ ናቸው ተጨቃጭቀው ያሠሩ። ሆስፒታሉ፣ ውሃና ሙብራትስ ቢሆን፣ በከተማዋ ያስገቡ እሳቸው ናቸው።

ማርቆስን ማርቆስ ያደረጉ እሳቸው ናቸው። ሃሰት ቢልስ ሙች እሺ ይለዋል። እግዜርስ እሺ አይለውም። ሰውም እሺ አይለውም። አለ ዕድል ሙች ይሆናል። አዝነው ነው የሄዱት። ሰው አይውጣብህ እያሉ፣ እየረገሙ ነው የሄዱ። *ሥራ* አልሠራም ብለው እምቢ ብለው ነበር። እኔ አውቃለሁ። ንጉሠ ነገሥቱ ታዘዘን ብለው፣ ለምነዋቸው እሺ ብለው ነው ከፋ የሄዱ እንጂ እምቢ ብለው ነበር። ይህንን እኔ አውቃለሁ። ሌሎችም ወዳጆቻቸው ለምነዋቸው፣ ሙቼም ላገር ለፍተዋል፤ አሁንም ንጉሠ ነገሥቱን አክብረው እሺ ይበሉ ብለው ለምነዋቸው ነው ወደ ከፋ የሄዱ።

ደጃዝማች ፀሐዩ ሀብት ሰብስበው፣ ወደሸዋ አግዘዋል ስለሚባለውም ጉዳይ መሪጌታ ሊባኖስን ጠይቄአቸው እንዲህ ብለውኛል፡-

ሙቼም ስም ማጥፋት ነው እንጂ፣ ደጃዝማች ከጎጃም ሲሄዱ ምንም ይዘው የሄዱት ነገር የለም። መድኃኔ ዓለም ይመስክር፣ አንድም ነገር የለም። ማንን እፈራዋለሁ ዛሬ። የልቤን ነው የምናገር። የዕለት ራት እንኳን ይዘው አልወጡም። እነ አቤቶ ተስፋዬ፣ አያሌው ደስታ፣ ኃይለ ኢየሱስ ፍላቴ ደምስ አላምረውን ስለጠሉ፤ ይህን የሞተ፣ ነፍስ የማያውቅ ሕዝብ ቀስቅሰው ባላባቶቹንም አሰባስበው እነቀኛዝማች ሰውነቴ በውዥግራውም፣ በወጨፎውም፣ በዲሞትፈርም፣ በቤልጂግም ነው የተተኮሰና ሕዝብ ያለቀ። በተለይ የገበያ ማዕከል እንዲሠራ ብለው በከተማ መሃል ትልቅ መሬት ይዞ ገብሮበት የማያውቅ የባላባት ልጅ ነኝ ባይ ቀኛዝማች ቢሰነብት አድገህ የሚባል ነበር። የሱን መሬት ወስደው፣ ግምትና መሃንዲስ ገምቶለት ትልቅ ገንዘብ እንዲሰጠው ያስነሱትና አሁን የገበያው ማዕከል የተሠራበት የሱ ነበር። በዚህ ጉዳይ ጠልቷቸው ኖሮ እሱ ጭምር ነው የከተማው አድማ ቀስቃሽና አስተባባሪ የነበረ።

ከደጃዝማች ፀሐዩ ጋር ጠበኛ ስለነበሩት ቀኛዝማች ሰውነቴና ደጃዝማችም በግዞት መልክ ከቤተ መንግሥቱ አምጥተው እዚያው እየበሉ እየጠጡ አጫዋቻቸው አድርገዋቸው ስለነበሩትም የመሪ ጌታ ሊባኖስ ምስክርነት ከፍ ብለው ከተጠቀሱት አይለይም።

ቀኛዝማች ሰውነቴ መቼም የተንጠራሩ ሰው ነበሩ። መሃይም ሆነው ንግግራቸው አጉል ነበር። በእውነት አይደል መሃይም ሰው ነበሩ። ብዙ ገንዘብ ይዘው ስለነበር፣ በገንዘብ ተመክተው ብዙ ሥነ ምግባር የጎደለው ሥራ መስራትና ጉቦም የሚወዱ ነበሩ። ደጃዝማች ፀሐዩ ደግሞ ብልሹ ሥነ ምግባርና ጉቦ አይወዱም፤ አቀማጥሉኝ ባይ አይደሉም፤ ደጃች ፀሐይ መቆፈሪያ ይዘው፣ ድንጋይ ሲሸከሙ ነው እኮ የሚውሉ። ሰውነቴ ሰነፍዉ ስላልቻባቸው፣ ደጃዝማች ተቆጧቸው። በደጃች ፀሐይ የምመሰክርባቸው የጥፋት ሥራ የለብኝም። ባጭሩ ይኸ ነው። አለ አዋቂ ሕዝብ ጥቅምና ጉዳት የማያውቅ ልማትና እድገት ያልተረዳ ሕዝብ ለባላባቱና ለጉበኛው መሳሪያ ሆነና እነ ፊታውራሪ ደምስን ስለጠላ፤ የባላባቱና ትልቅ ነኝ የሚለው ጉቦ መብላቱና ጥቅሙ ሲቀርበት፣ ያ የለመደው ጠጁና ጮማ ቆራጩ እዚያው እያረደ ጌታ ነኝ የሚለው እንደ አምላክ አምልኩኝ ይል የነበረና ሰለጠንኩ የሚለው ተማሪ ሕዝቡን ሰበከው፣ ሕዝቡም ተናደ፡ ተሰበከ አገሬ። እሳቸው ከኸዱ ስድሳ ዓመት ሊሞላው አይደል? አገሬ ይኸው ጭለማ ለብሶ ነው የቀረ። እኔ የማውቅ ይኸንን ነው።

መሪ ጌታ ሊባኖስ ደጃዝማች ፀሐዩ የልማቱን ሥራ ሲመሩም ሆነ ራሳቸውም አብረው ሲሠሩ እዚያው እንደነበሩና እንዳስተዋሉ ይናገራሉ።

እንደ ደሃ ገምባሌ አድርገው ቦት ጫማ አርገው ድንጋይ እየተሸከሙ እሳቸው ደንጋይ ሲያነሱ ያ ሁሉ ትዕቢተኛ ትልቅ ነኝ፣ የባላባት ልጅ ነኝ፣ አርበኛ ነኝ ባይ አብሮ ሳይወድ የግዱን ድንጋይ ያነሳል ። እነኚህ እነደጃዝማችና ፊታውራሪ እከሌ የሚባሉ ሁሉ ደጃዝማች ፀሐዩን ከሰሱ የተባሉ ሁሉ እኮ በሰው ያረሱ እኮ ናቸው። አሳርሶ እንጂ አርሶ ያልበላ እኮ ነው። ሥራ ያሳዩት እኮ ደጃዝማች ፀሐይ ናቸው። ዝም ብሎ እኮ ዘንጉን ይዞ ሂዶ እኮ ነው ይኸ የኛ ጤፍ ነው፣ ይኸ የኛ ባቄላና አተር ነው እየተባለ እኮ ነው የነበረ፣ ሠርቶ መብላት ምን ማለት እኮ እንደሆነ እሳቸው እየሰሩ ነው ያሳዩ። ይኸ ነው እኔ የማውቅ ጌታዬ።

በደጃዝማች ፀሐዩ ላይ የተቀሰቀሰው ተቃውሞ መልኩን እየለወጠና ሕዝብ እንዲሸሻቸውም፣ እንዲጠላቸውም ለማድረግ "አስማተኛ ናቸው፣ ጋኔን ይስባሉ" እየተባለ በቤተ ክህነት አካባቢ፣ ባደባባይና ትምህርት ቤት ሳይቀር ይነገር እንደነበር አስታውሳዋል። ይህንን በተመለከተ የመሪጌታ ሊባኖስ የምስክርነት ቃል እንዲህ የሚል ነው፡-

በደጃዝማች ፀሐይ ላይ ሴራ ነው የተሠራ። ገበሬ ያወራውን መሃይም ይደግመዋል እንጂ ደፍሮ ከመናገሩ በፊት አያገናዝበውም። አፉ ያመጣውን ነው የሚለቀው። አለስም ስም እየሰጡ፣ ይኸው ተሳዳቢ ምን ማን አሉ፣ ጋኔን ሳቡ፣ እያሉ ስማቸውን አጠፉ። ደጃዝማች እንዲህ ዓይነቱን ቅብጥር አያውቁትም፤ እኮ ጋኔን ሊስቡ!? ግን ያንን ያህል ውርጅብኝም ወረደባቸው። እነዚያ ከሳሾች የሰጧቸውን ስም ጋኔን ይስባል የሚሉ እንኳን ደጃች ፀሐይ ሌላ ሰው እከሌ እሚባል ጋኔን የሚስብ አለ? እኔ እስባለሁ? ከኔ ይበልጣሉ በእውቀት? በስልጣን ነው እንጂ! እኔም ጋኔን አላውቅም እንኳን እሳቸው።

ደጃዝማች ግብር ያበሉ ነበር። ሕዝቡ ወደ ግብሩ እንዳይሄድ አለስማቸው ስም ተሰጣቸው። አስማት ያበላሃል የሚል። የሱ ባሪያ እንድትሆን። ሲበላና ጠጁን ሲጠጣ፣ ጮማውን ሲቆርጥ የነበረውን የፍልሰታ፣ የልደት፣ የጥምቀት እንደዚያው እንደንጉሥ ተከለ ሃይማኖት ይደረግ የነበረውን በሴራ ሕዝቡን አስፈራሩት። ሕዝቡም ከእኛ ጋር አትገኝ፣ የፀሐዩን ግብር የበላውን ሲሉት ከግብሩ ቀረ፣ እሳቸውም ይህም ሆኖ በዚህ ተቀይመው አልተዉትም።

በደጃዝማች ፀሐይ ላይ ጌታዬ አንድ ነገር ልንገርህ፣ እውነት አማናዊት ድንግል ትመስክርብኝ፣ የምጠላባቸው አመል አንድም የለኝም። ሃይማኖታዊነታቸውማ ምን ይጠይቃል። የትንሳኤ የሚዘክሩ፤ አስቀድሰው ሌሊት ይኸንን የማርቆስን ካህን ሲያገለግል ያደረውን የሚጋብዙ፤ አብማን፣ ግምጃ ቤትን፣ እንድማጣን፣ አራቱን ቤተ ክርስቲያን ጠርተው ጋብዘው፤ ያው ሌሊት እንደ ልማዱና እምነቱ ቤቱ ሄዶ ደም እንዲያፈስ በጉና ፍየሉን አሲዘው የሚሰዱ ነበሩ። የመንግሥት ሰራተኛው ሆድ ለሆድ አይገናኝም ነበር። የቅዱስ ዮሐንስ እሳቸው ቆመው፣ ኢቃ እየሰጡ፣ እያቀረቡ፣ ባለቤታቸው ከንዳቸውን አውጥተው እንደ ደጃዝማች ተራ ሰው ሆነው ነበር የሚጋብዙ። እሳቸውን ማማትማ በኔ ምላስ አይገባም። አገሬን አገር ያስመሰሉትና መልክ የሰጡት እሳቸው ስለሆኑ ለሳቸው የምሰጠው አንድም ስም የለም። ይኸው ክርስቶስ ይመስክር። ያው አለፈ ነገሩ። ያው እነኚያ ከሳሾች ሞቱ ብዬም አይደለም። እኔን ያውቃሉ፣ ሁሉም መሪጌታ ምንድን ሰው ነው ቢባል በስሜ ያውቁኛል። "ያልታደለ አገር" ስለውም አይደል የምውል የነበር።

ገበሬ ቀስቀስውም አይደል ሰባት ስምንት ቦታ ላይ እኮ ነው ተኩስ የፈነዳ፣ አራት አምስት አመት እኮ ይሆናል እኮ ፀጥታ ደፍርሶ የነበር። ንጉሡ ባይሏቸው እዚሁ ልሙት ብለው የነበር። ንጉሡ ና አሏቸው ሄዱ ወደ ከፋ ሄደ ቀሩ። እኔ ልሙትልዎ ይኸው አምላከ ዳዊት ይመስክር፣ በሳቸው ላይ የምጥለው ቃል የምጥለው ያየሁት ክፉ ነገር የለም። አገሬን መልክ ሰጥተው የሄዱ እሳቸው ናቸው። ጥላን አንሺ ሆነው፡ ጥላን አውጪ ሆነው፣ ደጃች

ፀሐይ። ያልተማረ ሰው፣ ውሃ የሚፈነቅለው መሬት ነው። እኔ ያ ሁሉ ተኩስ ሲወርድ በናብራ፣ በጃራ፣ ሹም ሁኜ በእነሴ አለሁ፣ እንዴት አድርጌ እውነቱን ለሳቸው እመሰክራለሁ? አንዱ የባላባቱና አርበኛ ወገን ነኝ የሚል በጥይት ይመታኛል።[42] እንዴት አድርጌ እመሰክራለሁ? ማንስ መስክር ብሎኝ? እኔ ደጅ ሆኜ እያለቀስኩ አሳቸውም ሄዱ፣ የጉቦኛ መጫወቻ ሆንን። እሳቸው ከሄዱ በኋላ ዳኝነት ቀረ፣ ፍርድ ቀረ፣ "ምን ይዘሃል ሆነ! ሂድ አነጋግረው፣" ይባላል።

ብዙ ነገሮች ጽፌ ይዤ ነበር። አንድ የማስታውሰውን ልንገርሁ። በመንታ ልጅ ተጣልተው፣ የመንታውን ልጅ እናት ከሌላ ነው የወለደችው ብሎ ሰውዬው ከሷት ኖሮ ሴትዮይቱን አስጨንቆ ያዛት። በዚያን ጊዜ ደም ምርመራ የለም። ደጃዝማች ጋ ጉዳዩ ደርሶ፤ እሳቸው ሴትዮይቱን "እውነቱን ንገሪኝ የመንታዎቹ አባት ማነው? አባቱ አልቀበል ካል እኔ ወስጄ አሳድጋቸዋለሁ፣" አሏት። ይህንን ባልዬው ሲሰማ እውነት መሆኑን ያውቅና ያንቀጠቅጠውና ይታመማል፣ ያንዘረዝረዋል። እሳቸው "ይህ ሰው እኔንም ያስኮንነኛልና ውሰዱና አሳክሙት፣" ብለው ወደ ሆስፒታል ይልኩታል። ይህንን አውቃለሁ። ለደጃች ፀሐዩ የምሰጣቸው አመል የለም።

እርሶ ይህንን ሁሉ የሚጠይቁኝ ሰው ምናቸው እንደሆኑ አላውቅም። እኔ እውነቱን ነው የምናገር። በንጉሥ ተክለ ሃይማኖት ስም የሚጠራ ት/ቤት ያሰሩት ንጉሥ ተክለ ሃይማኖት ናቸው? ወይስ ልጃቸው ራስ ሃይሉ? እስቲ ይበሉ ይንገሩኝ? ደጃዝማች ፀሐዩ ናቸው። ደግሞም ት/ቤቱን በንጉሠ ነገሥቱ ወይም በራሳቸው ስም አልሰየሙት። ንጉሥ ተክለ ሃይማኖት ብለው የሰየሙ እሳቸው ናቸው። ጎጃም ጨለማ የዋጣት እሳቸው ከዚህ ሲወጡ ነው ለኔ። አደባባዩስ ቢሆን ያሰሩት ደጃች ፀሐዩ ናቸው። ማን ይባል ቢባል እሳቸው ናቸው ንጉሥ ተክለ ሃይማኖት አደባባይ ነው መባል ያለበት፣ አገራቸው ነው፣ ንጉሣችሁ ናቸው ብለው ያሉ ደጃች ፀሐይ ናቸው። ቤተ መንግሥቱንስ ቢሆን፣ ንጉሥ ተክለ ሃይማኖት ቤተ መንግሥት መባል አለበት ያሉ እሳቸው ናቸው። ቀዳማዊ ኃይለ ሥላሴ ቤተ መንግሥት ይባል አላሉም። ይኸው አደባባዩም፡ ት/ቤቱም፣ ቤተ መንግሥቱም አለ ይናገራል።

ይህ አገር፣ የለም፣ ደካማ አገር ነው። እግአብሔር ብቻ ይህንን እህሉን እንዲያበቅል ምድሩን ባርኮታል፣ ከብት እንዲያድግበት ምድሩን ባርኳል። ሰውማ የኔ ጌታ፣ "ሰውንማ ደግሞ አይገባም ይኸ ነገር እውነት አይደለም" ያሉት እንደሆን አንዱ አምባገነን ተነሥቶ ያዘረዋል። የማያመዛዝነው እየተነሣ የመጣለትን ይናገራል፣ ያው ሕዝብ ይቀሰቀስና መተላለቅ ይሆናል።

---

42 ናብራ፣ ጃራ፣ እነሴ የወረዳ ስሞች ናቸው።

እዚያው ላይ ሬሳው ነው የሚነሣ፣ ባንድ ደንቆሮ ቅስቀሳ። የእውነት ነገር እኔ አይቼ አላውቅም፣ ሴራ ነው። እህሉን አሟጠው ወሰዱት የተባለው ልክ ነው? የት ነው የወሰዱት? አልወሰዱም። የሳቸውማ ግፍ ዳኝነት እንዳይታይ አድርጎ ጎጃምን አጨልሞት ቀረ።

መሪጌታ ሊብኖስ ደብረ ማርቆስ ከገቡ በኋላ ከፍተኛውን የቤተ ክህነት ማዕረግ ይዘው ያገለገሉ ነበሩ። ብቸና አውራጃውንም ለአምስት ዓመት መርተዋል። ከዚያ የጎጃም የክፍለ ሃገር ወንጌል ሰባኪ ነበሩ። በመስከረም ወር 2011 ዓ.ም. ሳገኛቸው አሁን ባገራችን የፍትህ እጦት ምን ያህል እንዳሰመረራቸው አጫውተውኝ፤ የተሻለ ቀን ሳያዩ ከጥቂት ወራት በፊት ከዚህ ዓለም በሞት ተለይተዋል። ነፍሳቸውን ይማረው እያልኩ የሳቸውን ምስክርነት የምደመድመው በራሳቸው አንደበት የነገሩኝን እንዳለ በመጥቀስ ነው፡-

በደጃዝማች ፀሐዩ ላይ እንደደረሰው፣ ይኸው እኔም አለስሜ ስም ተሰጥቶኝ፤ ዳኝነት የሚያይልኝ አጥቼ፣ ብሉይ ሃዲስ ተምሬ፣ ዜማ መጻሕፍት ተምሬ፣ ትርጉምና ድጓ አስራ ዘጠኝ ቀመር የተማርኩ ሰው እሁድ እዚሁ ከቤቴ ሳልወጣ አረፍዳለሁ። ቤተ ክርስቲያን ስወድ፣ ማህሌት ስወድና ከበሮውን አዝዬ ስመታው ሌላ ነበር፤ ወንጌልን ስሰብክ ሌላ ነበር፤ ይኸው ጎጃም ፍትሕ ነስቶኝ እዚሁ ቤት እውላለሁ። በኔ ብቻ ሳይሆን፣ ይኸ ዛሬ በአገራችንም የሚካሄድ ያው አንድ ዐይነት ሴራ ነው። መጽሐፈ መክብብ ላይ እንዳለው "ያልተማረ መሃይም ይናገራል እንጂ አያገናዝብም።" አርባ ዘመን ለቤተ ክህነት ያገለገልኩ ነኝ። በቀዳማዊ ኃይለ ሥላሴ ፊት መጽሐፍ ቅዱስን የሰበኩ ነኝ። በሴራ፣ ይኸው ተገፍቼ ቀረሁ። ሊቁ ካልጠፉ እኛ አንኖርም የሚል የማያመዛዝነውና ወደነፈሰበት የሚነፍስ አይደል አሁንስ መንግሥትን ያስቸገረ? አላዋቂው አዋቂ ሆኖ አገር ያተራምስ የል አሁንስ? በደጃች ፀሐይስ የሆነ ይኸው አይደል? እብሪትና ሴራ ያሳበጠው ፈጣሪውን አይፈራ። ነገር ፈትሎ ሰው የሚያስደበድብና የሚያስገድለው ፊትም አለ፣ አሁንም አለ። ሰው ሲጠፋ ሰው ለመሆን የማያስብ ትውልድ ነው የተፈለፈለ። ቢሆንም አልረገግመውም። አዋቂ፣ አስተዋይ፣ ሰው ይስጥህ ብዬ ነው የምል እንጂ፣ አልረገግመውም። ጎጃምስ ጨለማ የወደቀባት ደጃች ፀሐይን ጠልተን ያባረርን ጊዜ ነበር።

***

“ሰሌን ባርኔጣቸውን አድርገው፣ ጉልበታቸው የሚደርስ ቦት ጫማቸውን አድርገው ከተማውን በእግራቸው፣ ሲዞሩና ሕዝቡን ችግሩ ምን እንደሆነ ሲጠይቁ ነበር የሚውሉ።”

- አቶ በሻህ ፀጋዬ

ከማለዳ ጥዋት እስከ ዘጠኝ ሰአት የልማቱን ሥራ ለመምራት ወደ ከተማው በእግራቸው ከመጓቸው በፊት የተለመደ የቁርስ ሰአት ለማድረግ ዘወትር የሚሰበሰቡባት ጥላ ሥር የተነሳ ፎቶ

አቶ በሻህ ፀጋዬ በደጃዝማች ፀሐዩ የጎጃም እንደራሴነት ዘመን የቤተ መንግሥቱ አስተዳዳሪ ሆነው የሠሩ ናቸው። ደጃዝማችን “አባታችን ነበሩ” ይሏቸዋል። እሳቸው ወደ ጎጃም ተሹመው ሲመጡ፣ ቤተ መንግሥቱን እንደሠሩ “ማንም የሚያውቀው” መሆኑን ነግረውኝ፣ ወደ ከፋ ከሄዱ በኋላ “በጎጃም ልማቱም አብሮ ሞተ” ሲሉ ውይይታችንን ጀምረናል። በመቀጠልም ባለፉት 50 ዓመታት የተሠራ ልማት አለመኖሩን፣ “እኔ ያየሁትንና የማውቀውን ነው የምመሰክር” በማለት ለውይይታችን መግቢያ የሚሆን ያህል ከጀመሩልኝ በኋላ፣ የተረኩልኝን ከራሳቸው አንደበት ያገኘሁትን እንደወረደ አቅርቤዋለሁ፡-

> ሌባና ቀጣፊ በዝቶ ነበር። እሳቸው ከመጡ ወዲዚህ በጣም ሰላምና ልማት ሆኖ ጎጃም ተከብሮ ሳለ ባንዳንድ ትንንሽ ሰዎች ምክንያት ዐመፅ ተቀሰቀሰ። እንግዲህ የሳቸው ጥፋት ሆኖ ሳይሆን የሾሚቻቸው ደምስ አላምረውና ዘውዴ

ደርሰህ፣ እነርሱ ሲሾሙ መጀመሪያ ሌባና ሽፍታ እንዲጠፋ አደረጉ። እሳቸው የሾሟቸው ሰዎች፣ በብቸና እነደምስ አላምረው፣ ሰናን ወረዳ ዘውዴ ደርሰህ፣ በሞጣ አያሌው ደስታ ሌባውንና ሽፍታውን ካጠፉ በኋላ፣ እነርሱ ደግሞ በተራቸው ሕዝቡን በደሉ።

አያሌው ደስታ በመጀመሪያ የደጃዝማች ወዳጅና አርበኛ ነበሩ። በኋላ ከሹመታቸው ሲያነሷቸው ነው የኢድማው ዋና አስተባባሪ የሆኑ። ከሹመታቸው ያነሷቸው ምክንያት ነበራቸው። በአርበኝነት ታሪካቸው እየተምነሸነሹ የሕዝቡ ችግርና ብሶት ምንም ሳይመስላቸው የራሳቸውን ምኞት ብቻ በዚህም በዚያም ከመሰብሰብ አልፈው ከሽፍታ ጋር ውስጥ ውስጡን ማሴራቸውን ደጃዝማች ደረሱበት። በዚህ ምክንያት በደጃዝማች ላይ ተቃዋሚዎቻቸውን ማስተባበር ያዙ።

በከተማውም ሰፊ መሬት የያዘ ቀኛዝማች ቢሰነብት አድገህ የሚባል ነበር። የእሱን መሬት ለገበያ መናኸሪያ እንዲሆን የደለበ ግምት ሰጥተውት እንዲነሣ ሲያደርጉት፤ መጀመሪያ ግምቱንም ከዚያ የሰፋ መሬትና ገንዘብ ለመቀበል ተስማምቶ በኋላ ላይ ለካስ አቂሞባቸው ኖሮ እሱም የከተማው አድማ መሪ ሆነ። ቀኛዝማች ቢሰነብት አድገህ ከነደጃዝማች አያሌው ደስታ ጋር አበረ። እነ አያሌው ደስታና ኃይለ ኢየሱስ ፍላቴ፣ ቀኛዝማች ሰውነቴንም ጨምሮ ቀደም እኛ ባላባትነቱም አርበኝነቱም ያለን ሰዎች እያለን እንዴት ከሸዋ አገረ ገዥ ይላክብናል ብለው ተከፍተው ስለነበር እነርሱ ተቃዋውሞውን አባባሱት።

ሕዝቡም እንደ ሰላማዊ ሰልፍ አድርጎ ተነሥቶ ስለነበር፤ ሕዝቡን ለማስታገስ መከላከያ ሚኒስቴር ከነበሩት ሌፍተናንት ጄነራል ከበደ ገብሬ የታዘዘ ጦር ሠራዊት መጥቶ ፀጥታ ለማስከበር ተሞክሮ ነበር። ጃንሆይ የፈለጉት ሕዝቡን በኃይልም ቢሆን ቀላድ በሚል አለአግባብ የተተረጎመውንና ሕዝብ ለማነሳሳት ማቀጣጠያ የሆነውን የእርሻ ግብር በነፍስ ወከፍ ብር ከሃምሳ እንዲከፍል ለማድረግ ነበር። በነፍስ ወከፍ የእርሻ ግብር ሁሉም እንዲከፍል፣ የግብር አሰባሰቡም ዘመናዊ እንዲሆን መደረጉ፤ ያገሬው ባላባትና አርበኛ ነኝ የሚለው እንደፈለገው ከገበሬው ሰብሉን እንዳይዘርፈውና ገበሬው የእርሻውን ግብር ለመንግሥት እየከፈለ፣ ባላባቱ ሳያስቸግረው አርሶ የሚጠቀምበትን ሥርዓት የማውጣት ነበር። ነገር ግን የተከፉ ሰዎች ያልተማረውን ገበሬ በሸዋና በጎጃም መካከል ያለ ጠብ አድርገው፣ ይህንንም ቀላድ ተጥሎ መሬትህን ፀሐዩ ወስዶብህ ጭሰኛው ሊያደርግህ ነው ብለው ሲሰብኩት፤ ገበሬውም እውነት መስሎት ተነሳ። በዚህ የተነሣ፣ አልፎ አልፎ መድፍም የተተኮሰበት ሁኔታ ተፈጥሮ ነበር። በኋላ ዐመፁ እየከፋ መሄዱን ሲያዩት፣ በመካከሉም አንድ የብቸና ሰው የነበሩ ደጃዝማች ተመስገን፣

አከታትሎም ደጃዝማች ከፍሌ እርገቱና ደጃዝማች ከፍሌ ዳዲ ከአዲስ አበባ አስታራቂ ተብለው ወደ ማርቆስ መጡ። እነርሱም ከደጃዝማችም ከአድማ መሪዎችም ተነጋግረው፤ በመጨረሻ ሕዝብ ከሚሞት ሕዝቡ እንዲነሡለት የጠየቃቸው እንዲነሡ ተብሎ እንደ ዘውዴ ደርሰህ፣ ደምሴ ረታ፣ ደምስ አላምረው እሳቸውም ደጃዝማችም ጭምር እንዲነሱ ተደረገ። ደጃዝማች መነሣቱንም አልፈለጉትም ነበር። የምነሣ ከሆነ ከእንግዲህ ይበቃኛል፣ አገልግያለሁና ጡረታ ይሻለኛል ቢሉ ንጉሡ አይሆንም ብለዋቸው ወደከፋ ተዛወሩ።

በቀኛዝማች ሰውነቴና በደጃዝማች ፀሐዩ መካከል ስለነበረው ግጭት ከአቶ በሻህ ፀጋዬ ያገኘሁት ምስክርነት፣ ደጃዝማች ሰውነቴን እንደሰው እንደማይጠሏቸውና እንዳልበደሏቸው የሚጠቁም ነው። ከዚህም የተነሣ፣ ከዚህ በፊትም ሆነ ከዚህ በታች ምስክርነታቸውን የሰጡ ሰዎች ቀኛዝማች ሰውነቴን የሚደግፍና የተጎዱበትን የሚመሰክር አላገኘሁም። አቶ በሻህ እንዲህ ይላሉ፡-

> ቀኛዝማች ሰውነቴ የስህላን (ረቡዕ ገበያ) ወረዳ ገዥ ነበሩ። እሳቸው ደካማና ምንሽንሽ ስለነበሩ አስተዳደሩ አልሆነላቸውም። ሌባና ቀማኛ መብዛቱ ብቻ ሳይሆን፣ ፍትሕም እየተጓደለ፣ እሳቸውም በጉቦ እጃቸውን በማቆሸሽ የታወቁ ነበሩ። ደጃዝማች ፀሐይ ከግዛታቸው አንሥተው፣ ማርቆስ አምጥተው ከከተማ እንዳትወጣ ብለው አስቀመጧቸው። ቀኛዝማች ሰውነቴም ደጃዝማች የከተማውን ልማት ሲያሠሩ አብረው መገኘት ግዴታ ስለሆነ፤ አንድ ጊዜ ዝናብ ይሆንና፣ ወዲህ ይምጡ ይሏቸዋል። ሰውነቴ መቼም ጨዋታም ቀልድም የሚያውቁ ስለነበሩ "አይ ደጃዝማች! ዝናቡማ ምን አለኝ። የጎዳኝ ፀሐዩ ነው እንጂ፣" ብለው ይመልሳሉ። ይህንን ደጃዝማችም፣ ኋላም ባለቤታቸውም ይሰሙና ይስቃሉ። እንዳውም ባለቤታቸው አማላጅም ሆነው ለደጃዝማች "ምነው እኚህን ሰው ወደ ግዛታቸው ቢመልሷቸው" ብለው ለማማለድ ሞክረው ነበር። ደጃዝማች ግን ግዛታቸው ሰውነቴን ለመሰለ ደካማ የሚሆን አይደለም። ሌባና ሽፍታ የሚበዛበት ነውና ጠንካራ ሰው ካልሆነ ሰውነቴ አይችሉትም፣" ብለው ለባለቤታቸው እንደመለሱላቸውና በባለቤታቸው በኩል የሚበላ የሚጠጣው ያው የሚወዱት ጮማና ጠጅ እንዳይጎድልባቸው፣ በተለይ ጠጁ በቀን ሶስት ብርሌ እንዲሰጧቸው፣ በደጃዝማች በኩል ደግሞ የኪስ ገንዘብ ከራሳቸው ኪስ መቶ መቶ ብር በወር እንዲሰጣቸው አዘውላቸው ነበር። ሰውነቴ ግን ይህንን አልወደዱትም። "እኔ ብር ምን ያደርግልኛል እዚያው አገሬ ሄጄ እረግ እረግ የምልበትንና፣ እዚያው ተመልሼ ብምነሽነሽ ነው እንጂ" ብለው በመለመናቸው በመጨረሻው ሰውነቴን እዚያው ግዛታቸው መልሰዋቸው ነበር። ይህም ሆኖ ሰውነቴ ደጃዝማችን ከሚጠሉት ከነቀኛዝማች ቢሰነብት አድገህ፣ አያሌው ደስታና ኃይለ ኢየሱስ ፍላቴ ጋር

ሆነው ውስጥ ውስጡን አደሙባቸው።

ቀኛዝማች ቢሰነብት አድገህ ማርቆስ ከተማ መካከል ሰፊ መሬት ነበራቸው። ለከተማው አንድ የመገበያያ ማዕከል አይነት እንዲሰራ በየቦታው የተበታተነው ቸርቻሪው አንድ ቦታ ተሰባስቦ እንዲነግድ ለማድረግ ቦታቸውን ወሰደውባቸው ነበር። እንዲሁ መንጠቅ ሳይሆን ከነበራቸው የሰፋ፣ ምትክ ቦታ፣ ገንዘብም ጭምር የጠየቁትን ሰጥተው አስነሥተዋቸው ነበር። እሳቸውም በዚህ አቂመውባቸው ነበር። የከተማውን አድማ በየቦታው ከነበሩና አዲስ አበባ ድረስ ሄደው ደጃዝማችን የከሰሱ ከእነ አያሌው ደስታ ጋር የተባበሩ አንዱም ቢሰነብት አድገህ ነበሩ።

የደጃዝማች ፀሐዩን አስተዳደር፣ በሠራተኛ ቅጥር ቢባል በሹመት፣ ለዚያው እውቀቱና ብቃቱ ላለው ለክፍለ ሃገሩ ተወላጅ ይሰጣሉ እንጂ እንደሚታሙት ከሸዋ አባይን ተሻግሮ ለመጣ ይቅርና ለቅርብ ዘመዶቻቸውም ቢሆን የማያደሉ ሰው አልነበሩም ሲሉ አቶ በሻህ ፀጋዬ ሰፋ አድርገው አጫውተውኛል።

ከዚህ የነበረ አመራራቸው ሰው ከአዲስ አበባ ተሹሞ ሲመጣ እሳቸው "ጎጃም ሰው ጠፍቶ ነወይ ከዚያ ሰው ሾማችሁ የምትሰዱ፣ አለቀበለውም፣" ብለው መልሰው ወደመጣበት ወደ አዲስ አበባ ይልኩት ነበር። ይህንን አውቃለሁ። እሳቸው በተገቢው መንገድ፣ የጎጃሙን ተወላጅ ትምህርትና ችሎታ ያለውን አስጠንተውና አስፈትነው፤ ራሳቸው የወረዳ ፍርድ ቤት ዳኛም፣ የአውራጃ ፍርድ ቤት ዳኛም ሆነ ጸሐፊ አድርገው፣ ሚኒስትሮችን አስፈቅደው፣ እነርሱ እምቢ ቢሉ በቀጥታ ለንጉሡ ነግረው ይቀጥሩት እንደነበረ፤ እኔ ብቻ ሳልሆን በሕይወት ያሉም፣ በወሬ የሰሙም፣ እውነቱ ይህ ነው ብለው የሚመሰክሩት ነው። ንጉሡም ደጃዝማች አንድ ነገር ጠይቀዋቸው፣ እምቢ ብለዋቸው አያውቁም ሲባል እንሰማለን። "የጎጃም እናት የሚያስተዳድራት ልጅ [አልወለደችም] ያለው ማነው?" ይሉ እንደነበር አውቃለሁ። የሚሠራውን ሰው ለመለየት ጥዋት ቀድሞው በየቢሮው ይገባሉ። ይገቡና ማን አርፍዶ እንደሚገባ፣ ማን ቀድሞ ቸኩሎ ከቢሮ ወጥቶ እንደሚሄድ፤ በየቢሮው፣ አስተዳደር ይሁን ግምጃ ቤት፣ ፖሊስም ይሁን ፍርድ ቤት፣ መዝገብ ቤትም ድረስ እየሄዱ ያጠኑና ከወር በኋላ እነዚህ ሁሉ መሥሪያ ቤት ይሄዱና ልግምተኛውንም ባግባቡ ሰአት አክብሮ ሥራውን የሚሠራውን፣ ባለ ጉዳይ የሚበድለውንና የማይበድለውን ለይተው ስለሚያዉቁት፤ ከወር በኋላ ያስጠሩና ካነጋገሩት በኋላ፣ ቅጣት የሚጣልበት ላይ ቅጣት ይጥሉበታል። ሹመት የሚገባውንም ሹመትም፣ የደመወዝ እድገትም ወዲያውኑ እንዲደረግለት ወስነውንና በማዘዥያው ላይ ፈርመውለት ይልኩታል። ማንም ባለጉዳይ ሰው ደጅ ጠኚ ሆኖ እንዲንገላታ አይፈልጉም ነበር። ባለጉዳይን በደጅ ጥናት ያመላለሰና ጉቦ

የተቀበለ ካገኙ አይምሩትም።

አቶ በሻህ ፀጋዬ ከሚገረሙባቸው ጉዳዮች አንዱ የደጃዝማች ፀሐዩን ውሳኔ አሰጣጥና ቀልጣፋነት የሚመለከት እንደሆነ እንደሚከተለው አጫውተውኛል፡-

እኔ በሌላው ክፍለ ሃገር ጠቅላይ ገዥዎች ያደርጉት እንደሆን አላውቅም። በደጃዝማች ፀሐዩ ያየሁት ባለጉዳይ ካጋጠማቸው ቢሯቸው ድረስ እንዲመጣ ሳይናገሩ እዚያው እዳሪ ካገኙት ጉዳዩን እዚያው ይፈጽሙለታል። የከተማ ልማቱን ሲመሩ ያገኙት እንደሆነ፣ ሌላ ጊዜ ተመለስ ወይም ቢሮዬ እንድትመጣ የሚሉ ሰው አልነበሩም። እዚያው ውሳኔ ይሰጡና ያሰናብቱታል። ሰሌን ባርኔጣቸውን አድርገው፣ ጉልበታቸው የሚደርስ ገምባሌ ድረስ ቦት ጫማቸውን አድርገው ከተማውን በእግራቸው፣ ማንም ሳይከተላቸው፣ ሲዞሩና ሕዝቡን ችግሩ ምን እንደሆነ ሲጠይቁ ነበር የሚውሉ።

አንድ ሰውዬ ሦስት በሬዎች ተሰርቀውበት ለአቤቱታ ማመልከቻ አዝሎ ማርቆስ ድረስ ይመጣል። እሳቸውም እዚያው እዳሪ የሰዉን በደሉን ችግሩን ሲሰሙ ስለሚውሉ፣ ይህንንም ሰው መንገድ ያገኙትና "ምን ችግር ገጠመህ ወዳጄ? ምን ልርዳህ?" ይሉታል። እሳቸው ባለጉዳይም ይሁን ደጀ ጠኚ "ወዳጄ" ብለው ነው የሚያናግሩ። እሱም "እኔ አቤት የምል ጠቅላይ ገዥው ዘንድ ነውና ወደዚያ ነው የምሄድ፣" ይላቸዋል። "ግድ የለህም እኔ የጠቅላይ ገዥው ፀሐፊ ነኝማ፤ ጉዳይን ንገረኝ። ጠቅላይ ገዥም ዘንድ የሚያቀርብህ ሰው አደርግልሃለሁ፣" ይሉትና ጉዳይህን ንገረኝ ይሉታል። እሳቸው ማን ይሁኑ አላወቃቸውም። እሳቸውም የያዘውን የአቤቱታ ደብዳቤ ተመለከቱና፤ እዚያው ላይ በሬዎቹን የዘረፉበት ወንበዴዎች ባስቸኳይ ተፈልገው እንዲያዙና በሬዎቹም ተፈልገው እንዲመለሱለት፣ የዚያ ወረዳው ገዥ ባስቸኳይ በሬዎቹን አፈላልጎ እንዲያመጣ፣ በሬዎቹ ካልተገኙ ሌባው እንዲተካለት፣ ተይዞም እንዲታሰር በደብዳቤው ላይ ይጽፉና አንድ ቀኛዝማች አበበ የሚባሉ ሰው ነበሩ ወደሳቸው ይልኩታል። ቀኛዝማች አበበም እዚያው ስለነበሩ፣ ደጃዝማች ፀሐዩም ቀኛዝማች አበበ ማለት እኛውልህ ብለው ያሳዩትና ወደቆሙበት ይልኩታል። ቀኛዝማች አበበም የደጃዝማችን ውሳኔ ካነበቡ በኋላ፣ "አሁንማ ጉዳይህ አልቆልሃል፤ ወደ ወረዳ ገዥህ ተመልሰህ፤ ወረዳ ገዥህም በዚህ ውሳኔ መሠረት ጉዳይህን ይፈጽምልሃል፣" ይሉታል። እሱ ግን "ጠቅላይ ገዥው ዘንድ አቤቱታዬን ሳላደርስ፣ እናንተን አምኜማ አገሬ አልገባም፣" ቢል፤ "ጠቅላይ ገዥውን አታውቃቸውም?" ብለው ቀኛዝማች አበበ ይጠይቁታል። እሱም "አላውቃቸውም፣" ይላል። "በመንገድ ብታያቸውም አታውቃቸውም?" ሲሉት፤ "ማን ብዬ ነው የማውቃቸው። ቀደም ብሎማ አይቻቸው ቢሆን፣

አውቃቸው ነበር፣" ይላል። "እንግዲያውስ፣ እኛ እዚያ ስሌን ባርኔጣ አድርገው የቆሙትና ማመልከቻህንም እስቲ አምጣው ብለው የተቀበሉና አንብበው ወደ እኔ የላኩት ጠቅላይ ገዥው ናቸው። ደጃዝማች ፀሐዩም ማለት እሳቸው ናቸው፣" ሲሉ ቀኛዝማች አበበ ቢነግሩት፤ በሬ የጠፋው ሰው ደንግጦ፣ የሚገባበት ጠፍቶት መለስ ብሎም እጅ ለመንሳትም፣ ለማመስገንም ተቸግሮ ቆሞ መቅረቱን አስታውሳለሁ። ደጃዝማችም ባዘዙት መሠረት፣ ወረዳ ገዥው ሌቦች በሬዎቹን በበርሃው በኩል አድርገው ወደ ወሎ ሊያሻግሩ ሲሞክሩ ተይዘው ኖሮ፤ በሬዎቹ ለባለቤቱ ተመለሱለት። ጊዜውም የእርሻ ጊዜ ስለነበር፣ ሳይተጓጎልበት አርሶ ለመብላት በቅቷል። ሌባውም ከባላባቱም ከምኑም ደህና የተዛመደ መሆኑን ደጃዝማች ስላወቁ፤ ተይዞ ማርቆስ ወህኒ እንዲገባ ካደረጉ በኋላ ፍርዱንም ሲጨርስ፣ ወደ ሌብነቱ እንዳይመለስ እዚያው ከማርቆስ እንዳይወጣ ማድረጋቸውን አውቃለሁ። እሳቸው ወደከፋ በሄዱ ጊዜ ጎጃም በጣም አዝኖ ነበር። "የጎጃም አዋይ፣ ሌባ ቀልጦ አለቀ ቢታዬው ፀሐይ" እየተባለ ተገጥሞላቸዋል።

ምዕራፍ ሁለት

ጎጃም ሲያወድስም ሲረግምም መቀኘቱ አይቀርም

በዚህ ምዕራፍ ስለ ደጃዝማች ፀሐዩ፣ እጅግ የሰዎች ልብ የሚነካ ምስክርነት ቀርቧል። ጎጃም ሲወድ የተቀኘላቸውንም ሲጠላ ደግሞ የተቀኘባቸውንም ቅኔ ጭምር ያካትታል።

ንግሥት ኤልሣቤጥና ቀዳማዊ ኃይለ ሥላሴ የአባይን ሸለቆ ሲጎበኙ። ከንጉሠ ነገሥቱ ጎን የሚታዩት ራስ መስፍን ስለሺ ሲሆኑ ከጀርባ የሚታዩት የጎጃም ጠቅላይ ግዛት ባለሙሉ ሥልጣን እንደራሴ ደጃዝማች ፀሐዩ ዕንቆ ሥላሴ በ1958 ዓ.ም.

“ትልቅ ሰው ነበሩ። ለደብረ ማርቆስ መሠረትና ዋልታ ነበሩ።”

- መሪጌታ ገበየሁ ቦጋለ

መርጌታ ገበየሁ ቦጋለ አድገህ በአሁኑ ጊዜ የጸርሐ ጽዮን አብማ ማርያም ቤተ ክርስትያን አገልጋይ መምህርና በምስራቅ ጎጃም ሀገር ስብከት የአጫብር ደጓ ዜማ የአብነት መምህራን ማህበር መሰራችና ሊቀመንበር ናቸው። ለዚህ መጽሀፍ መረጃ ለማሰባሰብ ደብረ ማርቆሰ በሄኩበት ጊዜ ያገኘኋቸው፣ እስከዚያ ጊዜ ድረስ በሥራ ላይ ያሉ ሰው ናቸው። ደጃዝማች ፀሐዩን የሚያውቋቸውበልጅነታቸው ነው። ስለ ደጃዝማች ፀሐይ ብዙ እንቀኝ ነበር በሚል ትውስ የሚላቸውን ቅኔ እንደሚከተለው ነግረውኛል። ለምሳሌ፤ የዐጣነ ሞገድ አሰር ነጋሲ ቅኔ ነው።

ግዕዙ፡- ኢያሱ መስፍን ኃይለ ሥላሴ ንጉሠ ፳ኤል ተሰምየ። በጠፈረ ሰማይ ጎጃም እስመ አቀመ ፀሐየ። ወፈጠሪሁሰ ተአረየ። እስመ በጠፈር ጎጃም ፀሐየ አርአየ። ወበዝንቱ ሕይወትነ ዐብየ።

ትርጓሜው

ኢያሱ መስፍን ኃይለ ሥላሴ የ፳ኤል ንጉሥ ተባለ።በሰማይ ጠፈር ጎጃም ፀሐይን አቁሟልና።ፈጣሪውንም ተካከለ። በጎጃም ጠፈር ፀሐይን አሳይቷልና። በዚህም ሕይወታችን ከፍ ከፍ አለ።

ማብራሪያ

“ኢያሱ የእስራኤል መስፍን ነው። ኢያሱ ርስት ለእስራኤል ሲያካፍል ቢመሽበት ፀሐይን ቆይ አላት። ፀሐይ ጨለማውን ትታ እስከሚጨርስ ድረስ ቆየችለት።” (ኢያሱ 10፤12) እንደዚሁ ደጃዝማች ፀሐዩ የጎጃም ጠቅላይ ግዛት ገዢ እንደነበሩ ለመግለጽ ነው።

ወደ ወረብ ለወጥ ተደርጎ በዜማ መልክ ይዘመር የነበረው ደግሞ

ግዕዙ፤- አ አንትሙ ሰብአ ምድረ ጎጃም እንዘ ቀዲሙ ጽልመት አንትሙ ሰብአ ምድረ ጎጃም፣ ሰብአ ምድር ጎጃም ይእዜሰ ሠረቀ ለከሙ ብርሃነ ፀሐይ

ፀሐይ ፀሐየ ፍቅር አሐው ፀሐይ ፀሐየ ጽድቅ ሠረቀ ለከሙ።

ትርጓሜው፡- “እናንተ የጎጃም ሰዎች ሆይ፣ ቀደም ሲል በጨለማ ነበራችሁ (በልማትና በአስተዳደር በፍትሕ ሥርዓት አልነበራችሁም) ዛሬ ግን የፀሐይ ብርሃን ወጣላችሁ፣ የፍቅር ፀሐይ የጽድቅ ፀሐይ ወጣላችሁ።

ቅኔ፣-

ኧረ እንዴት ሁኘ ነው ፀሐይን የምሞቅ የኔ አለም በረዶ ከአድማስ የሚርቅ አንተ ፀሐይ ሙቅ አንተ ሰማይ ምጡቅ (እሩቅ)

“አቡነ ሰላም ፀሀይ እንቁ ስሉስ ከሳቴ ብርሀን የልማቱ ጳጳስ፣ አባይ ዙሪያው ገባው በጣትህ ይቀደስ”

መሪጌታ ገበየሁ ቅኔውን የተማሩት መሪጌታ ይሁኔ ወርቅነህ ከሚባሉ ሊቅ ነው። ገና በልጅነታቸው ወደ ደጃዝማች ፀሐዩ የተጠጉት፣ በእኚሁ የቅኔ መምህራቸው አማካኝነት ነበር። ታሪኩንም ሲናገሩ መሪጌታ ይሁኔ ወርቅነህ ደጃዝማች ፀሐዩን “ደብረ ማርቆስ ሰሌን ባርኔጣቸውን አድርገው፣ ክረምት ከበጋ ጎጃምን ለማልማት ሲደክሙ አይተው” ቅኔ ይሰጧቸዋል። ቅኔውም “እምሽክ ልቅቅ ብሎ መገዛት ነው እንጂ፣ ድንጋይ ሥራ አገኘ እንኳን የሰው ልጅ፣” የሚል ነበር። ደጃዝማችም በጅሮንዳቸውን ይጠሩና “ኧረ በጅሮንድ ረታ፣ ይህንን ደብተራ አንድ ቦታ ስጥልኝ፣” ብለው ያዛሉ። መሪጌታ ወርቅነህም 30 ብር ደመወዝ ተቆርጦላቸው፣ በገንዘብ ሚኒስቴር ሥራ እንጅባራ ሂዱ ይባላሉ። መሪጌታ ይሁኔ ግን ደጃዝማችን “ጌታዬ እኔ የገንዘብ አሰባሰብ የሒሳብ ትምህርት አልተማርኩ። የተማርኩ የቤተ ክህነት ትምህርት ነው። እኔ እርሶ ዘንድ ተላላኪ ሆኜ፣ እዚሁ ትንሽ ገንዘብ እያገኘሁ ሥራ ብለምድ ነው የሚሻለኝ፣” ይሏቸዋል። ደጃዝማችም “በጅሮንድ ረታ ዘንድ ተላላኪ ሆኖ በ15 ብር ይቀጠር፣” ይሉና የሥራ ትጋታቸው ታይቶ የዕቃ ግምጃ ቤት ሓላፊ ይሆናሉ። እኒህም ይህንን የምስክርነት ቃል የሰጡኝ መሪጌታ ገበየሁ ቦጋለም የመሪጌታ ይሁኔ ተማሪ ሆነው ከሥራቸው አይጠፉም ነበርና፣ ደጃዝማች ዘንድ ለመጠጋት ዕድሉን አገኙ። አጋጣሚውንም ሲናገሩ እንዲህ ይላሉ፦

> አንድ ጊዜ እዚህ የጦር ሠራዊት ምሽግ የነበረው ወተረላው ላይ ደጃዝማች ሰሌን ባርኔጣቸውን አድርገው ውሃ ጉድጓድ ያስቆፍሩ ነበር። እሳቸው ደንጋይ ተሸክመው ሲሠሩ፣ መላው ወደላው እብሪተኛ መኳንንትና ባላባት ሁሉ አብሮ ይሸከማል። ያ ቦታ ሲቆፈር ውሃ ወጣው። ፀበል ነው ተባለ። ፀበል ነው ተባለና ጥምቀት በሙሉ የቤተ ክርስቲያኑ ታቦታት ወደዚህ ፀበል ወደተገኘበት እንዲወርዱ ተደረገ። እዚያ በማለዳ ታቦቱ ሲባረክ፣ ዲያቆን ይጠፋል። የኔ ድቁና አንዲት ጠፍ ቤተ ክርስቲያን ላይ ነበር። ከዚያች ጠፍ ቤተ ክርስቲያን ተጠራሁና፣ “እዚህ ባሕረ ጥምቀቱ ዲያቆን ጠፍቷልና ና፣” ተባልኩና እዚያ ተገኘሁ። እዚያ እንደተገኘሁ ጥዋት ታቦታቱን ለመባረክ “በእንተ ቅዱሳትን በቃሉ የሚያነብ ዲያቆን ይምጣ፣” አሉ አቡነ ማርቆስ። ደጃዝማች ፀሐይም እዚያው ነበሩ። እኔም “አለሁ፣” ብዬ፣ ጠጋ አልኩና በእንተ ቅዱሳትን በቃሌ ላፍ አደረኩት። ይህንን አይተው ደጃዝማች ፀሐይ ጠርተው 15 ብር ሸለሙኝ። በዚያን ዘመን 15 ብር ብዙ፣ የሰማይ ያህል ሩቅ የሆነ ብር ነበር። በዚህ አውቃቸዋለሁ። ትልቅ ሰው ነበሩ። ለደብረ ማርቆስ

መሠረትና ዋልታ ነበሩ፤ ልጅም ብሆን አስታውሳቸዋለሁ።

"ደጃዝማች ፀሐዩ ሰው የሚበድሉ ሰው አልነበሩም፣" የሚል፣ ከፍ ብዬ የጠቀስኳቸው ምስክሮች ከተናገሩት ጋር የሚመሳሰል ቃል ከመሪጌታ ገበየሁ አንደበትም ሰምቻለሁ። ከልጅነታቸው ጀምሮ የሚያስታውሱትንና የሚያውቁትን፤ በተለይም ከነቀኛዝማች ሰውነቴ፣ ደምስ አላምረውና ከሌሎችም ጋር የሚገናኘውን በተመለከተ እንዲህ ይላሉ፡-

> እኔ የቀኛዝማች ሰውነቴ አገር ሰው ነኝ። ነገር ግን ሰውነቴን ደጃዝማች ፀሐይ አልበደሏቸውም። ያው ዝናብ ቢጥል ደጃዝማች፣ ሰውነቴን ወዲህ ይምጡ ዝናቡ አይምታዎት ሲሏቸው "ዝናቡማ ምን አለኝ። የጎዳኝ ፀሐዩ ነው እንጂ፣" ብለው በነገር ቢወጓቸውም፤ ደጃዝማች ስቀው ከማለፍ አልፈው ውሎ አድሮም ወደ ግዛታቸው መልሰዋቸውል።
>
> ደጃዝማች ፀሐዩ እውነቱን ለመናገር ሰው የሚበድሉ ሰው አልነበሩም። እኔ ሁለት ነገሮች እላለሁ፣ በልጅነቴ ከማውቃቸው። ደምስ አላምረው የሚባል ነበር። ሌላው ደግሞ ቀኛዝማች ዘውዴ የእሱ ባለው አባት ዘውዴ ደርሰህ። እነኚህ ሕዝብ ብሶቱን የሚያሰማባቸው ነበሩ። እነርሱን አቅርበዋቸዋል። እነርሱን ሾመዋል። እነርሱ ደግሞ ሰው ይበድላሉ። ያለ ሕግ የሚያስሩና የሚያጉላሉ ነበሩ። አልተማሩም የተማሩም አይደሉም። ስለዚህ በእነርሱ ምክንያት ደጃዝማች ፀሐዩን ሕዝቡ ቢቀየማቸውም፣ የሠሩለትን ደግ ሥራ፣ ልማቱንና ትክክለኛ ዳኝነታቸውን በሆዱ ይዞት ኖሯል።

ከመሪጌታ ገበየሁ ጋር ከነበረኝ ቃል መጠይቅና ውይይት እንደተረዳሁት፣ እኚህ ሰው በ60 ዓ.ም. የጎጃም አርሶ አደር ዐመፅ ሲቀሰቀስ፣ "ገና ልጅ፣ የድጓ ተማሪ" ነበሩ። ይህንን መልሰው ካስታወሱኝ በኋላ ምንም ቢሆን የማይረሳቸው መምህራቸውና በድንግልና ይኖሩ የነበሩት የየኔታ መንግሥቴ ካሣ ጉዳይ ነበር። በዚያ ዐመፁ በተቀሰቀሰ ሰዓት የኔታ መንግሥቴ ካሣ ስለደጃዝማች የሰጡት የምስክርነት ቃል "ቀላድ ተጣለብህ" በሚል አርሶ አደሩን ያነሳሳውን ጉዳይ የሚነካ ነበር። ይህንንም ከራሳቸው አንደበት እንዳገኘሁት ቃል በቃል እንደሚከተለው አስፍሬዋለሁ፡-

> ስለደጃዝማች ፀሐይ መምህራችንን የኔታ መንግሥቴ ካሳን፣ ድንግል ናቸው፣ እሳቸው ይናገሩ ተብለው ከመኪናው ይስቀላሉ። ይናገራሉ ተብሎ ዐመፀኛው የጠበቀ ሌላ፣ እሳቸው የተናገሩ ሌላ ሆነና ቁጭ አለ። ይውጡ ይባሉና ቤተ ክርስቲያኗ ደብረ ቃል ትባላለች፣ ከዚያች ብቅ ይሉና ከመኪናው ተሰቅለው ንግግር ሲያደርጉ አቡነ ማርቆስም እዚያው ነበሩ። በንግግራቸው ላይ በመጀመሪያ ንጉሠ ነገሥቱን፣ "ኢየሱስ ክርስቶስን የመሰሉ ንጉሥ ናቸው፣ ምን አሏችሁ? በሃይማኖትህ፣ በእምነትህ ሠርተህ ጥረህ ብላ ነው ያሉ፣" ብለው ተናገሩ። ወደ ደጃዝማች መለስ አሉና "ደጃዝማች ፀሐይስ ምን አረጋችሁ? ምን አላችሁ? ሥራን አክብሩ፣ ሠርታችሁ ብሉ

ነው ያላችሁ። ልማቱን ያመጣው ማነው? ደጃዝማች ፀሐይ አይደለም? ምን ልሁን ብላችሁ ነው አድማ የምታድሙ? እናንተ ጠግባችሁ፣ መረን ተለቃችሁ፣ እየሄዳችሁ የየሰዉን ቤት እየከፈታችሁ እየዘረፋችሁ፣ ሰው እየገደላችሁ፣ ጠግባችሁ ነው እንጂ ሌላ ምን ሆንን ብላችሁ ነው? እናንተ ሰዎች በእጃችሁ የሰው ደም አለ፣" ብለው ይናገራሉ። ይህንን የሚሉ አቅም የሌላቸው መነኩሴ፣ ድፍረታቸው ሌላ ነበር። እኚህ ድንግል መምህራችን ቀጠል አድርገው ደግሞ፣ አንድ ምሳሌ አድርገው ለመናገር እንዲህ አሉ፡- "እኔ መሪጌታ ሳለሁ አንድ በቅሎ ገዛሁ። ያችን በቅሎ ተል ተሎ በጋለብኳት ሳምንት በጉያዬ ትገባለች። ትቻት አንድ ሳምንት በሰነበትኩ ቀን እሺ አትለኝም። ልትረግጠኝ ይከጅላታል። እናንተም ነጻነት ተለቃችሁ፣ ጠግባችሁ ሽቅብ እየተራገጣችሁ ነው። ምን አባትክ ታውቃለህ? ምን አለህ ደጃዝማች ፀሐዩ? ያስተማረህ ልማት ነው። ሰላም ነው። በክርስትና እምነት ፅናትን፣ በፍርድ ደግሞ ፍትሕን ያመጣልህ ፀሐዩ ነው። እኔ የማውቀው ሠርተህ ብላ ነው ያለህ። ግብር ብር ከሃምሳ አምጣስ ቢል መንግሥት ግብር ላይሰበስብ ነው? ሃምሳ ብር ክፈል ተባልክ የምትል ብር ከሃምሳ መሆኑ ጠፍቶህ ነው? ለማነሳሳት ብለሽው ነው እንጂ፣" ብለው ሕዝቡን ሰድበው፣ ወደየመጣበት እንዲገባ ያደረጉ በድንግልና የኖሩት የኔታ መንግሥቴ ካሣ ነበሩ። ብቻ በዚያው ላይ፣ ንጉሡ ተል ተሎ ጎጃምን አለመጎብኘታቸው ቅር ያሰኘ ጉዳይ መሆኑንንም እዚያው ተናግረው፤ ሕዝቡ በወስላታ ባላባቶች ተነሳስቶ ማመፁን አውግዘው፣ እንደ ሰላማዊ ሰልፍ አድርጎ የተሰበሰበውን ሕዝብ እንደበተኑት አውቃለሁ።

❋❋❋

እሳቸው እዚሁ ቀርተው ቢሆን፣ ማርቆስ ሌላ ትሆን ነበር። ይኸው ከሄዱ 50 ዓመት አለፈ።… ጎጃም ልማት ቀርቶ ጨለማ ወረደበት።

- አቶ በላይ ኃይለ ማርያም

አቶ በላይ ኃይለ ማርያም በደብረ ማርቆስ ቤተ መንግሥት የአስተዳደር ሠራተኛ የነበሩና በጡረታ ላይ የሚገኙ ሰው ናቸው። ከመኖሪያ ቤታቸው ድረስ ሄጄ በማግኘት በቂ ጊዜያቸውን ሰጥተውኝ፣ እንደሌሎቹ የቃለ መጠይቁ ተሳታፊዎች ከሳቸውም ጋር ነጻ ውይይት አድርገናል። እሳቸው እንደነገሩኝ በአስተዳደር ሠራተኛነት የቀጠሯቸው ደጃዝማች ፀሐዩ ነበሩ። ሞጣ ተቀይረው ከሄዱም በኋላ፣ ደብረ ማርቆስ ተመልሰው፤

በዚህ በአስተዳደሩ ሥራ ከደጃዝማች ፀሐዬ ሳይለዩ አብረው የኖሩ መሆናቸውን ይናገራሉ።

የደጃዝማች ፀሐዬን መጥፎነት አላየሁም። ቀጣፊና ጉቦኛ፣ ጠጪና ሴሰኛ አይወዱም። ይታሙ የነበሩ ሽፍቶችና ሕዝብ ይበድላሉ የተባሉትን እነፊታውራሪ ደምስን አስጠጉ የሚል ነው እንጂ በልማትና እውነተኛነት አቻ ያላገኘሁላቸው፣ በጉቦና አድልዎ የማይታሙ ጠንካራ የሥራ ሰው እንደነበሩ ነበር የማውቀው። እጅጉን ሃይማኖተኛ የነበሩ ቅዱስ ሰው ነበሩ። እኔ እሳቸው ዘንድ ነበርኩ። እሳቸውን በማይረባው መክሰስ እግዜርም አይወደው። እሳቸው እዚሁ ቀርተው ቢሆን፣ ማርቆስ ሌላ ትሆን ነበር። ይኸው ከሄዱ 50 ዓመት አለፈ። አንድ ልማት የሚባል፣ ሕንጻም ሆነ መንገድ የተሠራ የለም። ጎጃም ልማት ቀርቶ ጨለማ ወረደበት። የሳቸው ነገር፣ የደጃዝማች ፀሐዬ ጥሩነት ተነግሮም አያልቅ። ኧረ፣ ኧረ፣ በስመ አብ፣ በማስባቸው ጊዜ እኔ ሙቼም አንጀቴ ሙቼም ቅጥል ነው የሚል።

ደጃዝማች ፀሐዬ የጎጃም እንደራሴ በነበሩ ዘመን በልማት፣ በሠራተኛ ቅጥር ሹመት፣ በፍትህ አሰጣጥ፣ ርህራሄያቸውንና የሚጠሏቸውን ሳይቀር ያቀርቡ እንደነበር አቶ በላይም ይመሰክራሉ።

ማርቆስ ምንም አልነበረም። ባዶ ሜዳ ነው የነበረ። ይህንን ሁሉ ቀይሰውና አስቀይሰው የሚፈርሰውን አስፈርሰው ቤተ መንግሥቱን፣ አደባባዩን የሠሩ እሳቸው ናቸው። ለዚህ ከተማ ትልቅ ሥራ የሠሩና ለአካባቢው ኀብረተሰብ ትልቅ አስተዋፅዖ ያደረጉ ሰው ናቸው። ደሃ ይሁን ጌታ፣ ሁሉንም በደንብ ይዘው፣ በተለይም ለደሃው የሚቆረቆሩ ነበሩ። የሚጠሏቸውንም ሰዎች እንኳን ቢሆን፣ መልሰው አስጠግተው በእንክብካቤና አክብሮት የያዙ ሰው ነበሩ። ይህንን ሁሉ አካባቢ የቀየሩ እሳቸው ናቸው። እሳቸው ከሄዱ በኋላ የተሠራውን የሚያፈርስ እንጂ፣ አዲስ የተሠራ ነገር የለም። ያ እሳቸው ያሠሩት ሁሉ ፈርሷል። ቤተ መንግሥቱ ሲሠራ፣ ዝናብ ይሁን ፀሐይ ክረምት ይሁን በጋ ሰሌን ባርኔጣቸውን አድርገው፣ ድንጋይ እየተሸከሙ፣ ሌላውም እሳቸውን እያየ አብሮ ድንጋይ ይሸከም ነበር።

እስረኛውን በሥራ አሰማርተው፣ ሲያሠሩ ሌላው ባለሥልጣን የእስረኛውን ጉልበት በነፃ ሲጠቀም፣ ሳያበላና ሳያጠጣ ወደ እስር ቤቱ ሲመልሰው፣ እሳቸው ከስራ በኋላ እስረኛውን እዚያው ቆመው በሚገባ አብልተውና አጠጥተው፣ ለሳሙናና ፀጉር መስተካከያ ሳይቀር ከራሳቸው ኪስ ወጭ አስደርገው ነበር የሚመልሱት። ባለሥልጣን እስረኛውን የፈለገበት ወስዶ በነጻ አሠርቶ፣ ሳያበላ ሳያጠጣ መለሰ የሚል ወሬ የሰሙ እንደሆነ፣ ያንን ባለሥልጣን ሆነ ሹም መከራውን ነበር የሚያሳዩት። ሌባ አይወዱም።

ደጃዝማች ሹመት ሆነ ማዕረግ የሌለው ተራ ሰው እንኳን ደፍሮ የተሰማውንና ጉዳትም ካለበት ጉዳቱን በግልፅ ሲነግራቸው የሚያዳምጡና ለሰው የሚያዝኑ ሰው እንደነበሩ የሚከተለውን ጉዳይ በማንሣት አጫውተውኛል። ይህም ለወረዳውና አውራጃው ፍርድ ቤት የተሻለ ሠራተኛ ይፈለግ ከነበረበት ዘመን ጋር የተያያዘ ነበር። አቶ በላይንና ሌሎችንም ይሰበሰቧቸውና ወደ ወረዳና አውራጃ መዛወር የሚፈለግ ከእነርሱ መካካል ይኖር እንደሆን ይጠይቋቸዋል። አቶ በላይና ባልደረቦቻቸው የተሻለ ሹመት መስሏቸው መዛወር እንደሚፈልጉ ለደጃዝማች ይነግሯቸዋል። እሳቸውም እሺ ይሉና "በሉ እንግዲህ በደመወዛችሁ ላይ አምስት አምስት ብር ይጨመርላችኋል፣" ይሏቸዋል። የዚህ ጊዜ ይላሉ አቶ በላይ "እኔ ብድግ አልኩና 'ጌታዬ ለአምስት ብር ጭማሪ ብዬ ነው የምዛወር? ጌታዬ እርሶ ከዚህስ የበለጠ ከኪሶስ ቢሆን አውጥተው ሦስት እጥፍ ሊጨምሩልን ይችሉ የለ፣' ብዬ ስላቸው አንድም አልመሰሉኝም። ዝም ብለው አዳመጡና በወሩ በደመወዛችን ላይ '15 ብር ጨምሬላችኋለሁ፣' ቢሉን እሺ ብለን እጅ ነስተን ወደ ተቀየርንበት ኸድን። እኔ ወደ ሞጣ ተቀየርኩ፣" ሲሉ ነግረውኛል።

ደጃዝማች ፀሐዩ የፍትሕ ሰው እንደነበሩ ሲናገሩ እጃቸው የቆሸሸበትንና የተወቀሱበትንም ጉዳይ አቶ በላይ አልደበቁም:-

> ሕዝብ ተበደልን ብሎ ለአቤቱታ ሲመጣባቸው፣ ትክክለኛውን ጉዳይ ወዲያው አይተው ባፋጣኝ ፍትሕ ሰጥተው ነው እንዲመለስ ያደርጉ የነበር። አንዳንድ ባለጉዳይ አላግባብ ተመላልሶም ከሆነ የለፋበትና የደከመበትን ከመንግሥት ካዝና ሳይሆን ከራሳቸው ኪስ ሰጥተው ነበር የሚያሰናብቱ። ርህሩህ ናቸው። ቤታቸው ሁል ጊዜ ቢበላ ቢጠጣ ደስታቸው ነው የነበረ። ሁል ጊዜ ቤተ መንግሥቱ ለማንም፣ በተለይም ለተቸገረና ለተራብ ክፍት ነበር። የመንግሥት ሠራተኛውስ ቢሆን፣ እድገቱ በጊዜው ተጠብቆ ያድግ ነበር። ግብርም ሲያገቡ አብረው ከተራው ሕዝብ ጋር ተደባልቀው ነው የሚታዩ። ሰው የሚወዱ ነበር። ሌሎች ግለሰቦች ስማቸውን ለማጥፋት እንደሚሉት አልነበሩም። ቀኛዝማች ሰውነቴ መብላትና መጠጣት የሚወዱ ሰነፍና ጉቦኛ ነበሩ። ከግዛታቸው አንሥተው እዚያው ቤተ መንግሥት አምጥተው አስቀምጠዋቸው ምንም አላጎደሉባቸውም። ታዲያ ቀኛማች ሰውነቴ ደጃዝማችን አልፎ አልፎ ሲወርፏቸው እንኳ አቅርበውና አክብረው ነበር የያዟቸው። ሌባ አይወዱም። ደምስን ያስጠጉበት ምክንያት አላቸው። ደምስ አላምረው ሽፍታ ስለነበር ሌባውንና ሽፍታውን ካሉበት ፈልፍሎ አውጥቶ አደብ እንዲገዙና በሰላም እንዲገቡ ስላደረገ እንጂ ሌባና ሽፍታ እንደነበር ጠፍቷቸውም አልነበር። ያው እሾህን በሾህ እንደሚባል ነው። ቢሆንም በደምስ አላምረው፣ ዘውዴ ደርሰህና በጅሮንዳ ረታ ጉዳይ እጃቸው ቆሽሿል።

❋❋❋

"ጎጃምን ጎጃም ያደረጉ ደጃዝማች ፀሐዩ ናቸው።... ማንም አገረ ገዥ ... ያልሞከረውን ያሠሩ፣ ማንም ሰው ሳይጨመርበት ደጃዝማች ፀሐይ ዕንቆ ሥላሴ ናቸው።"

- ሻለቃ ብዙ አዳም እንየው

ሻለቃ ብዙ አዳም እንየው ምናልባት ስለ ደጃዝማች ፀሐዩ ምስክርነት ከሰጡኝ ሰዎች መካከል ከማንም የተሻለ ቅርበት የነበራቸውና የቤተሰቡ አካል የነበሩ ሰው ነበሩ ማለት ይቻላል። ደጃዝማች ፀሐዩ ከልጆቻቸው መካከል አንዳቸውን ለቤተ ክርስቲያን እንዲሰጥ ፈልገው ሻለቃ ብዙ አዳም ገና የ12 ዓመት ልጅ እያሉ አብማ ማርያም ዲያቆን ስለነበሩ፣ በጥምቀቱም የነበሩ ክርስትናም ያነሱ እሳቸው ናቸው። ለትውውቃቸውና የቤተሰብ ያህል አብረው የኖሩ ለመሆናቸው ምክንያቱ ይህ ሲሆን፣ ዘመኑም 1953 ነበር። ይህንን በተመለከተ ከራሳቸው አንደበት የሰማሁት የሚከተለው ነው-

> በ53 ዓ.ም. እኔ በጣም ልጅ ነበርኩ። አ ብማ ማርያም፣ መስከረም ማርያም ማለት ነው ቅዳሴ ገብቼ እቀድስ ነበር። ቅዳሜ ቀን ነበር ቀኑ። ደጃዝማች ፀሐዩና አቡነ ማርቆስ ሊያስቀድሱ እዚህ አብማ ማርያም ይመጣሉ። በኋላ ቀድሼ ስወጣ፣ እሁድ ማርቆስ መምጣት አለብህ ብለው ደጃዝማች ፀሐይ መልእክት ይልኩብኛል። እሁድ ሌሊት ተነሥቼ ማርቆስ ቤተ ክርስቲያን እሄዳለሁ። ደጃዝማች እዚያው ከቤት መቅደሱ ገብተው ቆመዋል። አቡነ ማርቆስም እዚያው አብረዋቸው ቆመዋል። ቅዳሴ ግባ ተባልኩ። ገብቼ ቀደስኩ። ከዚያ በኋላ ደጃዝማች ጠርተው፣ ካሁን ጀምረህ ከድቁና የላቀ ትምህርት ትማራለህ። ድርጎም እኔ ቤት ትበላለህ። ኑሮህም እኔ ዘንድ ይሆናል ብለው ለባለቤታቸው ለወ/ሮ አልማዝ አደራ ሰጡኝ። እዚያ እየተቀለብኩ የቤተ ክህነቱን ትምህርት እንድማር አደረጉ። እጅግ አድርገው ይንከባከቡኝ ነበር። ቄስ ለማድረግ ትምህርቴን ጠንቅቄ እንድማር አድርገው ምንም ሳይጎድልብኝ ለአቅመ አዳም እስከምደርስ ተንከባክበውኛል። ሰባት አመት እሳቸው ቤት ነው የተቀመጥኩ።
>
> ከ53 እስከ 60 ዓ.ም. ድረስ እዚያው ከቤተ መንግሥቱ ተቀምጬ ስኖር አሁን ለአቅመ አዳም ደርሰሃል ብለው ከአቡነ ማርቆስ ተነጋግረው ከታወቁት የቤተ ክርስትያኑ ቄሰ ገበዝ ልጅ ከነበረች ጋር የሠርጉን ወጭ ራሳቸው ችለው እንደ አባት ሆነው አሁን ካለችው ባለቤቴ ጋር በትዳር ቤተሰብ እንድመሰረት ያደረጉ እሳቸው ነበሩ።
>
> ደጃዝማች ፀሐይ ምን ያህል ለኔ ጥረት ያደርጉ እንደነበር፣ እንዴት እንደተንከባከቡኝና እንዳሳደጉኝ የምናውቀው እኔና እግዚብሔር ብቻ ነን። በቤተ ክህነት ትምህርት የላቀ እውቀት አግኝቼ፣ ቤተ ክርስቲያንን

እንዳገለግል፣ ደብረ ሊባኖስ ልከው በጎጃም የማይታወቅ "ደብረ አብይ" የሚባል ቅዳሴ እንድማርና በጎጃም እንዳስተዋውቅ፣ አንድም ነገር ሳይጎድልብኝ በ"ቅዳሴ መሪጌታነትና አቋቋም" ተምሬ እንድመረቅ ያደረጉ እሳቸው ናቸው። እኔ በእውነት እሳቸው ሞቱ የተባለ ለታ እናት አባቴም እሳቸው በመሆናቸው፣ እንጀራዬም እሳቸው በመሆናቸው፣ በጣም፣ እንዳው የተሰማኝ ስሜት ከፍተኛ ነበር።

ሻለቃ ብዙ አዳም እንደነገሩኝ ደጃዝማች ፀሐዩ፣ "ቤተ ክርስቲያንን የሚያፈቅሩ፣ ሰው የሚያከብሩ፣ ትንሽና ትልቅ የማይሉ፣ እውነቱን ደፋሪ፣ እውነቱን ተናጋሪ" ነበሩ። በእርግጥ አንዳንድ ሰዎች ሊጠሏቸው እንደቻሉም አልደበቁም። በሳቸው አስተያየት እነኚህ የተጣሏቸው ሰዎች "በሥራ ደካሞች ስለነበሩ፣ ደጃዝማች ፀሐዩን ይሄ ነው ይሄ ነው ሊሉ ይችላሉ። ፀሐዩ ነው እንጂ ዝናቡማ መች ጎዳን" የመሳሰለውን ነገር ይናገሩ የነበሩ ሰዎችን ያስታውሳሉ። ደጃዝማች ፀሐዩ "የሚሠራ ሰው በጣም የሚወዱ፣ ያንን የሥራ ሰው ፈልገው ከሱ ጋር ብቻ የሚቀልዱ፣ የሚጫወቱና የሚያስጠጉ ሰው ነበሩ፣" ብለውኛል። ሌሎችም ከራሳቸው አንደበት ያገኘኋቸው ትዝታዎች የሚከተሉት ነበሩ።

> እሑድ እሑድ ደጀ ጠኙ በሙሉ እሳቸውን ለማግኘት ከማርቆስ ቤተ ክርስቲያን አስቀድሰው ሲወጡ ይፈልጋቸዋል። ያ ሁሉ ደጀ ጠኝ አይቀርም። ና በሉት ይሉና ተከትሏቸው ቤተመንግሥት ይገባል። ቤተ መንግሥት ሲገባ አዳራሽ አለ። አዳራሹ ተሠርቶ አልቆ ነበር። እዚያ እንጀራው፣ ወጡ ተሠርቶ፣ በጣም በፀዳ ሁኔታ ተዘጋጅቶ ለሁሉም ይቀርባል። ደጃዝማችና ባለቤታቸው እኛ እናታችን ነው የምንላቸው። ወ/ሮ አልማዝ ቀይ ወፈር ያሉ በጣም ሰው አክባሪና እግዚአብሔርን ፈሪ ነበሩ። እሳቸው ቆመው ሁሉንም ይጋብዛሉ። ደጃዝማችም ደጀ ጠኚው መብላቱን አይተው እሳቸውና ባለቤታቸውም እዚያው ተቀምጠው ያንኑ ደጀ ጠኚው የተመገበውን አብረው በልተው ነበር የሚለያዩ።

ደብረ ማርቆስ፣ የክፍለ ሃገር ዋና ከተማነት ባህርይ ያልነበረውና ምንም መሠረተ ልማት ሳይዘረጋበት እንዲሁ የኖረ እንደነበር፣ ቀደም ሲል ምስክርነት እንደሰጡት የክፍለ ሃገሩ ተወላጆች ሻለቃ ብዙ አደምም መስክረዋል። ከደጃዝማች ፀሐዩ በፊት የነበሩት ከራስ ኃይሉ ተክለ ሃይማኖትና ልጆቻቸው፣ ከዚያም በኋላ ደጃዝማች ከበደ ተሰማ፣ ራስ እምሩና ራስ መስፍን በገዥነት መጥተው ሲሄዱ ጎጃምን ለመለወጥ ምንም የልማት ሥራ ሳይሠሩ መሄዳቸውን ነግረውኛል። ይህንንም ከአንደበታቸው አሳጥሬ እንደሚከተለው አቅርቤዋለሁ:-

> ጎጃምን ጎጃም ያደረጉ ደጃዝማች ፀሐዩ ናቸው።ይህንን ቤተ መንግሥት ያሠሩ፣ ማንም አገረ ገዥ ተብሎ የተሾመ ያልሞከረውን ያሠሩ፣ ማንም ሰው ሳይጨመርበት ደጃዝማች ፀሐይ ዕንቆ ሥላሴ ናቸው። እዚህች ከመንገዱ ቀጥሎ የወ/ሮ ሰብለ ወንጌል ኃይሉ ቤት የነበረች የእንጨት ፎቅ

ነበረች። እሳቸው መጀመሪያ እንደመጡ ይኖሩ የነበረ እሷ ውስጥ ነበር። በኋላ እንደምንም ብለው በአንድ ዓመት ቤተ መንግሥቱን አሰሩ። ይህንን ሁሉ ቢሮው ምን ምኑ የተሠራው በሳቸው ነው። እስረኛው ተቀምጦ ድንጋይ እየፈለጠ በበሽታ ከሚያልቅ፤ መንገዱንም፣ ቤተመንግሥቱንም ይሥራ ብለው ወደሥራ ያሰማሩ እሳቸው ናቸው። ግምጃ ቤቱም ሲሠራ እስረኛው በሥራ እየረዳ፣ የሚበላውንም የሚለብሰውንም ለጠያቂ ቤተሰቡ የምትሆነንም ጉርሻ እየተሰጠው ይሥራ ብለው እስረኛው ለመጀመሪያ ጊዜ በእንክብካቤ ተይዞ ሥራም እንዲሠራ፣ ሙያም እንዲማር ያደረጉ እሳቸው ነበሩ። አደባባዩን ሠርተው፣ መሃሉን መንገድ አድርገው አሠርተው የቀዳማዊ ኃይለ ሥላሴን ሃውልት አቁመው ከሠሩ በኋላ፣ መቼም የእኛም ጥፋት ሊሆን ይችላል፣ እሳቸውም በሰው ጠፍተው ሊሆን ይችላል፤ ያው መጨረሻው አላምር ብሎ እሳቸውም አዝነው ከዚህ ሄዱ።

ሻለቃ ብዙ አዳም ስለ "ቀላድ መጣል" ጉዳይ፣ ከነፊታውራሪ ደምስ አላምረውና ቀኛዝማች ረታ በተያያዘ፣ በደጃዝማች ፀሐዩ ላይ የተነሣውን ተቃውሞና ጥላቻ በተመለከተው እንዲህ ይላሉ፡-

> በፊታውራሪ ደምስና ቀኛዝማች ረታ የተነሣ፣ በሳቸው ላይ ጥላቻ ተፈጠረ። ፊታውራሪ ደምስን እዚሁ ነው ያገኙት። ቀኛዝማች ረታ አብረዋቸው ነው የመጡ። በእነርሱ የተነሣ ጥላቻ ሲፈጠር፣ በግብር ብር ከሃምሳ በ61 ዓ.ም በገበሬው ላይ ሲወድቅ፤ ደጃዝማች ፀሐዩ መሬታችሁን ሊሸጥ ነው፣ ፊታውራሪ ደምስ እንዲህ አደረገ፣ ቀኛዝማች ረታ እንዲህ አደረገ፣ የክፍለ ሃገሩ ዲሬክተር የነበረው ግራዝማች ኃይሉ የሚባል ይህንን አደረገ በሚል ... ገበሬው እንዲነሣባቸው አርበኞች ነን፣ የባላባት ልጆች ነን የሚሉት አደረጉ። ዐመፅ ሆነና ብዙ ሰው ሞተ። ያው ጃንሆይም በ1961 መጡና ግብሩ እንዲቀር በሚል ምህረት አደረጉ። ደጃዝማች ፀሐዩም ወደ ከፋ ተዛወሩ። ደጃዝማች ደረጀ የሚባሉ መጡ። እሳቸውም ሰላማዊና እግዚአብሔርን ፈሪ ከመሆኖቸው በስተቀር፣ አዲስ ያስጀመሩት ልማት ሳይኖር የየካቲት 66 አብዮት ፈንድቶ የሳቸውም መጨረሻ አሳዛኝ ሆነ።

ሻለቃ ብዙ አዳም፣ ደጃዝማችና ባለቤታቸው እሳቸውን ማስተማራቸው፣ ከቤተ መንግሥቱ አኑረው ማብላትና ማጠጣታቸው፣ ሠርግ በራሳቸው ወጭ ድግሰው እስከመዳር መድረሳቸው አንሶ፣ ካይናቸው ሥር ርቄ የትም እንድሄድ አይፈልጉም ነበር ይላሉ።

> ትንሽ ቀደም ብሎ ደጃዝማች ከጎጃም ሳይነሡ፣ እኔና ሌሎች ሰባት ዲያቆናት ሆነን ከደጃዝማች ተደብቀን ወታደርነት ተቀጠርን። በኋላ ወህኒ ቤት እስረኛ የሚያጅብ ወታደር ላኩ ሲባል፣ እኛ ታዘዝንና እስረኛ አጅበን ፍርድ ቤት ስንቀርብ፣ እሳቸው ፍርድ ለማስቻል እዚያው ስለነበሩ ድንገት

ያዩናል። ወዲያውኑ ማነው ወታደር አድርጎ የቀጠራችሁ ብለው ጮሁ። ወዲያው የቀጠራቸው ሰው እንዲቀርብ ብለው እሱም ኮሎኔል ገብሬይ የሚባል ነው ተጠርቶ ይቀርብና በል እነኚህን ልጆች አሁኑኑ መለዮአቸውን ተቀበልና አባሯቸው ይሉታል። እሳቸው ፍላጎታቸው የነበረ እኛ ከቤተ ክህነቱ ትምህርት በተጓዳኝ ዘመናዊ ትምህርት ተምረን ቤተ ክርስቲያንን እንድናገለግል ነበር። በተለይ ለኔ የነበራቸው ምኞት እዚያው እሳቸው አጠገብ ከዘመናዊ ትምህርት ጋር ቤተክህነትን እያገለገልኩ እንዳድግ፣ ከዚያ ተዛውረው የሚሄዱም ከሆነ ከሳቸው እንዳልለይ ነበር። ኮሎኔል ገብሬይም ምን እንዳላቸው አላውቅም ባይሆን ቃል ኪዳናቸውን እንዳያፈርሱ እዚህ አገር መድባቸው ብለውት እኔ እዚሁ ቀረሁ። ሌሎቹ ተበታተኑ።

ሻለቃ ብዙ አዳም ምስክርነት በብዙ መንገድ ከመሪጌታ ሊብኖስ የተመኘ ምስክርነት ጋር የሚመሳሰልና ለራሳቸው የህሊና ታማኝነት የነበራቸው ሰው እንደነበሩ አንባቢ ሊገምተው የሚችል ይመስለኛል።

እኔ ይሄ ነው ይሄ ነው የሚባል ክፉ ነገር አላየሁም። ሲወራባቸው ስሰማ ይቀፈኛል ስለማውቃቸው፣ በእጃቸው ስለበላሁ። እዚህ ያደረሱኝ እሳቸው ናቸው። እኔ እንዳውም ሞቱ ሲባል ሄጃለሁ። ቀጨኔ መድኅኔ ዓለም ወደ መገንጠያው አካባቢ ብቅ ብሎ ት/ቤት ሆኗል መሰል፣ እዚያ አካባቢ ቤታቸው ሄጄ፣ መቼም የበላ አንጀት ነውና አልቅሼላቸዋለሁ። ባትተው ብዙ ነው። የፍርድና ፍትሕ ጉዳይማ ዛሬም እንደሳቸው የለም። ባላገሩ መጥቶ ለፍርድና አቤቱታ ሲቀርብ ፍትሕ የሚሰጡ ቆመው ነው። የበደለው ሰው ማንም ይሁን፣ ትልቅ ትንሽ ይሁን፣ ባለጊዜ ይሁን፣ ሂዱና ጥሩት ይባልና ፊታቸው ሲቀርብ ለምን ይህንን ሰውዬ ምንድን ብድሎህ ነው ይህን የሰራኸው ብለው እዚያው ላይ ነው ፍርድ የሚሰጡ። እኔ ደግሞ አሟሟታቸው ለኔ ደስ ይለኛል። አሟሟታቸው የጀግና ሞት ነው። እኔን ያኮራኛል በእውነት። ዘመዳቸው የሆነን ሁላ የሚያኮራ ነው። እንዳውም ስሰማ ቀጨኔ እንደተቀበሩ ሰምቻለሁ። ለደጃዝማች ፀሐይ እንከን አውጥቼ የምናገረው የለኝም። ምክንያት ፈጣሪዎቹ ካልሆኑ በስተቀር የጎጃም ህዝብ "ደጃዝማች ፀሐዩ የሌባ መጋኛ፣ አንተ ለፋህ እንጂ በሬ እንቅልፉን ተኛ" እየተባለ ሌባ የሚባል ድራሹን አጥፍተው ገበሬው አርሶ ሰብሉን ያለቀማኛ እንዲሰበስብ ያደረጉ እሳቸው ናቸው። ትምህርት ቤትም፣ ባንክ፣ ግምጃ ቤቱን ያቋቋሙ እሳቸው ናቸው። ትምህርት ቤቱ ተክለ ሃይማኖት ብቻ ነበር የነበር። አብማም፣ ግምጃ ቤትም፣ በየአውራጃውና ወረዳው ትምህርት ቤት የከፈቱ እሳቸው ነበሩ። ባህር ዳርንም ሀብተ ማርያም የሚባሉ አውራጃ አስተዳዳሪ አምጥተው ከተማው ዘመናዊ ሆኖ እንዲቀየስ ያደረጉ እሳቸው ናቸው።

ከሻለቃ ብዙ አዳም እንየው ጋር ውይይታችን ወደ መጨረሻው ገደማ ሲቃረብ ዘና እንደማለት ብለን ነበር። ከሳቸው ጋር ያገናኙኝም ሰው ዘና ብለው ነበር። የቤተሰበነት ስሜት ተሰማንና ድብቅ ሆኖ እንዲቆይ የተስማማንበትን የኔ ማንነት ይረሳል። አባቴ የዚያው የጎጃም ክፍለሃገር ተወላጅ መሆኑን ሲሰሙ ብዙም አልተገረሙም። "ስምህ ከነአባትህ አጠራጥሮኝ ነበር። እንዲህ ያለ ስም የሚወጣ በጎጃም ወይም በጎንደር ነው፣" አሉ። የደጃዝማች ፀሐዩ ትላቅ እህት ልጅ ልጅ መሆኔ ሲነገራቸው፤ መቼም ሻለቃ ብዙ አዳም እውነተኛው ጎጃሜ ናቸውና ይበልጡን ደግሞ ለደጃዝማቹ ፀሐዩ የነበራቸው ፍቅር አሸንፏቸው እንዲህ ብለው አሳቁን፦

> ኸሯኣ ይኸ ጠቋራው ነው የደጃች ፀሐይ የእህት ልጅ! ምናቸውንም አይመስል። እሳቸው በቅላታቸው መልዐከ ሚካኤልንና መልዐከ ገብርኤልን አይደል የሚመስሉ! በዚህ ላይ በጣም ትልቅ ካባ ነበራቸው። የተለያየ ካባ ነበራቸው። በተለይ ይህንን ካባ አጣጥፈው ለብሰው ሲወጡ መልዐክ ከቤተ ክርስቲያን የወጣ ነበር የሚመስል። በተለይ ለነዳያን እሳቸው ከመጡበት ዓመት ጀምሮ ጎጃምን ለቀው እስኪሄዱ ድረስ፣ ባለቤታቸው በየቀኑ አንዳንድ እንጀራ በፆም ጊዜ የፆም፣ በፍስክ ጊዜ የፍስክ ለያንዳንዱ ነዳይ የመመገብያ ሳህን ራሳቸው ገዝተው ሰጥተው እዚያ ይመግቡ ነበር። ለካህናቱም ለፍልሰታ፣ ለገና፣ ለመስቀል፣ ለፋሲካ፣ ለጥቅምት ጊዮርጊስ፣ ለሚያዝያ ሃያ ሰባት፣ ሐምሌ 16 ወታደሩን፣ የመንግሥት ሠራተኛውን፣ ነጋዴውን በሥነ ሥርዓት ግብር ያበሉ ነበር። አንድም ጊዜ ተጓጉሎ አያውቅም። እኔ ዛሬ ይኸው ከተመሰረተ 76 ዓመት የሆነውን የአብማ ሰንበቴ ቤት እድሜ ጠገብ ሆኖ በሥርዓት እንዲመራ ለማድረግ በምሳሌነት የተከተልኩት ደጃዝማች ፀሐይን ነው። እሳቸው ግብር ሲያበሉ፣ ከሰው የተለየ ምግብ አይበሉም። ቤተ መንግሥቱ የሕዝብ ቤተ መንግሥት ነው ስለሚሉ ሁሉም፣ ነዳያኑ እኩል ገብቶ የሚሳተፍበትና የሚበላ የሚጠጣበት ነበር። ይህም የሰንበቴ ቤት የሳቸውን ምሳሌ የተከተለ ነው። ቀድመን የምናበላው ነዳያንን፣ የተቸገረውን፣ ባሎቻቸው ወይም ሚስቶቻቸው የሞቱባቸውንና በእድሜ ጠገብ የሆኑትን ነው። እነርሱ ምንም ልዩነት በሌለው መንገድ ከበሉ ከጠጡ በኋላ የእኛ ተራ ይሆናል። ይህ ሥርዓት አንድም ሳምንት ተስተጓጉሎ አያውቅም።

እኔም የዚህ መጽሐፍ ደራሲ አጋጥሞኝ፣ ዕለቱ አብማ ማርያም ስለነበር የሰንበቴ ቤቱን ገብቼ አይቻለሁ። ከፍ ብሎ ሻለቃ ብዙ አዳም የነገሩኝ በደጃዝማች ፀሐዩ የነበረው ሥርዓት እንደተጠበቀ አስተውያለሁ። እኔም ከመጨረሻዎቹ ተራ ሰዎች አንዱ ሆኜ፣ የአብማ ማርያምን ሰንበቴ ፀበልና ፀዲቅ ተቋድሻለሁ።

❋❋❋

ደጃዝማች ፀሐዩ ከቤተ መንግሥቱ ሲወጡ፣ ድንጋይ አጠገባቸው ተቀምጦ ካገኙ እሳቸው ተሸክመው ያነሡ እንደሆን እንጂ፣ አሽከር… ወይም ግንበኛ ጠርተው አንሣ አይሉም።

- ወ/ሮ ካሰች ካብትህ ይመር (ሞሲት)

ወ/ሮ ካሰች ካብትህ ይመር የሚታወቁት ሞሲት በሚባል የቁልምጫ ስማቸው ነው። እሳቸውን አግኝቼ ስለደጃዝማች ፀሐዩም ሆነ ስለባለቤታቸው ወ/ሮ አልማዝ ዘውዴ እንድጠይቅ ያበረታቱኝና የሚኖሩበትንም አካባቢ መርተው የላኩኝ ሻለቃ ብዙ አዳም እንየው ናቸው። ወ/ሮ ካሰችን ልዩ የሚያደርጋቸው፣ ወላጆቻቸው ደጃዝማች ፀሐዩን ተከትለው ጎጃም የመጡ መሆናቸው ነው። የወላጆቻቸው የትውልድ ስፍራ ወደ መንዝና ተጉለት መሆኑን ይናገራሉ። እሳቸው ግን ተወልደው ያደጉት በደብረ ማርቆስ ቤተ መንግሥት ሲሆን፣ ሙያቸውና የሥራ ምድባቸውም የቤተ መንግሥቱ ዋና ወጥ ቤትነት ነበር። ስለራሳቸውም ሆነ ስለ ደጃዝማች ፀሐዩና ባለቤታቸው የሚያውቁትንና የሚያስታውሱትን አካፍለውኛል።

> እኔ ተወልጄ ያደግሁ እዚሁ ከቤተ መንግሥቱ ነው። እዚያው እናቴም ወጥ ቤት ነበረች። እኔም እዚያው ወጥ ቤቱ እየሠራሁ ነው ያደግሁ። ደጃዝማች ፀሐዩ ከቤተ መንግሥቱ ሲወጡ፣ ድንጋይ አጠገባቸው ተቀምጦ ካገኙ እሳቸው ተሸክመው ያነሡ እንደሆን እንጂ፣ አሽከር ጠርተው ወይም ግንበኛ ጠርተው አንሣ አይሉም። እሳቸው ይኸን የሚያደርጉ ትልቅ ነኝ፣ ሹም ነኝ የሚል ወደላ ሁሉ እሳቸውን እያየ ደንጋይ መሸከምም ሆነ የአናጢና ግንበኛውን ሥራ እንዳይጠየፈው ብለው እንጂ እሳቸው መቼም ጌታ ነው የነበሩ። እሳቸውም ባለቤታቸውም። ሁለቱም የተባረኩ የተቀደሱ ለድሃ የሚያዝኑ ነበሩ። ወ/ሮ አልማዝ ያቀራርቡኝ ነበር። ሠራተኛ ተሰብስቦ በልቶ ጠግቦ ካልሆነ፣ እንዳትነሡ ነበር የሚሉ። ጠጅ ለሚጠጣ ጠጅ፣ ጠላ ለሚጠጣ ጠላ አጠጥተው ነው የሚሰኙ የነበር። በጣም የተባረኩ የተቀደሱ፣ ደሃ የሚያበሉ ራቁቱን ለሆነ የሚያለብሱ ነበሩ። አንዲት ሴት ከቤተ መንግሥቱ አጥር አጠገብ አይተዋት ኖሮ፣ ይህች ሴት ምንድን ነች ብለው ጠይቀው፣ ጧሪ ዘመድ የሌላት መሆኗን አጣርተው፣ እዚሁ ቤተ መንግሥቱ ወስደው አጣጥበው፣ ጥጡን ገዝተው፣ በይ ፍተይ ብለው፣ አልብሰው ትንሽ ተቆራጭ አድርገውላት እዚያው አስቀመጧት።

የደጃዝማችንና ባለቤታቸውን ሃይማኖተኛነት ሲያስታውሱ፣ ሁለቱም ቤተ ክርስቲያን መሳም ይወዱ እንደነበርና በተለይ ደጃዝማች ከቤተ ክርስቲያን ዜማና ቅዳሴ በስተቀር ዘፈን የሚባል ነገር እንደማይወዱ የሚያስታውሱትን እንዲህ ብለው አጫውተውኛል፡-

ደጃዝማች በተለይ ፀሎት እንጂ ዘፈን የሚባል አይወዱም። አንድ ጊዜ ለቅዱስ ዮሐንስ ተሰባስበን ስንዘፍንና ስንጨፍር፣ ብቅ ብለው ምንድነው ብለው ጠየቁን። ዘፈን መሆኑን ሲያውቁ፣ ከእንግዲህ ዘፈን የለም ጸሎት መጸለይ ነው እንጂ የምን ዘፈን ነው ብለውን እኛም ከሳቸው ተደብቀን ወይ በሌሉ ሰአት እንጫወት፣ እንዘፍን ነበር። እሳቸው ካሉማ ዘፈን የሚባል የለም። ያው የቅዳሴ መዝሙርና ጸሎት ብቻ ነው የነበር። ደጃዝማችም ባለቤታቸው ወ/ሮ አልማዝም ደግ፣ አዛኝና ተግባቢ ነበሩ።

ሲሉ ከመኖሪያ ቤታቸው ድረስ ሄጄ ያገኘኋቸው ወ/ሮ ካሰች (ሞሲት) የሚያስታውሱትን የምስክርነት ቃል ሰጥተውኛል።

***

ደጃዝማች ፀሐዩ በአርበኝነቱ የቆሰሉና የደሙ ብቻ ሳይሆን፣
ለልማት ተወልደው ለልማት የኖሩ የጎጃም ባለ ውለታ ነበሩ።

- አቶ ፀሐይ ሰዋሰው

በደጃዝማች ፀሐዩ አስተዳደር ዘመን የተሰራውና በንጉሥ ተክለ ኃይማኖት ስም የተሰየመው የየደብረ ማርቆስ ቤተ መንግሥት መግቢያ

አቶ ፀሐይ ሰዋሰው በደርግ ዘመን የኢሕአፓና ከዚያ ደግሞ የኢሠፓ አባል ነበሩ። በአገልግሎት ዘመናቸው አስተዳደሪ፣የአውራጃ ና የኢሰፓ ፀኃፊ ነበሩ። ባንድ ወቅትም እስከክፍለ ሃገሩ የሕዝብ ግንኙነት ክፍል ሓላፊ ሆነው የሠሩ ናቸው። ደጃዝማች ፀሐዩን በአካል አያውቋቸውም። እሳቸው እንዳጫወቱኝ፣ ደጃዝማች ፀሐዩ የክፍለ ሃገሩ እንደራሴ በነበሩ ዘመን አብረዋቸው የነበሩ የቤትና መንገድ መሀንዲሶችን፣ የግንባታና መንገድ ሥራ ላይ የተሰማሩ አናጢና ግንበኞችን ሳይቀር ማነጋገር ብቻ ሳይሆን፣ በወቅቱ ኢንተርቪው ጭምር ማድረጋቸውን አጫውተውኛል። ደጃዝማች ፀሐዩን "ትተው ያለፉት ግዙፍ ስራቸው ታሪክ ሆኖ በራሱ ስለሚናገር በዚህ አውቃቸዋለሁ፣" ብለውኛል። ምስክርነታቸውም እንደሚከተለው ነው፡-

> ደጃዝማች ፀሐዩ ማለት፣ በልማት ተወልደው በልማት ያደጉና በመጨረሻው ያው ሕይወት አጠፋፋቸውና እልፈታቸው ጥሩ ባይሆንም፤ ለልማት የሞቱና ከሞቱም በኋላ ልማታቸው ታሪክ ሆኖ የምናየው፣ የምንዳስሰው፣ የምንጨብጠው ነው። እሳቸው ማለት ለኔ ሞዴል ናቸው። ከእሳቸው እልፈት በኋላ ነው ቢሯቸውን ያየሁት። የሳቸውን የደብረ ማርቆስ የልማት ሥራና የቢሯቸውን አደረጃጀት አይተን፣ በ1974 ዓ.ም. በአብርሃና ወአፅብሃ የተቆረቆረችው መርጦ ለማርያም ወረዳ አስተዳዳሪ በነበርኩበት ዘመን፣ ከተማዋን የሳቸውን ተመሳሳይ ሞዴል በመከተል የከተማ ልማትና የግንባታ ሥራ ሠርተናል። ዛሬ 38 ዓመት ሁኖታል። የሳቸው ሥራማ ለኛ ብቻ ሳይሆን ለልጅ ልጅ ለቀጣይም ከትውልድ ትውልድ የሚያልፍ ታሪክ ነው። ሁለተኛ ደግሞ አሁንም የሳቸውን ሞዴል በማየት በ1993 ቢሯቸው መታደስ ስለነበረበት፣ በተለይም ያሠሩትን አዳራሽ በማሳደስ ጸሐፊ በመሆን እንዲታደስ ማድረግ ብቻ አይደለም ዘመናዊ የሆኑ ወንበሮች በሳቸው አዳራሽ እንዲሰራ አድርገናል። በተመሳሳይ የሳቸው መዝገብ ቤት የነበረ ቦታን ደግሞ መለስተኛ የስብሰባ አዳራሽ እንዲሠራበት አድርገናል። ይህንን ስናደርግ የሳቸው ጥሩ ተምሳሌት እኛንም አነሳስቶናል። የወደፊቱንም ትውልድ ደግሞ የሳቸው የልማት አሻራ ገና የሚያነሳሳ ነው። የሚያነሳሳ ብቻም አይደለም ታሪክ ነው። ታሪክ ብቻ ሳይሆን ቅርስም ነው።

አቶ ፀሐይ ስለደጃዝማች ፀሐዩ ያላቸው እውቀት እስካሁንም በሕይወት ካሉ አባቶች ከሰሙት የተገኘ ብቻ እንዳልሆነና በነበራቸው የክፍለ ሃገሩ የሕዝብ ግንኙነት ሓላፊነት "የቀደመ ማህደሮቻቸውን ከምድር ቤት አስወጥቼ ልመለከትና በርካታ ዶሴዎችንም ልመረምር ችያለሁ" ብለውኛል። እነዚህን በሚያዩበት ሰአት "ደምበጫና ተምጫ ድረስ ራሳቸው እየሄዱ እንጨት ያስጭኑ፣ ያመጡትን እንጨት ወይም ግራር ካብ ድንጋዩን ለመፍለጫ እያስነደዱ፣ መንገዱንና አደባባዩን ለመስራት የደከሙበትን ዝርዝር የሚያስረዳ ዶሴ" እንዳገኙ ነግረውኛል። የአሠራራቸውንና ውሳኔ አሰጣጣቸውን በተመለከተ እንዲህ ይላሉ፡-

አሠራራቸው ሁሉ ፍትሐዊ የሆነ፣ ፍትሕን ታች ድረስ ለማድረስ ከፍተኛ ጥረት ማድረጋቸውን ለዚህም ራሳቸው በዙሪያው ባሉ ቀበሌዎች በወንቃ፡ በእነራታ በአሊት፣ በጭራ ወንዝ እየወጡ እረኛው ምን ይላል፣ ኅብረተሰቡ ምን ይላል፣ ደሃው ምን ይላል የሚል መረጃ እያሰባሰቡ ፍትህ ይሰጡ እንደነበር፣ በሕይወት ካሉም ካለፉም አባቶች ሰምቼ አረጋግጫለሁ። ሌላው የሚገርመው ነገር እንኳን መንገዱ፣ አደባባዩና ቤተ መንግሥቱ ይቅርና ያሠሯቸው ሽንት ቤቶች እስካሁን ፍንክች አላሉም። የሳቸው እምነት ቢሮ ዘግቶ ልማት የለም የሚል ነበር። ስለዚህ እኚህ ሰውዬ የሠሩት የቤተ መንግሥቱ፣ ያደባባዩ፣ የመናፈሻው፡ የእንግዳ ማረፊያው ከትውልድ ትውልድ የሚያልፍ ከመሆኑም ባሻገር እንደ አክሱም እንደ ላሊበላ እንደ ጎንደር ቤተ መንግሥት ደብረ ማርቆስም ላይ የሠሩት የሳቸው አሻራ ነውና እንደ ሙዝየም ሊጠበቅ የሚገባው የትውልድ አሻራ ነው። ይህም ቤተ መንግሰትና አደባባይ የማርቆስና በሚካኤል ቤተክርስትያን አቅሮ ታላቅ የቱሪስት መስብ ሊሆን የሚችል ቅርስ ነው።

በኢሠፓም ሆነ ኢህአዴግ ዘመን ባለሥልጣናት ወደ ክፍለ ሃገሩ ሃገሩን ለሰራ አመራር አሰልጣኝነት ከመጡት መካከል አንዱና በቤተ መንግሰቱ አርፎ የነበረው ታምራት ላይኔ ነበር። ደጃዝማች ፀሐዩ የክፍለ ሃገሩ እንደራሴ በነበሩበት ዘመን የሠሩትን ሥራ ሲያስረዱትም በጊዜው ጠቅላይ ሚኒስቴር የነበረው ታምራት ላይኔ ይደነቅ እንደነበር አቶ ፀሐይ ሰዋሰው አጫውተውኛል። የእሱን ጉብኝት በተመለከተ እንዲህ ይላሉ፡-

> የወቅቱ ጠ/ሚ ታምራት ላይኔ በ1993 ከመታሰሩ በፊት እዚህ መጥቶ፣ በዚህ ጉዳይ አነጋግሮን ይህንን ቦታ ተንከባከቡት፤ ይህንን ቤተ መንግሥትና አደባባይ እንዲታደስ አድርጉት ብሎ ትዕዛዝ ሰጥቶበት ነበር። በጊዜው የገንዘብ ሚንስቴር ለነበረው አዲሱ ለገሰ ባጀት እንዲመድብለት አድርጎ፤ ይህንን የጥገናውንና የእድሳቱን ስራ በ1993 ሌሊትና ቀን ሠርተን በሞላ ጎደል ቤተ መንግሥቱና የእንግዳ ማረፊያውና ሃውልቱ እንዲጠገን አደረግን።

አቶ ፀሐይ በደጃዝማች ፀሐዩ ላይ በተቃውሞ ስለተነሱባቸው ሰዎች ራሳቸው ያላቸው መረጃና "ከትልልቅ አባቶች የሰማሁት" የሚሉትን እንደሚከተለው ነግረውኛል፡-

> ይቃወሟቸው የነበሩ ሰዎች በእርግጥ በስማቸውና ታሪካቸው ትልቅና አርበኝነት፣ ባላባትነትም የነበራቸው ቢሆኑም፤ በአመለካከታቸው ዝቅተኛ፣ በሥነ ምግባራቸው ወራዳና ሥራ የማይወዱ የነበሩ ነበሩ። ደጃዝማች ፀሐዩ ግን ሰሌን ባርኔጣቸውንና ገምባሌው ጉልበታቸው ድረስ የሚደርሰውን በቦት ጫማቸው አድርገው የልማቱን ሥራ ሲሠሩና ሲያሠሩ ነበር የሚውሉ። ተቃዋሚዎቻቸው በወቅቱ ይግደፈደፉ ስለነበር፣ ያንን የመጉደፍደፍና ውስልትና ባሕርያቸውን እንዲተዉና በልማት

ሥራ እንዲሰማሩ ቢመክሯቸው፤ ሕዝቡን እንዳነሳሱ፣ እነርሱም ለሀገር የሚጠቅሙ ሰዎች እንዳልነበሩ ነው ብዙ በሕይወት ያሉ ሰዎች እስከዛሬም የሚናገሩ። እነኚህ በደጃዝማች ፀሐይ ላይ ሕዝብ የቀሰቀሱ ሰዎች ጥሩ ስም ያልነበራቸው ሰዎች ነበሩ። ደጃዝማች ፀሐዩ ከሄዱ በኋላም ምንም ለሕዝብና አገር የሚጠቅም ሥራ ያልሠሩ ሰዎች ናቸው። ዛሬ ድረስ የደጃዝማች ፀሐዩ ጥሩ ሥራ ከነስማቸው ሲነሣ፣ ዐመፅ ያስነሡባቸው ተረስተው፣ ስማቸውን የሚያስታውስና የሚጠራ የለም። ደጃዝማች ፀሐዩ ግን ጎጃም ዛሬ ድረስ ስማቸውን ያነሣል። የሳቸውን ያህል ፍትሕ የሠራ እንደሌለ፣ እንዳውም በሰዎች እኩልነት ያምኑ እንደነበር፣ በእምነትና ሃይማኖት ጉዳይ ጠንካራ እንደነበሩ፣ ሰዎችን የማይበድሉና አዛኝና ርህሩህ እንደነበሩ ጎጃም ይመሰክራል። ለእኛም ልምድ ትተውልን ያለፉ በመሆናቸው ወደፊት ለትውልድም ሥራቸው ሙዝየም ይሆናል ብለን ተስፋ እናደርጋለን።

አቶ ፀሐይ ሰዋሰው እንዳጫወቱኝ ደጃዝማች ፀሐዩ ለአማራው የሚቀረቀሩ እንደነበሩና ማስረጃው "የጎጃም ፈለገ ግዮን" የሚባል የልማት ድርጅት እንዲመሠረት ማድረጋቸውን ያስታውሳሉ። "ልጅ ሆኜ አንደኛ ክፍል እያለሁ አባቴ ለፈለገ ግዮን አንድ ብር የከፈለበትን ደረሰኝ ይህን አንብበው እያለ ደረሰኙን ይዞ ስለ አመሰራረቱም እኚህ ደጃዝማች ፀሐይ ይባላሉ። ይህንን ፈለገ ግዮን የጎጃም መረዳጃ ማህበር የመሠረቱ እሳቸው ናቸው እያለ ያስነብበኝ ነበር፣" ብለውኛል።

የአቶ ፀሐይ ምስክርነት የደጃዝማች ፀሐዩ አስተዋፅዖ ዛሬ ድረስ አንገብጋቢና አሳሳቢ የሆነውን ያገሪቱን ዳር ድንበር እስከማስከበርና የሚደርስ እንደነበርና መጪው ትውልድ እንዲያውቀው ያደረጉትን ጥረት እሳቸው እንደነገሩኝ እንደሚከተለው አስፍሬዋለሁ፡-

> ያገሪቱም ዳር ድንበር ጉዳይ ያሳስባቸው ስለነበር፤ በኤርትራ፣ ትግራይ፣ ጎንደር፣ ኢሊባቦርና ከፋ ያሉትን የጠረፍ ግዛት አስተዳዳሪዎችን ሰብስበውና ከአገር ግዛት ሚኒስቴር የጠረፍ አስተዳደር ሓላፊ ከነበሩት ጄነራል ቃለ ክርስቶስ አባይ ከሚባሉ ጋር በመተባበር፣ የኢትዮጵያ ዳር ድንበር በግልፅ ታውቆ እንዲከለልና ካርታው እንዲነሣ አድርገዋል። ካርታውንም ዶሴያቸው ውስጥ በአይኔ አይቼዋለሁ። ይህንኑ ካርታ በወቅቱ ዩኒቨርስቲው እንዲረከበው ለማድረግ ጥረት አድርጌለሁ። አሁን የትና በምን ሁኔታ እንደሚገኝ አላውቅም። ደጃዝማች ፀሐዩ በአርበኝነቱ የቆሰሉና የደሙ ብቻ ሳይሆን ለልማት ተወልደው ለልማት የኖሩ የጎጃም ባለ ውለታ ነበሩ።

በጊዜው የተቀሰቀሰውን ዐመፅ በተመለከተ፣ አቶ ፀሐይ "ዛሬ ተሞክሮው ስላለንና መረጃዎችንም በሚገባ ለመመርመርና በሕይወት ባሉ አባቶች ጭምር ለማጣራት የምንችልበት ጊዜ ላይ ስላለን፣ ተጣሞ የተነገረንን ታሪክ ማቃናት ተገቢ ነው"" ባይ ናቸው።

ዐመፁ በተቀሰቀሰ ጊዜ እኔም አስታውሳለሁ። ጥቂት ወረዳና አውራጃ የተከፉት ባላባቱና አርበኞች ነን ባዮቹ እነ ቀኛዝማች ሰውነቴ፣ ደጃዝማች አያሌው ደስታ ከመጡባቸው ወረዳዎችና አውራጃዎች በስተቀር የቀረው በደጃዝማች ፀሐይ ላይ ዐምፆ አልተነሣም። አባቶች እንደነገሩኝ የደጃዝማች አያሌው ደስታ ተቃውሞ የሚገርም ነው። ደጃዝማች ፀሐዩ ሲመጡ ካቀረቧቸውና ከሾሟቸው ሰዎች አንዱ ነበሩ። በአርበኝነታቸውም ምክንያት ነበር ያቀረቧቸው። በኋላ ግን ሰውነቴና አያሌው ደስታ በሥነ ምግባር ጉድለትም፤ እጃቸው መበከሉን ሲያውቁና ውስጥ ውስጡን ከሽፍታውም ጋር መላላካቸውን ሲረዱ ሻሯቸው። አያሌው ደስታ አዲስ አበባም ትላልቅ ሰዎችን ያውቁና ከባለጊዜዎቹ ባለሥልጣናት ጋር የተጠጉ ስለነበረ፤ እዚያ ድረስ እየሄዱና አዲስ አበባ እየተቀመጡ ተቃውሞውን ማስተባበር ያዙ። ይህም ሆኖ ደጃዝማች ፀሐይን የተቃወሟቸው ከቆላ ደጋ ዳሞት አንድ ሰው፣ ከብቸኛ አንድ ሰው፣ ከደብረማርቆስ ሁለት ሦስት ሰዎች ካልሆኑ በስተቀር፤ ሌሎች አውራጃዎች የባህር ዳር፣ በአገው ምድር፣ ሞጣ፣ ዳሞት፣ መተከል አብዛኛው ሕዝብ በሳቸው ላይ ላይ አድሞና ዐምፆ አልተነሣም። ዳሞትም ቢሆን የተወሰኑ ሰዎች እንጂ፣ ገበሬው አላመፀባቸውም። አገውም ቢሆን ገበሬ እንዳለ በሳቸው ላይ አልተነሣባቸውም። እኔ በጎጃም መሬት ላይ በብዙዎቹ በአምስቱ ዞን ማለት ነው በመተከል፣ በምዕራብ ጎጃም፣ በምስራቅ ጎጃም፣ በአዊ፣ በደብረ ማርቆስ በሞጣ አውራጃዎች ተዘዋውሬ ሠርቻለሁ። በሕይወት የሌሉም በሕይወት ያሉም የነገሩኝ በጣት የሚቆጠሩ ሰዎች በጠነሰሱት አድማ እንደሆን እንጂ፣ ጎጃም ደጃዝማች ፀሐዩ የሠሩለትን ልማት ስለሚያውቅ፣ ፈርቶ ዝም ብሎ እንደሆን እንጂ በልቡ ይጠላቸው ነበር ለማለት አይቻልም።

***

ባላባትና አርበኛ ነኝ የሚል ሁሉ መለጠጡን ትቶ ሥራ እንዲሠራ፣ እሳቸው ድንጋይ እየተሸከሙና እያለፉ አርአያ የነበሩን ሰው ይህን ያደረጉ ለራሳቸው ክብርና ዝና ነው ብሎ ማለት ስም ማጥፋት እንጂ ሌላ አልለውም።

- አቶ ፍትሐ አምላክ እጅጉ

አቶ ፍትሐ አምላክ እጅጉ በደብረ ማርቆስ መሰናዶ ትምህርት ቤት የጂኦግራፊ መምህር ናቸው። ደጃዝማች ፀሐዩን የሚያውቋቸው ገና ሕፃን ሆነው ጀምሮ ነው።

እሳቸው ያደጉት መልሂት ማርያም በምትባል፣ አሁንም ድረስ በደን ሽፋኗ በምትታወቅ ቦታ ሲሆን፤ ልጅ ሆነው ደጃዝማች ፀሐዬ ወደዚያ ሲመጡ አይተዋቸዋል። ከፍ ካሉም በኋላ መሊጥ ከምትባለው ስፍራ ሲመጡና አርሶ አደሩን እየዞሩ ሲያነጋግሩ፤ ሰብስበውም ከአርሶ አደሩ መካከል ጎበዝና ተኳሽ የሚባለውን ጭራ ወንዝ ድረስ እየወሰዱ ተኩስ ሲያለማምዱ ያስታውሷቸዋል። ሌሎችንም ትላልቅ ሰዎችና የውጭ አገር እንግዶችን ይዘው፣ ጭራ ወንዝ ይመጡና ከአርሶ አደሩ መካከል ጎበዝና ጥሩ ተኳሽ የሚወጣውን ተኩስ ሲያለማምዱ እሳቸውና ሌሎችም አባቶች ሳይቀሩ ሄደው ያዩዋቸው እንደነበርና በአነጣጥሮ ተኳሽነት ግን እሳቸው ላይ የሚደርስ እንዳልነበር ነግረውኛል። አስተዳደራቸውንና ከተራው ሕዝብ ጋር የነበራቸውን ግንኙነት በተመለከት እንዲህ ሲሉ አጫውተውኛል፡-

> አንድ ጊዜ በተለይ የማስታውሰው ባህረ ሸሽ የሚባል ቦታ አለ፣ ከቤተ ክርስቲያኑ ጀርባ እሳቸው ተራ ገበሬ መስለው ይመጡና ገበሬውን ስለ ችግሩና አስተዳደሩ እንዴት ነው እያሉ ይጠይቁታል። ይህንን የሚያደርጉ ለአስተዳደራቸው ስለሚያመቻቸው ነበር። ሁሉንም ነገር ከደሃው ገበሬ አፍ ስለሚሰሙ፤ ችግሩን ያውቁታል። ምንድነው የሚሉት ፈረንጆች "from the grass root" እንደሚሉት ማለት ነው። ገበሬውን ስለችግሩም ስለአስተዳደራቸው ሁሉንም ነገር ይጠይቁታል። ገበሬው ስለራሳቸውም ይነግራቸዋል፣ ሳያውቃቸው ማለት ነው። እንዳውም አንዱን ገበሬ ከመንገድ ያገኙትና ምን ጠየቁት መሰላችሁ? እዚህ ጋ ቆቅ አለ? ብለው ይጠይቁታል። ገበሬው በሬው ጠፍቶት ነው የሚሄደው። እሳቸው መሆናቸውን አላወቀም። "ምኑ ሥራ ፈት ነው እያ! እኔ በሬ ጠፍቶኝ እፈልጋለሁ እሱ እዚህ ጋ ቆቅ አለ ብሎ ይጠይቀኛል" አላቸው።
>
> አንድ ጊዜ እዚህ ቦታ ነው ብዬ አሁን ማስታወስ ባልችልም፤ እንዲህ በእግራቸው ሲሄዱ አንዲት ነፍሰ ጡር ወደዚህ ወደ ማርቆስ ስትመጣ መንገድ ላይ ያገኟታል። ነፍሰ ጡር ስለነበረች፣ እዚያው መንገድ ላይ ትገላገላለች። ሴቲቱ ያለችበትን አፈላልገው ካወቁ በኋላ፣ እዚያው ድረስ ሄደው ልጁን ክርስትና እንዳነሱት ጎጃም የሰማውና የሚያውቀው ታሪክ ነው። የሚደነቁበት አንዱ ከህዝቡ ኢንፎርሜሽን በቀጥታ ማግኘት የሚፈልጉ ስለነበር ነበር። አልባሌ መስለው በመቅረብ ያለውን ሁኔታ ይረዱ እንደነበር ነው የማውቅ። ሥራም ወዳድ ነበሩ። ለምሳሌ ይህንን መንገድ ሲያሠሩ ቀኛዝማች ሰውነቴ ምናልባት ያሉትን ሰምተኸው ከሆነ ደጃዝማች ድንጋዩን እየተሸከሙ መንገዱን ሲያስሩ ዝናብ ይመጣና ቀኛዝማች ሰውነቴ ከነበሩበት ከበርንዳው ወደዝናቡ ወጣ ሲሉ ደጃዝማች አይተዋቸው ኖሮ "ኧረ ቀኛዝማች ወዲህ ይመጡ ዝናቡ መታዎት፣" ሲሏቸው፤ "ዝናቡማ ምን አለኝ የጎዳኝ ፀሐዩ ነው እንጂ፣" ቢሏቸው ስቀው ነው ዝም ያሉ።

በደጃዝማች ፀሐዩ ላይ ብዙ ሐሰት ተነዝቷል። "በልማት ስም ለራሳቸው ክብርን ዝና ብለው እንጂ ለጎጃም አስበው አይደለም" የሚለው ከእውነት የራቀ መሆኑን የሠሩት ሥራ ራሱ ይናገራል በማለት የተነሣባቸውን ተቃውሞና ዐመፅ በሚመለከት የሚከተለውን ነግረውኛል፦

> አስተዳደራቸውን ለማስተካከል ሰሌን ባርኔጣቸውን አድርገው በእግራቸው እየተጓዙ ሕዝብ ምን ችግር እንዳለውና ምን እንደሚፈለግ እየጠየቁ፤ ስለ ንጉሠ ነገሥቱ፣ ስለ አስተዳደሩና ስለ ልማት ሕዝቡ ምን እንደሚያስብ ይጠይቁና በማስታወሻቸው ይመዘግቡ ነበር። ባላባትና አርበኛ ነኝ የሚል ሁሉ መለጠጡን ትቶ ሥራ እንዲሠራ፣ እሳቸው ድንጋይ እየተሸከሙና እየለፉ አርአያ የነበሩን ሰው ይህን ያደረጉ ለራሳቸው ክብርና ዝና ነው ብሎ ማለት ስም ማጥፋት እንጂ ሌላ አልለውም። ለራሳቸው ሃውልት ሊያሠሩ ነበር የሚባለውም ሐሰት ነው። አሠርተውት የነበረ የጃንሆይን ነበር። በኋላ ከመካከሉ የንጉሡን ሃውልት ደርግ ፈልፍሎ አጠፋው። አለ አሁንም ባንድ በኩል ማንም ሄዶ ሊያየው ይችላል ደርግ ፈልፍሎ እንዳጠፋው። ትምህርት ቤቱን፣ አደባባዩን በንጉሥ ተክለ ሃይማኖት ስም እንዲሰየም ያደረጉ እሳቸው አይደሉ። ቢፈልጉ በስማቸው ላድርግ ቢሉ ማን ነው አይሆንም የሚላቸው። የዚህም ሰው አልነበሩ። አለ እኮ አሁንም ሃውልቱ ቆሞ ይገኛል።
>
> ቀላድ የመጣሉም ጉዳይ ከንጉሡ ጋር በመነጋገር ይመስለኛል በያንዳንዱ ገባር ላይ በግብር ብር ከሃምሳ ተጣለች። [እሷው ናት] ሃምሳ ብር ተብላ የተነገረችው። ገበሬው ለመንግሥት በሚያርሰው መሬት ልክ ግብር ይከፍላል እንጂ ለሽፍታና ጎበዝ አለቃ፣ የበዛም እንደሆን አርበኛና ባላባት ነኝ ለሚለው ያፈራውን ትንሽ ይሁን ትልቅ መስጠቱ እንዲቀር ነበር የፈለጉ። ይህ ደግሞ ገበሬው የሚጠቀምበትን ከማሰብ እንጂ፣ ሊጎዱት ወይም መሬቱን ሊነጥቁት እንዳልነበር እነ አያሌው ደስታ፤ ኃይለየሱስ ፍላቴ፣ ቢሰነብት አድገህና ሰዉነቴ አልጠፋቷቸውም። ያንን መሠረት በማድረግ፣ ገበሬው ብር ከሃምሳ ሳይሆን ሃምሳ ብር ነው በሚል ሁኔታ ጦርነቱ ተነሣ። በዚያ ምክንያት ነው ወደ ጅማ የሄዱት።

የአቶ ፍትህ አምላክ እጅጉ ምስክርነት ሌሎች ከሳቸው በፊትና በኋላ ምስክርነታቸውን ከሰጡ ጋር በብዙ ይመሳሰላል። የከፋ ክፍለ ሃገር እንደራሴ ሆነው "ወደ ጅማ ከመሄዳቸው በፊት "ማርቆስን ማርቆስ ለማድረግ ያላደረጉት ጥረት የለም" በማለት፣ "እስካሁን ድረስ ያለው ቤተ መንግሥት የሳቸው ማስታወሻ" መሆኑን እሳቸውም ይመሰክራሉ። ባነጋገርኳቸው ጊዜ ለክፍለ ሃገሩ አዲስ መስያቸው፣ ምናልባት ሄደህ አይተኸው ከሆነ በሚል አስተዳደሩ ሕዝቡን በውጣ ውረድ እንዳይንገላታ አንድ ቦታ እንዲሰባሰብ ማድረጋቸውን በማውሳት፤ በማሳረጊያነት ይህንን ነግረውኛል፦

አሁንም ድረስ ፋይናንሱም፣ አስተዳደሩም ፖሊስ መምሪያው፣ ፍርድ ቤቱ ሁሉ የሚጠቀመው እሳቸው ባሠሩት ቤተ መንግሥት ነው። በዚያን ጊዜ እኔ በገበሬው አካባቢ ስላልነበርኩ ብዙም በዝርዝር አላውቀውም። አሁን ከደረስኩ በኋላ በልማት ጉዳይ ምን ያህል ጥንካሬ እንደነበራቸው፣ ያን ያህል የሕንፃ ግንባታውንም ሆነ የከተማና መንገድ ቅያሱን እውቀቱንም ሆነ ባጀቱን ከየት አምጥተው እንደሠሩት እጅግ የሚያስደንቅ ብቻ ሳይሆን ጥንካሬያቸውንም የሚመሰክር ነው።

❋❋❋

[የማውቀው] የሰውን ልጅ በእኩልነት የሚያዩ፣ የማያበላልጡ፣ መንፈሳዊ ሕይወት የነበራቸው፣ እግዚአብሔርን የሚፈሩና ሰው የሚወዱ እንደነበሩ ነው[43]።

- አቶ እሱ ባለው ዘውዴ

አቶ እሱ ባለው ዘውዴ በደብረ ማርቆስና አካባቢው አግኝቼ ካነጋገርኳቸውና የምስክርነት ቃላቸውን በፈቃደኝነት ከሰጡኝ ሁሉ ለየት የሚሉ ናቸው። የእኚህ ሰው አባት ዘውዴ ደርሰህ ይባላሉ። በደጃዝማች ፀሐዩ አገረ ገዥነት ዘመን ከተራ ፖሊስ ወታደርነት ተነሥተው፤ ከፍተኛ ሥልጣንና ማዕረግ የደረሱ ናቸው። ይህንን ለማለት የፈለግሁት በአቶ እሱ ባለው ዘውዴ ምስክርነት ላይ ጥላ የማጥላት ፍላጎት ኖሮኝ አይደለም። ከተለያዩ የኅብረተሰብ ክፍል የመጡና የትምህርት፣ የዕድሜም ሆነ የሓላፊነት ቦታ የነበራቸው አንድ ወጥ የሌላቸው ሰዎች ምስክርነት በብዙ መንገድ የሚመሳሰል እንደነበር ስለተመለከትኩ ነው። በተለይ ትምህርት ቀመስ የሆኑና የአርሶ አደር፣ ባላባትና አርበኛ ወይም የቤተ ክህነት አገልጋይ የነበሩ፣ በተለያየ የዕድሜ ክልል ላይ ያሉና የነበሩ ሰዎች አንደበትና ረቂቅነት ከዚያም አልፎ የየራሳቸው በጎ አስተያየት ይኑራቸው እንጂ በዋና ዋና ጉዳዮች ላይ የበርካታ ሰዎች ምስክርነት ተመሳሳይ መሆኑ ታሪኩን ይበልጡን ሚዛናዊ ያደርገዋል የሚል እምነት አለኝ።

የአቶ እሱ ባለው አባት ዘውዴ ደርሰህ ከተራ የገጠር ሰውነት ተነሥተው የቀኛዝማችነት ማዕረግ ድረስ የደረሱት በደጃዝማች ፀሐዩ ነው። እኚህ ሰው ውትድርና እንጂ፣ የባላባትነትም ሆነ የጉልት ገዥነት መሠረት አልነበራቸውም። ደጃዝማች ፀሐዩ ወረዳዎችን ሲገበኙና ሕዝቡን ሲያነጋግሩ ያገኟቸው፣ ቁመናቸው ለውትድርና ሙያ የሚመች፣ በዚህ ላይ በተኳሽነታቸው የሚደነቁ ስለነበሩ፤ በአንጋችነት ወደ ቤተ መንግሥት ይወስዷቸውና ለእሳቸው ባሳዩት ታማኝነት፣ ከላይ የተጠቀሰው ማዕረግ ድረስ ያደረሷቸው ሰው ናቸው። በመጨረሻም ከፊታውራሪ ደምስ አላምረው፣

43 በቅንፍ የተሰጠው ምስክርነት የሰጡትን ሰዎች ቃል እንዳለ ለመጠበቅ ነው።

በጅሮንድ ረታ ጋር ሆነው "በደጃዝማች ፀሐዩ ተከልለው ሕዝብ በድለዋል፣ ዘርፈዋል፣ ጎድተዋል፣" በሚል ከተመረሩባቸው አንዱ እኚሁ የአቶ እሱ ባለው አባት ቀኛዝማች ዘውዴ ደርሰህ ናቸው። ደጃዝማች ፀሐዩም "ሕዝብ ጠልቷቸዋል ብዬ አሳልፌ አልሰጥም" በሚል፣ "ጠስቀው መያዛቸው" አብረው ከተጠያቂነት ያልዳኑበትን "እጃቸውን የማቆሸሽ" ነገር ሆኖ ተነግሮባቸዋል። ከጎጃም ተነሥተው ወደ ከፋ ክፍለ ሃገር እንደራሴ ሆነው ሲሄዱም፣ ከነፊታውራሪ ደምስ አላምረውና በጅሮንድ ረታ ጋር ቀኛዝማች ዘውዴ ደርሰህንም ይዘው ወደ ከፋ ሄደዋል። የጎጃሙ መዘዝ እንደ ጥላ መከተሉ ደግሞ አልቀረም። ይህንን ስደርስበት አነሣዋለሁ።

አቶ እሱ ባለው ዘውዴ ገና ከልጅነታቸው ጀምሮ ከአባታቸው ጋር ቤተ መንግሥት ይሄዱ ስለነበር፣ ደጃዝማች ፀሐዩን፣ ባለቤታቸውን ወ/ሮ አልማዝ ዘውዴን፣ ልጆቻቸውንና እሳቸው ዘንድ ተቀምጠው ይማሩ የነበሩ የእህት ልጆቻቸውን ሁሉ እንደሚያውቁ አጫውተውኛል። ደጃዝማች ፀሐዩ ወደ ከፋ ሲዛወሩም፣ አባታቸውን ተከትለው አብረው የሄዱ ናቸው። ወደከፋ ከመሄዳቸው በፊት ከኮተቤ መምህራን ማሰልጠኛ የተመረቁና በዚያን ሰአት ዕድሜያቸው ከ20 ዓመት በላይ ነበር። በክፍለ ሃገሩ "ቀላድ ተጣለ" በሚል በ1961 ዓ.ም. የተቀሰቀሰውን የአርሶ አደር ዐመፅ በተመለከተ፣ የአቶ እሱ ባለውን ግንዛቤ ከአንደበታቸው እንደሰማሁት እንደሚከተለው አቅርቤዋለሁ፦

> ...ያው በ60 ዓ.ም ያው የሆነ የአርሶ አደር ዐመፅ በየቦታው ነበር። Actually የአርሶ አደሩ ዐመፅ ነው ማለት ያስቸግራል። ቅስቀሳዎች ነበሩ። ከፍተኛ ቅስቀሳዎች በዚያን ሰአት ይካሄዱ ነበር። የማስታውሰው ከ60 ዓ.ም. በፊት ያካባቢው ባላባቶች፣ አስተዳደር ላይ የነበሩና እዚህም የነበሩ አባቶች እንዲያውም ከቤተ ክህነቱም ከምኑም የነበሩ ከደጃዝማች ፀሐዩ ጋር ያለመግባባት ነበራቸው። እውነተኛውን ነገር በመገንዘብ አይመስለኝም አሁን ድረስ መለስ ብዬ ሳመዛዝነው። ግን ያኔ እንደምታውቀው ጎጃሜ፣ ጎንደሬ፣ ወሎዬ፣ ሸዌ፣ መባባሉ ያለ ነበር። ያው እሳቸው ከሸዋ ናቸው። እነዚህ የጎጃም ባላባቶች ደግሞ ቀኛዝማች ቢሰነብት አድገህ፣ ለማ ተሾመ፡ ሊቀ ጠበብት ጥበቡ፣ አያሌው ደስታ፡ ኃይለ የሱስ ፍላቴ ቅሬታ የነበራቸው ይመስለኛል። እነኚህኞቹን የአስተዳደር ችግር ስለነበረባቸዉና ሕዝብ የሚበድሉ ብቻ ሳይሆኑ ማን አለብኝነት ስለነበራቸው፣ ደጃዝማች ከሥልጣናቸው ሲያነሷቸው ቅሬታ የነበራቸው ይመስለኛል። በዚያ ምክንያት ሲጨቃጨቁ፣ ከሓላፊነታችን ለምን ተነሣን በሚል አዲስ አበባ እየሄዱ ይቀመጣሉ። የደጃዝማች ተቃዋሚዎችን ለማስተባበር እዚያ ሄደው ይቀመጡ ከነበሩት መካከል ዋናው ደጃዝማች አያሌው ደስታ ነበሩ። በ60 ዓ.ም ላይ አዲስ የታክስ ሲስተም ተጀምሮ ነበር። ይህም የሚከፈል በዓመት አንድ ጊዜ ነበር። ይህ አዲስ የታክስ ሲስተም የእርሻ ታክስ በመባል ይታወቅ እንጂ ከደጃዝማች ከራሳቸው የመጣ ነው ብዬ አላምንም። ያው የእርሻ ታክስ የሚባል ከላይ ከጃንሆይ የታዘዘ ነው ማለትም ከነበረው ያገዛዝ ሥርዓት

የመጣ ትዕዛዝ ነው። ይህም የጢስ የሚባለውን የሚተካ ሲሆን፣ እያንዳንዱ ባለ ይዞታ ተመዝግቦ አንድ ብር ከሃምሳ፣ በዓመት የእርሻ ታክስ ይክፈል ሲባል አለመግባባት ተፈጠረ። ቀደም ሲል ደጃዝማች ፀሐዩን የተጣሏቸው ባላባቶችና ከሸዋ እንዴት ገዥ ይመጣብናል የሚሉ ነበሩና፤ ይህንን ብር ከሃምሳ አጣመው በመተርጎም ቀላድ ሊጣልብህ ነው ብለው አርሶ አደሩን መቀስቀስ ጀመሩ። በቀላድ ስም የተጣለው ብር ከሃምሳ መሆኑን እያወቁ ሃምሳ ብር ነው በሚል ቀሰቀሱ።

በጎጃም የተጣለው "ቀላድ" በቀረው የምዕራብ፣ ደቡብና ደቡብ ምሥራቅ ከነበረው የመሬት ሥሪት ጋር የሚመሳሰል አልነበረም በሚል እንዲህ ይላሉ፡-

> ባገራችን የመሬት ሥሪቱ ምን እንደሚመስል አርሶ አደሩ ስለማያውቀው፣ ቀላድ ሲባል አመሳስሎ የተነገረው በወለጋ፣ በባሌ፣ ሲዳሞ፣ አሩሲ፣ ከፋና ኢሉባቡር አርሶ አደሩ የመሬት ባለቤትነቱ ቀርቶ ጪሰኛ የሆነበትን ሁኔታ ነው። አርሶ አደሩ ልዩነቱን ስለማያውቅ፣ የእርሻ ታክሱን በዚህ በመመሰል፤ ደጃዝማች መሬትህን ሊያስወስድብህና ጪሰኛው ሊያደርግህ ነው በሚል፤ የቀላዱን መጣል ጉዳይ ከሳቸው ጋር ያለመግባባት ውስጥ የገቡ ባላባቶችና ለጎጃም ምንም አልምተው የማያውቁ አርበኞች ነን የሚሉ ጠጅና ጮማ ከመቁረጥ ሌላ ሙያ የሌላቸው ይህንን ዐመፅ የማስተባበር ሥራ ለመሥራት ተጠቀሙበት። በጎጃምና በቀረው ደቡብ፣ ደቡብ ምዕራብና ምሥራቅ የነበረው የመሬት ሥሪት አንድ እንዳልሆነ ጠፍቷቸውም አልነበር። በዚያም ላይ ደጃዝማች በሌቦችና በሽፍቶች ላይ የወሰዱት ጠንካራ አቋም እነኚህን ባላባትና አርበኛ ነን የሚሉትን አስቆጥቷቸዋል። ከየወረዳው፣ ከየአውራጃው ሌባውና ሽፍታው እንዲጠፋ አድርገዋል። በተቻለ መጠን ውስጥ አዋቂ፣ ሽፍታም ለነበሩ ሰዎች ሹመት በመስጠት ሰላምና ፀጥታ እንዲነግሥ አድርገው ነበር። በዚያ በዚያ የተከፉት፣ በተለይም ሽፍቶች፣ ተሾሙብን በሚል አዲስ አበባ ሄደው ሴራ ሲያስተባብሩ ሁኔታውን ተጠቅመው አርሶ አደሩን አስነሡባቸው። ሌባና ሽፍታውም ከተማ ገብቶ ስለነበር፣ ከተማው በተቀመጡ ባላባቶች ጋር አብረው ያሴሩ ጀመር። በዚህ ጉዳይ ነገሩ ሳይገባቸው በተነሣው ዐመፅ የተሳተፉም፣ ሆን ብለው ሁኔታውን ተጠቅመው፣ ያቀጣጠሉ አንድ ላይ ሆኑና በዚህ ሁኔታ ሰው አለቀ እንጂ ማንንም የጠቀመ አልነበረም። በዚህ ምክንያት በየአውራጃው ዐመፅ ተነሣ። በብቸና በሞጣ፣ በቆላ ደጋ ዳሞት በዚህ ሁሉ የሚያነሣሱ ባላባቶች ነበሩ። በነዚያ ምክንያት ተቀሰቀሰና ዐመፁ እያየለ የሄደበት ሰአት ሆነ።

በደጃዝማች ፀሐዩ ዘመን የተሠራውን የልማት ሥራ በተመለከተ ከሌሎች ከሰማሁት ያልተለየ ምስክርነት ሰጥተውኛል። ይህንንም እንዲህ በማለት ይገልፁታል፡-

> እሳቸው ከኼዱ 50 አመት በላይ ሁኗል። ከዚያ በኋላ አሁን ያለች አዲስ

የተሠራች ያስተዳደር ቢሮ ብቻ ነች። ሌላ አዲስ የተሠራም፣ የተለወጠም ነገር የለም። የፖሊሱ፣ የአስተዳደሩ፣ የፋይናንሱ፣ የግምጃ ቤቱ፣ የፍርድ ቤቱ፣ የቤተ መንግሥቱ፣ የሃውልቱና ያደባባዩ፡ የውጭ እንግዳ ማረፊያው እሳቸው ሠርተውት የሄዱት ነው። መንገዱን ያሠሩና ከተማውን በዘመናዊ መንገድ እንዲቀየስና እንዲሠራ ያደረጉ እሳቸው ናቸው። ማርቆስና አካባቢው ዳገት የነበረ፣ የጥንት ቤቶችና ጎጆ ቤቶች ብቻ የነበሩበት፣ ምንም ልማት ያልተሠራበት ነበር። ድንጋዩን እሳቸው አስፈልገው፣ ቀቢ የምትባል ቦታ አለች ከከተማው ወጣ ያለች፣ አይተኸው ከሆነ ለየት ያለ ድንጋይ ነው። አዳራሹ የተሠራው ከዚያ በሚመጣ ድንጋይ ነው። አሠራሩም ዘመናዊና ለየት ያለ ነው። ሸክላ ፋብሪካ ሳይቀር በዚያን ሰአት በጎጃም አስጀምረው ነበር። እዚህ ወጣ ብሎ አውራ ጎዳና ካምፕ የሚባል አለ፣ በዚህ በሸዋ መውጫ፤ እዚያ አካባቢ ላይ ቀይ አፈር ተገኝቶ ሸክላ የሚሆን ሸክላ ማሠራት ሁሉ ጀምረው ነበር። መንገድ ከዚህ ካደባባዩ ቅዳሜ ገበያ ድረስ፣ የመጀመሪያውን አስፋልት ያሠሩ እሳቸው ናቸው።

ደጃዝማች ፀሐዩ ከቀኛዝማች ሰውነቴ ጋር የነበራቸውን ጠብ በተመለከተም፣ የአቶ እሱ ባለው ምስክርነት ከሌሎች የተለየ ሆኖ አላገኘሁትም።

ሰውነቴን በጉቦኛነታቸውና በውስልትና ጠባያቸው የተነሣ ከሓላፊነታቸው አግደዋቸው ማርቆስ አምጥተው ቤተ መንግሥት እንዲቀመጡ አድርገዋቸዋል። ሰውነቴ ጨዋታ አዋቂም ስለነበሩ እሳቸውንም የደጃዝማችንም ባለቤት ያጫውቱና ያስቁ እንደነበር ይታወቃል። ወደ መጨረሻውም ቢሆን ሥልጣናቸው ሳይጓደል ወደ ግዛታቸው መልሰዋቸዋል። ደጃዝማች ጉቦኛ አይወዱም። በዚህ በምንም የማይጠረጥሩና እጃቸውን ያላቆሸሹ ነበሩ። ሰውነቴ በዚህ ስማቸው የሚነሣ ነበር። ወደግዛታቸው እንዲመለሱ ከፈቀዱላቸው በኋላ ከዐመፁ ቀስቃሾች ጋር ተባብረውባቸዋል።

ይህንን ምስክርነት የሰጡኝ ሰው የቀኛዝማች ዘውዴ ደርሰህ ልጅ በመሆናቸውና አባታቸውን ለሹመት ያበቋቸውን ደጃዝማች ፀሐዩን ከማሞገስ ያለፈ የመተቸት ባሕርይ ያሳዩ እንደሆን በጥንቃቄ አንዳንድ ነገር ጠይቄቸው ነበር። እንደሚከተለው መልሰውልኛል፡-

አይ፣ እኔ የምመሰክር አንገቴ ላይ ላሰርኩት ማዕተብና ለኅሊናዬ ነው። ቆሞ የሚናገር እሳቸው ትተውት ያለፉት ስንት ድንቅ የልማት ቅርስ እያለ ምን ያስዋሻል። እኔ የማውቃቸው የሰውን ልጅ በእኩልነት የሚያዩ፣ የማያበላልጡ፣ መንፈሳዊ ሕይወት የነበራቸው፣ እግዚአብሔርን የሚፈሩና ሰው የሚወዱ እንደነበሩ ነው። በሙስናና አድልዎ ለሚጠረጠሩ የቅርብ ዘመዳቸውም ቢሆን ምንም ርህራሄ አልነበራቸውም። የሸዋ መኳንንት

ጎጃምን እንዴት ይገዛል በሚል የተቀሰቀሰው ብቻ ሳይሆን፤ ዋነኞቹና ሆን ብለው ዐመፁን ያነሣሱት ጎጃም በእኛ ቁጥጥር ሥር ይሁን የሚሉ የጎጃም ባላባቶች ናቸው። እርግጥ ዐመፁን ለመግታትና ለመከላከል የተሞከረ ነገር ነበር። ነጭ ለባሾቹን አደራጅተው፣ ወታደሩም እንዲከላከል አድርገው ነበር። ዘመቻ እየተባለ በየአውራጃው በየወረዳው ዐመፁን ለመግታት ከፍተኛ ተኩስ ልውውጥ ተደርጓል። ሰው ሞቷል። በዚህ መቼው እንደ አገረ ገዥና መሪ ተጠያቂነት የማይቀር ነው።

ቀላድ እንዲጣል ከላይ የወሰኑ ቀዳማዊ ኃይለ ሥላሴና መንግሥታቸው ነው። የደጃች ፀሐይ ግዴታ ለጃንሆይና ለመንግሥታቸው ታዛዥ ሆነው ማስፈጸም ነው። እምቢ ያለውን በሃይል ጭምር ማስገደድ የግድና ማንም የሚያደርገው ነው። መጨረሻ ላይ ግን፣ ጃንሆይ ይህ ከሆነ ጥያቄው የፀሐዩ መነሣት ብቻ መፍትሄ የሚያመጣ ከሆነ በሚል ጃንሆይ ወደከፋ እንዲሄዱ ተደረገ። ጅማ ከሄዱ በኋላም በልማት እንቅስቃሴያቼው በመቀጠል የቆሻሻ መጣያ ሺታው የማያሳልፈውን የአቤቱ ወንዝ እንደአሁኑ አብይ አህመድ ውብና ማራኪ መናፍሻ በማድርግ ትልቅ ቅርስ አሰቀምጠዋል።

❋❋❋

"ፍርሐት የማያውቁ ሰው ነበሩ።"

- ኮማንደር በፍቃዱ ጮራሞ

ኮማንደር በፍቃዱ ጮራሞ ይባላሉ። በአማራ ክልል በምሥራቅ ጎጃም አስተዳደር ዞን የፖሊስ መምሪያ የሥራ ባልደረባ ናቸው። ለሥራ ጉዳይ ወደሌላ ከተማ ከመሄዳቸው በፊት በነበራቸው ጥቂት ሰአት እዚያው ደብረ ማርቆስ ከተማ ተገናኝተን ደጃዝማች ፀሐዩ ሠርተውታል የተባለውን የልማት ሥራ አብረን እየጎበኘን በርካታ ጉዳዮችን አንሥተን ተጨዋውተናል። መቼም ምንም ቢሆን የቀላድ ጉዳይ ሳይነሣ የማይቀር በመሆኑ፤ ይህንኑ አንሥተን ከኮማንደር በፍቃዱ ጮራሞ ጋር ስንወያይ፣ ከሌሎች ከሰማሁት የተለየ ታሪክ አላጫወቱኝም። "በቀላድ ሳቢያ ዐመፁን የቀሰቀሱት በደጃዝማች ፀሐዩ ላይ የየራሳቸው ቅሬታ የነበራቸው ባላባቶችና ሠርቶ ከመብላት ይልቅ በሙስና ስማቸው የሚታወቅ ሰዎች ነበሩ። እነርሱም ሆን ብለው ከላይ ከማዕከላዊ መንግሥት የተወሰነውን የአንድ ብር ከሃምሳ የመሬት ግብር ክፍያ በሃሰት ተርጉመው፣ ሃምሳ ብር ነው በማለት ገበሬውን ስለሰበኩትና አልፈው ተርፈውውም ደጃች ፀሐይ መሬትህን ሊነጥቅህ ነው በሚል ገበሬውም እውነት መስሎት እንደተከተላቸውና ዐመፁ እንዲቀሰቀስ በማድረጋቸው የተነሣ ሁከት ነበር፣" ሲሉ አስተያየታቸውን አካፍለውኛል። ከዚህ ይልቅ ኮማንደር በፍቃዱ የሚያዉቁት ብዙም ያልተሰማና በሰፊው የማይታወቅ ታሪክ አጫውተውኛል። ይህም የሚከተለው ነበር፡-

ደጃዝማች ፀሐዩ የጋሞ ጎፋ ጠቅላይ ግዛት ጠቅላይ እንደራሴ በነበሩ ጊዜ፣ ሽፍቶች ክፍለ ሃገሩን ሰላም ነስተውት ነበር። በተለይም የገበሬውን ከብት እየዘረፉ፣ ሰብሉን እየቀሙና ቤትና ንብረቱን እያቃጠሉ አስቸግረው ነበር። እሳቸው ወደ ክፍለ ሃገሩ ተሹመው ከመጡ በኋላ ሽፍታውን በማሰስ፣ እጅ ሰጥቶ በሰላም የሚገባውን በማስገባት፣ እጅ አልሰጥ ያለው ላይ እርምጃ እያስወሰዱ፣ የተማረከውንም ወደ ወህኒ ቤት በማስገባት የሚበላውና የሚጠጣው፣ የሚለብሰው ልብስ ሳይጎድልበት ሙያ እንዲማር ያደርጉ ነበር። ብዙውንም ጊዜ ወህኒ ቤቶችን እየተዘዋወሩ በመጎብኘት ተፈርዶባቸው በእስር ላይ የሚገኙትን ሽፍቶች ጉዳይ ይጠይቁ ነበር። የኔ የእናቴ ታላቅ ወንድም አጎቴ አርጌቦ አበበ ገና አፍላ ጎረምሳ እያለ ከሽፍቶች ጋር ከተደባለቁት አንዱ ሆኖ፣ በመጨረሻም እጅ በመስጠት በሕግ ቁጥጥር ሥር ገብቶ ተፈርዶበት ወህኒ ቤት ነበር። አጎቴ ተወልዶ ያደገው እዚያው ጋሞ ጎፋ ክፍለ ሃገር ቁጫ ወረዳ ጫባ በለስ በሚባለው መንደር ሲሆን፣ የታሰረው ግን አርባ ምንጭ ወህኒ ቤት ነበር። ደጃዝማች ፀሐዩ ወህኒ ቤቱን ለመጎብኘት ሲመጡ፤ እስረኛው የሚሰጠውን ሥልጠናና የሚሠራውን ሥራ፣ የሚበላ የሚጠጣውን ሳይቀር በቅርብ ይመለከቱ ነበር። የኔ አጎት ገና በዚያ በልጅነት ዕድሜው የግንበኝነቱንና አናጢነቱን ሥራ አቀላጥፎ በጥራት ሲሠራ ይመለከቱታል። በሌላ ጊዜ ለጉብኝት ሲመጡ ደግሞ ወህኒ ቤቱ በእስረኛው የሚያሳርሰው የራሱ እርሻ ስለነበረው፣ እዚያም በዚያ በልጅ አቅሙ በሬውን ጠምዶ ሲያርስ፣ አረሙን ሲሰበስብ፣ ሲያጭድና ሲከምር ሲሸከም፣ አንዳንዴም አትክልት ሲተክልና ሲኮተኩት ያስተውሉታል። የግንበኝነቱና አናጢነቱ ሥራው የረቀቀና ጥራት ያለው፣ የግብርናና አትክልት ተከላውም እንዲሁ የሚያስደስት መሆኑን ያስተውሉና "ይህ ልጅ ሙያ ለመማርና የተማረውንም እንዲህ አሳምሮ ለመሥራት ትጋቱን ከየት አመጣው? እርሻም ሲያርስ፣ ሲያጭድ ሲከምርና ሲሸከም፣ አትክልት ሲተክልና ሲኮተኩት ደጋግሜ አይቼዋለሁ። በዚህ ላይ የእድሜ ልጅነትና ቁመናው የሰጠ መልከኛ ነው" ብለው፤ የወህኒ ቤቱን አስተዳዳሪ ይጠሩና "ይህ አንድፍሬ ልጅ አለምክንያት ሽፍትነት አልገባም። ለመሆኑ ፍርዱን ለመጨረስ ስንት ጊዜ ቀረው?" ብለው ይጠይቁታል። እሱም ምን ያህል ቀረው ብሎ እንደነገራቸው አላውቅም፣ ቢሆንም ለጠየቁት መልስ ይሰጣል። እሳቸውም "አሁኑኑ በምህረት ፍታውና ወደኔ ላከው፣" ብለው፣ እዚያው ትዕዛዝ ይሰጣሉ። እሱም ወዲያው እንደተፈታ፣ እሳቸው ቢሮ ይሄዳል። ለካስ በዚያን ጊዜ ከጋሞ ጎፋ ተዛውረው ወደ ጎጃም ክፍለ ሃገር ለመሄድ እየተዘጋጁ ኖሯል። አጎቴንም "በል ተዘጋጅ ከኔ ጋር ጎጃም ትሄድና እኔው ዘንድ እየሠራህ ሰው ትሆናለህ፣ ይሉና ልብሱንም መለወጫ፣ ጓዙንም ማጓጓዣ ገንዘብ ሰጥተው፤ እሳቸው ከአርባ ምንጭ ተነሥተው ወደ ደብረ ማርቆስ ሲመጡ፣ እሱም የሳቸውን ሠራተኞች ተከትሎ ደብረ ማርቆስ ይገባል። ወዲያውም የደብረ ማርቆስን ቤተ መንግሥት ሲያሠሩ፣

በግንበኝነቱም በአናጢነቱም በአትክልተኛነቱም፣ በታማኝነቱና የውትድርና ሙያ ለመቀበል ፈጣንነቱ፣ በዚህ ሁሉ ባሳየው ሙያና በባሕርዩም ጨዋነት፣ በዚህ ላይ ከቁመናው የሰጠ ከመሆኑ ሌላ ጉልበታም እና መልከ ቀና ስለነበር አንጋቻቸው ያደርጉታል። ውሎ አድሮም ከአንጋችነት የእልፍኛቸው ሓላፊና አልባሻቸው እስከመሆን ይደርሳል። ትዳር የመያዥያ ጊዜውም በደረሰ ጊዜ ከዚያው ከጎጃም የምትወለድ መልካም ሴት ይድሩትና የልጆች አባት እስከመሆን ደርሷል። ከራሱ ልጆች አልፎ የባለቤቱን ታናሽ እህት ልጅ ዛሬ ባገራችን ከታወቁት የትያትር ባለሙያ የሆነውን ጌትነት እንየውን በሥጋ ከወለዳቸው ልጆቹ ከነኢንጅነር ዘውዱ አርጌቦ ጋር አባት ሆኖ አሳድጎ ለቁም ነገር አድርሷል። ደጃዝማች ፀሐዩ ወደ ጅማም ሲሄዱ፣ መላ ቤተሰቡን ይዞ ተከትሏቸው ሄዷል። ለሳቸው በነበረው ፍቅርና ታማኝነት ሕይወቱን ከመስጠት የማይመለስ እንደነበር ይናገር ስለነበር፤ እስከ ሕይወታቸው ፍጻሜ ድረስ ከሳቸወም ሆነ ከቤተሰቡም አልተለየም። አጎቴ ስለ ደጃዝማች ፀሐዩ ሲያነሣ፣ ሰውነቱን ይወረው ነበር። ከዚያ ኑሮ ያላቀቁኝና ሰው ያደረጉኝ እሳቸው ናቸው እያለ እስከ ሕይወቱ መጨረሻ ድረስ ዘወትር ያነሣቸው ነበር።

ኮማንደር በፍቃዱ ጮራሞ ገና ሕፃን ልጅ እያሉ፣ ሰው ይዟቸው ወደ ጎጃም ክፍለ ሃገር እንዴት እንደመጡ ነግረውኛል። እንደወረደ ከሳቸው የሰማሁትም እንዲህ ይላል፦

ጋሞ ጎፋ እያለሁ እያለሁ "አርጌቦ አበበ የሚባል አጎት አለህ። የጋሞ ጎፋ ገዥ የነበሩት ደጃዝማች ፀሐዩ ወደ ጎጃም ሲዛወሩ፣ ይዘውት ሄደው ቤትና ንብረት አበጅቶ ትልቅ ሰው ሆኗል። አንተ እዚህ የከብት እረኛ ሆነህ ከምትቀር አጎትህ ጋ ብትሄድ አንተም አንድ ቀን እንደ አርጌቦ ትልቅ ቦታ ትደርሳለህ፣" እያሉ የሚነግሩኝ ውስጤ ገብቶ ስለነበር፤ አንድ ቀን እናቴ ወደ ደብረ ማርቆስ የሚሄዱ ሰዎች አገኘችና ለእነርሱ ሰጥታኝ እነርሱ ይዘውኝ መጡ። እንደደረስኩም በቀጥታ ወደ ቤተ መንግሥቱ ሆጄ አጎቴን ፈልጌ አገኘሁት። ከዚያም ወዲያው ተቀብሎ ትምህርት ቤት አስገብቶኝ እኔም በትምህርቴ ብርቱ ስለነበርኩ፣ ሳላሳፍረው የሁለተኛ ደረጃ ትምህርቴን ጨርሼ፤ ከዚያ ፖሊስ ኮሌጅ ገብቼ በመኮንንነት ከተመረቅሁ በኋላ ይኸው ዛሬ እዚህ ደረጃ ላይ ለመደረስ በቃሁ።

ደጃዝማች ፀሐዩ አጎቴን ከታሰረበት ወህኒ ቤት ሙያውን፣ ታታሪነቱንና ጠባዩን አይተው፤ ፍርዱን ሳይጨርስ በምህረት እንዲፈታ አድርገው ይዘውት ባይመጡ እሱም ፍርዱን እንኳን ጨርሶ ቢወጣ ሠርቶ የማደር ዕድል አይኖረውም ነበር። እኔም ይህንን ዕድል ለማግኘት እንደማልችልና በድህነት ተወልጄ በድህነት ከማለፍ በስተቀር ሌላ መውጫ አይኖረኝም ነበር።

ከኮማንደር በፍቃዱ ጋር ከመለያየታችን በፊት አጎታቸው ዘወትር ሲያነሡትና ለዘመድ አዝማድ ያጫዉቱት የነበረውን ታሪክ "ደጃዝማች ፀሐዩ ፍራቻ የሚባል ነገር የማያውቁ ሰው እንደነበሩ" የሚያስታውስ ታሪክ ነግረውኛል።

ደጃዝማች ፀሐዩ ጎጃም መተከል አውራጃ ደረባ በመባል የሚጠራውን የፈረሰ ድልድይ ሲጎበኙ። ከቀኝ ወደ ግራ ከንዱን አጥፎ የሚታየው የደጃዝማች ፀሐዩ ዋናው አንጋች አርጌቦ አበበ ከጋሞ ጎፋ ተከትሏቸው ጎጃም በሄደበት ዓመት የተቀበለውን ወታደራዊ ሓላፊነት ያመለክታል።

የ1953ቱ የመፈንቅለ መንግሥት ሙከራ ከከሸፈ ከዓመት በኋላ በደብረ ማርቆስ የጦር ሠራዊት ካምፕ ውስጥ የማጉረምረምና ቅሬታው ወደ አድማ ለማምራት ዳር ዳር ያለበት ሁኔታ ተፈጥሮ ነበር። ይህንን አጋጣሚ አጎታቸው አቶ አርጌቦ ለሌሎች በእድሜያቸው አንጋፋ ለሆኑ ሰዎች ደጋግመው እያነሡ ያጫውቷቸው እንደነበር ያስታውሳሉ። እሳቸው በቀጥታ ከአጎታቸው ባይሰሙትም ጉዳዩ የሚከተለው ነበር፡-

> አባቶችና አንዳንድ በጊዜው እዚያው ቤተ መንግሥቱ ውስጥ ከአጎቴ ጋር አብረው ይሠሩ የነበሩ ሰዎች ሲናገሩ የሰማሁት፣ የመፈንቅለ መንግሥት ሙከራው ከከሸፈ ከአንድ አመት በኋላ ከቤተ መንግሥቱ ጀርባ በነበረው የጦር ሠራዊት ካምፕ ውስጥ ችግር ተቀስቅሶ ነበር። ወታደሩ ማጉረምረም ሲጀምር የካምፑ አዛዥ ሁኔታው ከቁጥጥር ውጭ ሊወጣ ይችል ይሆናል በሚል ስጋት፣ ቤተ መንግሥቱ ድረስ ይሄድና የተፈጠረውን ሁኔታ ለደጃዝማች ፀሐዩ ተጨንቆ ይነገራቸዋል። ይህንን እንደነገራቸው ወዲያዉ

ወደመኝታ ቤታቸዉ ይገቡና የቫዮሊን መያዥያ በምትመስለው ሻንጣ ውስጥ አዉቶማቲክ መትረየሳቸውን ይይዙና ከካምፑ አዛዥ ጋር በአድማ ተሰብስበው ወደሚጠብቋቸው ወታደሮች ሄደው ያገኟቸዋል። ገጠመን የሚሉትን ችግራቸውን እንዲነግሯቸው ከጠየቋቸውና እነርሱም በጥሞና ከነገሯቸው በኋላ፣ ይህንኑ ለበላይ እንደሚያስተላልፉላቸው ይነግሩና፣ በዚያውም መለዮ የለበሰ ወታደር ይህን የመሰለ ሕገ ወጥ ተግባር ማድረግ አይገባውም በሚል ይገስጿቸዋል። ንግግራቸው ምክር አዘል ብቻ ሳይሆን ቁጣም የታከለበት ነበር ይባላል። ቢሆንም ወታደሮቹ ከሰሟቸው በኋላ ወደየሥራችው ተመልሰዋል። ይህ ሁሉ ሲሆን አጎቴ እሳቸው ሳያዩት ተከትሏቸዉ ኖሯል። የአጎቴ ፍራቻ እነዚያ በማጉረምረም ላይ የነበሩ ወታደሮች ያግቷቸው እንደሆን ሊፈጠር የሚችለው አደጋ ነበር። እሳቸው ግን በዚያች ሰአት ድግን መትረያሳቸውን የያዘችውን ሻንጣ በእጃቸው እንደያዙ፣ ማንንም ሳይፈሩ፣ አዛዡን ተከትለው ወደጦር ሠራዊቱ ግቢ መሄዳቸውና በመጨረሻም ምክርም ግሳፄም ሰጥተዋቸው ጉዳዩ በሰላም ማለቁ አጎቴን ይገርመው እንደነበር ለሰዎች ይናገር ነበር። አንድ ነገር ቢፈጠር መትረየሳቸው ጎርሶ ከተቀመጠበት ሻንጣ አውጥተው ከመታኮስ የማይመለሱ እንደነበር ሲያስበው ከመገረም ይልቅ ይዘገንነው ነበር።

ኮማንደር በፍቃዱ ከዚህ ጋር አያይዘው አጎታቸው አቶ አርጌቦ ደጃዝማች ፀሐዩን በዚያ ዓይነት ራሳቸውን ማጥፋታቸውን ሲሰማ እንዳልተገረመና ለሳቸው ከነበረው ፍቅር የተነሣ፣ ከባድ ሃዘን ወድቆበት እንደነበር፣ አልፎ ተርፎም "ምነው ከሳቸው ሳልለይ አብሬአቸው ሕይወቴ ባለፈ" እስከማለት ደርሶ እንደነበር ገልጸውልኛል።

አጎቴ ደጃዝማችን ሲያስታውሳቸውም፣ ሰውነቱን እስከመንዘርና ማንቀጥቀጥ ያደርሰው ነበር። ይህም ምክንያቱ፣ አጎቴ እንደሚናገረው፣ ደጃዝማች ሰው ማገበላለጥ የማያውቁ፣ ለሰው የሚያዝኑ፣ ሃይማኖተኛ፣ ትጉህ ሠራተኛ፣ ሌብነት፣ የመጠጥ ሱስና ሴሰኝነት ካላገኙብህ ትልቅ ቦታ እንድትደርስ የሚረዱና የሚያግዙ ስለነበሩ ነው እንጂ፣ እኔ እንደሆን የመንዜና መርሃቤቴ ተወላጅ አይደለሁም ይል ነበር። "ያገኙኝም ገና በልጅነት ዕድሜዬ ሽፍቶችን ተደባልቄ በሠራሁት ወንጀል ተይዤ ወህኒ ቤት በተደጋጋሚ መጥተው ሲጎበኙ ሙያዬንና ትጋቴን እንዲሁም ደግሞ የዕድሜዬን ልጅነት አይተው ምህረት አድርገውልኝ ይዘውኝ መጥተው ነው እንጂ፣ ጎጃም ክፍለ ሃገርም ቢሆን ትዳር የመሠረትኩባትና የባለቤቴና የልጆቼ እናት አገር እንጂ ለእኔ ምኔም አልነበረም፣" እያለ ዘወትር ያስታውሳቸው ነበር። ከፋ ጠቅላይ ግዛትን እስከለቀቁ ድረስ አልተለያቸውም ነበር፤ እስከ 1990-91 ድረስ በመንግሥት ቅጥር ቆይቶ፣ ጡረታ ከወጣ በኋላ ባደረበት ህመም በ1992 ከዚህ አለም በሞት ተለይቷል። እኔም ያን ጊዜ ትንሽ ብሆንምና በሚገባ ባላስታውሳቸውም፣ ከወታደርነት ሙያዬ ጋር በተያያዘ የደጃዝማች

ፀሐዩን ድፍረትና ቆራጥነት ስሰማ ያኮራኛል። ያገራቱን ነጻነትና ዳር ድንበር አስጠብቀው፣ ላለው ትውልድ ለማስተላላፍ በዱር በገደሉ ሲዋደቁ፣ ከሞት ጋር የተዋወቁ ይመስል ፍርሃት የሚባል ነገር የማይታይባቸው ሰው እንደነበሩ አጎቴ አርጌቦ አበበ ሲነግረኝ እኔም "እንኳን እግዜር ከእሳቸው ጋር አገናኘህ። ከራስህ አልፎ እኔንም ከድህነት አውጥተህ እዚህ እንድደርስ ምክንያቱ የሆኑት እሳቸው ናቸው። ነፍሳቸውን ከደጋጎቹ ጎን በገነት ያኑረው" እያልሁ እመልስለት ነበር።

በመጨረሻ ተሰናባብተን፣ እሳቸውም ለሥራ ጉዳይ ወደሚሄዱበት ከተማ፣ እኔም በዚሁ ጉዳይ ተመሳሳይ ቃለ ምልልስ ለማድረግ ከተቃጠርነው ሌላ ሰው ጋር ለመገናኘት ከመሄዴ በፊት ከዚህ በታች የሰፈረውን ቃል ተናግረውኛል:-

እባካችሁ አንጠፋፋ። ከዚህ በኋላ ተገናኝተናል። እኛ ቤተሰቦች ነን። እኔ ደጃዝማቻችን ልጅ ስለነበርኩ ብዙም አላስታውሳቸውም። ሁላችንም እዚህ የደረስነው በሳቸው ነው። የአርጌቦም ልጅ ኢንጅነር ዘውዱ ዛሬ ዱባይ ሕንፃ ተቋራጭ ኩባንያዎች ጋር ይሠራል። ኢትዮጵያ ተመልሶም የራሱን ኮንስትራክሽን ፈርም የማቋቋም ሐሳብ አለው። አርጌቦ ያሳደገው የሚስቱ ታናሽ ወንድም ጌትነት እንየውም በብሔራዊ ትያትር አሉ ከሚባሉት ታዋቂ የድራማ፣ የባህልና ኪነ ጥበበ ሰው ነው። ከናንተ ጋር በሥጋ ባንዛመድም፣ ያው ቤተሰብ ነንና እንደገና እንድንሰባበሰብ ይህ አጋጣሚ ምክንያት ሆኖልናልና ለዘውዱም ለጌትነትም ስልክህንና አድራሻህን ሰጥቻቸዋለሁና ደውለው አንተን ለማነጋገር በናፍቆት እየተጠባበቁ ነው።

ብለውኝ ተለያይተናል።

አቶ አርጌቦ አበበ ካሳደገው ጌትነት እንየው ጋር የተነሱት ፎቶ

ደጃዝማች ፀሐዩ ከጋሞ ጎፋ ይዘውት የመጡት አርጌቦ አበበ በልጆቻቸውና እሳቸው ባሳደጓቸው የእህት ልጆቻቸው የተወደደ ሰው ነበር። ደጃዝማችም ልጆቻቸውም ሆኑ የእህት ልጆቻቸው ምንም አይነት ሥራ ይሁን ሳይንቁ መሥራትንና ትሁትነትን ከአርጌቦ እንዲማሩ፣ እሱ የቤተ መንግሥቱን አትክልት በሚንከባከብበት ጊዜ እነርሱም አብረውት አበቦችን ውሃ እንዲያጠጡና ፅዳቱንም አብረው እንዲንከባከቡ ይመክሯቸው ነበር። ይህም ልጆቻቸውና እህት ልጆቻቸው ሥራን ብቻ ሳይሆን፣ ሥራውን ለሚሠራ ሰው፣ ማንም ይሁን፣ አክብሮት እንዲኖራቸው ለማስተማር ሲሉ የሚያደርጉት እንደነበርና ለአርጌቦም የማይረሳ ትዝታና ፍቅር እንደነበራቸው አጫውተውኛል። አልፎ ተርፎም አርጌቦ በልጅነቱ ማንበብና መጻፍ የመማር እድል ሳያገኝ በመቅረቱ፣ ቅዳሜና እሑድ፣ እንዲሁም በእረፍቱ ጊዜ እሱን ማንበብና መጻፍ ለማስተማር የደጃዝማች ፀሐዩ ልጆችና የእህት ልጆቻቸው ፉክክር ውስጥ ሁሉ ይገቡ ነበር። አርጌቦ ብቻ ሳይሆን፣ በደብረ ማርቆስ ቤተ መንግሥት የደጃዝማች ፀሐዩ አንጋቾችና የቤት ሠራተኞች፣ በዚያን ጊዜ ስማቸውን መጻፍ የማይችሉ ነበሩ። ደሞዝ ሲቀበሉም የሚፈርሙት በአውራ ጣታቸው ላይ ቀለም ተቀብቶ ነበር። በ“ተምሮ ማስተማር ዓላማ” በሦስት ወር ጊዜ ዉስጥ አማርኛ ማንበብና መጻፍ እንዲችሉ፣ ደመወዛቸውንም ፈርመው እንዲቀበሉ፣ አልፎ ተርፎም ጋዜጣና መጽሐፍ የማንበብ ብቃት ላይ እንዲደርሱ አድርገዋል። ደጃዝማችም ልጆቻቸውና የእህት ልጆቻቸው እነዚህን የቤተመንግሥቱን ሠራተኞችና በውትድርና ሙያ ሰልጥነው ለአንጋችነት የበቁትን በትጋት እንዲያስተምሩ ያበረታቱና ይከታተሉ ነበር። ልጆቻቸውና የእህት ልጆቻቸው ለአርጌቦ ከነበራቸው ፍቅር የተነሣ በ1992 በህመም ምክንያት ከዚህ ዓለም በሞት መለየቱን ሲሰሙ ከባድ ሃዘን እንደሆናባቸው አስታውሳለሁ።

አቶ አርጌቦን በተመለከተ የቤተሰባችንም ትዝታ እጅግ የሚወደድና "እንደበቱ የማር ያህል የሚጣፍጥ እንጂ ክፉና ሰው የሚያስቀይም ነገር የማይወጣው ሰው" እንደነበር ነው። ለደጃዝማች ፀሐዩም የነበረው ፍቅርና ታማኝ ቃላት ከሚገልፀው በላይ ነበር። ዛሬ በህይወት ባይኖርም እንደ አባት ሆኖ ካሳደገው ከባለቤቱ ወንድም ጌትነት አንየውና የአህቱ ልጅ ኮማንደር በፍቃዱ ጮራም ሌላ የራሱ ልጆች ከትልቅ ደረጃ ደርሰውለታል። መለሰ አርጌቦ የሕግ ባለሙያ፣ ትዕግስት አርጌቦ በግል የንግድ ሥራ ስትተዳደር፣ ዘውዱ አርጌቦ ደግሞ በሲቪል መሃንዲስነት ተመርቆ በዱባይ በህንጻ ተቋራጭነት በመስራት ላይ ይገኛል። ብዙወርቅ አርጌቦ መምህርት ስትሆን፣ እናታቸው ፈንታነሽ ምህረቴ ከልጆቻቸው አባት ከዚህ አለም በሞት መለየት በኋላ መንኩሰው ደብረ ማርቆስ ቤት ክህነትን በማገልገል ላይ ይገኛሉ። ይህንን የመሰለ መልካም ቤተሰብ የራስ ስነ ምግባርና ጥረት ባይታከልበት እዚህ መድረስ ባይቻልም በውይይታችን ወቅት ሁሉ "ደጃዝማች ፀሐዩ ለባታችን የዋሉት ውለታ ለኛ ሁሉ የተረፈ ለመሆኑ ምስክርነታችንን እንሰጣለን" በማለት ስማቸውም ሲነሳ ምን ያህል ስሜታቸው እንደሚነካ ልገነዘብ ችያለሁ። ፍቅር እንጂ መወለድ ትርጉም የለሽ ቋንቋ መሆኑን ከነዚህ ወገኖቻችን ህይወት መገንዘብ አያዳግትም።

❋❋❋

"ለእኛ ነጩ ጤፍ ሲቀርብ ለሳቸው ጥቁር ጤፍ ነው የሚቀርብ።"

- ሃምሳ አለቃ መንግሥቴ ውድነህ

ሃምሳ አለቃ መንግሥቴ ውድነህን ደብረ ማርቆስ ባገኘኋቸው ጊዜ በዕድሜ የገፉና የጤና ችግር የነበረባቸው ነበሩ። ይህ መጽሐፍ የመጀመሪያው ረቂቅ ከመጠናቀቁ በፊት፣ ባለፈው ኅዳር ወር 2013 ዓ.ም.፣ እሳቸውም እንደ መሪጌታ ሊባኖስ የተመኝ ባንድ ሰሞን ከዚህ ዓለም በሞት ተለይተዋል። የሳቸውንና የመሪጌታ ሊባኖስ የተመኝን ነፍስ ይማር።

ሃምሳ አለቃ መንግሥቴ ደጃዝማች ፀሐዩ የጎጃም ክፍለ ሃገር እንደራሴ በነበሩበት ዘመን የቤተ መንግሥቱ ተላላኪ ነበሩ። ስለፊታውራሪ ደምስ አላምረውና አያሌው ደስታ፣ ቀኛዝማች ሰውነቴና ከፊታውራሪ ኃይለየሱስ ፍላቴ፣ እንዲሁም ስለቀላድ መጣል ጉዳይ የጤናቸውና ዕድሜያቸው ሁኔታ የፈቀደውን ያህል አጫውተውኛል።

> ደጃዝማች ፀሐዩ ብሩክ የተባረኩ፣ ቅዱስ፣ ቅዱስ የልማት ሰው ነበሩ። ቢሮ መቀመጥ አይወዱም። ልማቱ ላይ ነው የሚገኙ። መጠጥ የሚባል ነገር እሳቸው ዘንድ አይደርስም። መጠጥ ጠጥቶ የሚገባ ሰው አይወዱም። አንድ

ጠጪ ነበር፣ አለመጠጥ የማይንቀሳቀስ። አውቀው የሰሌን ባርኔጣቸውን አድርገው አይተውት ኖሮ፣ እከሌ ብለው ጠሩትና ያፋን መሸተት አውቀው "አንተ ይህንን መጠጥ ተው አልኩህ እንጂ ብርሌህን ተጋት አላልኩህም፣" አሉት። ደግሞ ማን ሥራ እንደሚሠራና እንደማይሠራ፣ ወረዳ ፍርድ ቤት ድረስ ሄደው ባለጉዳይ የሚበድለውንና የማይበድለውን ይለዩታል። አንድ ጊዜ ወረዳ ፍርድ ቤት አንድ ዳኛ አንድ ጸሐፊና አንድ ተላላኪ ነበሩ። ከዳኛውና ከጸሐፊው ይልቅ ባለጉዳይ በሚገባ የሚያስተናግዱ ተላላኪዎቹ መሆናቸውን ይረዳሉ። ጠጋ ብለው ደመወዛቸውን ይጠይቋቸዋል። እነርሱም 16 ብር ብለው ይነግሯቸዋል። የፍርድ ቤት ተላላኪዎች ደመወዝ ደግሞ 30 ብር ነበር። ወዲያው "ባላምባራስ ደምሴ ረታ፣" ብለው ይጣራሉ። በጅሮንድ ረታን ማለት ነው። እሳቸው ግምጃ ቤትና የክፍለ ሀገር ጸሐፊ ነበሩ። ደምሴ ረታም አቤት ብለው ቀረቡና እሳቸውም "ቦጋለ ከበደ፣ መንግስቴ ውድነህ፣ ግርማ እምሩ፣..." ብለው የሰባት ተላላኪዎች ስም ጠርተው "እነዚህን ደመወዛቸውን 30 ብር አድርገህ ወደ ከፍተኛ ፍርድ ቤት ብታዛውራቸው ሕዝብ አይበድሉም፣" ብለው ወዲያው እንድንዛወር አደረጉ።

የልማት ሥራ፣ ውሳኔ አሰጣጥንና ከማንኛውም ተራ ሰው ጋር ቀርበው ለመነጋገርና በማዕድም ቢሆን ቀርበው አብረው የሚበሉ የሚጠጡ፣ ኩራት የማያውቁ ሰው እንደነበሩ በመግለፅም የሚከተለውን ቃል ነግረውኛል፡-

> ልማት ያሠሩ የነበረ ማለዳ ነው። ከማለዳ እስከ 9 ሰአት ድረስ ቢሮ አይገቡም። የከተማውን ልማት ሲመሩና ራሳቸውም ድንጋይ እየተሸከሙ መንገዱን ሲያሠሩ ነው የሚውሉ። ባለ ጉዳይም ለአቤቱታ ቢገጥማቸውም እዚያው ወስነውና ማመልከቻው ላይ ምልክት አድርገውለት ጉዳዩን ወደሚፈጽሙለት ይልኩታል። ተምቻ ድረስ እየሄዱ ሰሌን ባርኔጣቸውንና ቦት ጫማቸውን አድርገው ድንጋዩን ሲያስፈልጡና ሲያስጭኑ አስታውሳለሁ። ግብርም ቢሆን ከእኛው ጋር ከተላላኪዎቻቸው ጋር ነው የሚቀመጡ። እኛ ጠጅና ጮማውን ስንቆርጥ፣ እሳቸው መጠጥ የምትባል ነገር የለችም። ለእኛ ነጩ ጤፍ ሲቀርብ ለሳቸው ጥቁር ጤፍ ነው የሚቀርብ። የተባረኩ ቅዱስ ሰው ነበሩ። ደምስ አላምረውና አያሌው ደስታ ፍቅር አልነበሩም። ደምስን ሽፍታ ነው መሾም አይገባውም፣ የምንሾም እኛ የባላባት ልጆች ነን ባይ ነበሩ አያሌው ደስታ። በዚህ ነው ገበሬውን ቀስቅሰው ከሰነፉ ቀኛዝማች ሰውነቴና ቢሰኑበት አድገህ ጋር በደጃዝማች ላይ ያሳደሙባቸው።

በሃምሳ አለቃ መንግሥቴ እምነት "ደምስ አላምረውን፣ ዘውዴ ደርሰህንና በጅሮንድ ረታን የጠላው፣ ወደ ደጃዝማችም የዞረው እሳቸው እነኚህን ሰው ይበድላሉ የተባሉትን

ሰዎች ከሹመታቸው ሳያነሷቸው በመቅረታቸው ነው።" እሳቸው ደግሞ "እነኚህን ሹማምንት ሰው አምቷቸዋል ብዬ፣ ሕዝብ ለመበደላቸው መረጃ ሳላገኝባቸው ከሹመታቸው አላነሣቸውም ማለታቸው ያን ሁሉ መልካም ስማቸውን አጉድፎታል።" ወደከፋ መሄዳቸው አይቀሬ ሲሆን፤ ጎጃም እሳቸውን፣ ደምስ አላምረውንና ደምሴ ረታን ሲያሞግስ እንደተቀኘላቸው ሲኮንንም እንዴት ብሎ እንደተቀኘባቸው ሃምሳ አለቃ መንግሥቴ እንደሚከተለው አጫውተውኛል።

"ፊታውራሪ ደምስ ቀጭን ዘመናይ ሰው፣

በሱም አይፈረድ በፀሐይ ቀልጦ ነው።"

በመጨረሻም ዐመፁ ተቀስቅሶ ወደ ከፋ በመሄጃቸው ጊዜ ደግሞ

"ደምስ እንጨት ፍለጥ ፀሐይ ውሃ ቅዳ

ጎትተህ ጎትተህ ባመጣኸው ዕዳ።"

ተብሎ ተገጥሞባቸዋል።

በጅሮንድ በነበሩት ደምሴ ረታ የተቀየመው ደግሞ የሚከተለውን ገጥሞባቸዋል፡-

"ከጧት እስከማታ ስሚገት ሲረታ፣

ፀሐዩ በርትቶ ቆማጣው ረታ።"

በበጅሮንድ ረታ ላይ ይህ የተባለባቸው የሥጋ ደዌ በሽታ አለባቸው እየተባለ ይታሙ ስለነበር እንደሆነ ሃምሳ አለቃ መንግሥቴ ውድነህ አልደበቁኝም። ደጃዝማች ፀሐዩ ወደከፋ ከሄዱ በኋላ ይህንን የእንደራሴነቱን ሹመት ይገባናል ሲሉ የነበሩት እነደጃዝማች አያሌው ደስታ፣ ፊታውራሪ ኃይለ የሱስ ፍላቴና ሌሎችም ይህንን ሹመት አላገኙትም። ለጎጃም ገዥነትም ሆነ በአርበኝነቱስ ቢሆን እኛ ከሸዋ ከሚመጣ ገዥ አንሰን ነው ወይ ብለው ቢያሳድሙም፣ አዲስ አበባ ድረስ እየሄዱ ደጅ ቢጠኑም፣ ተሹመው የመጡባቸው ደጃዝማች ደረጀ መኮንን ከሸዋ መኳንንት ልጆች አንዱ የነበሩ ሰው ናቸው። እሳቸውም የተወለዱበት ሥፍራ ሆሮ ጉዱሩ ወለጋ ቢሆንም፣ ልጅነታቸው ለቢትወደድ መኮንን ደምሰው ነው። በእናታቸው በኩል ኦሮሞነት ያለባቸው፣ አያታቸው ራስ ደምሰው ነሲቡ የወለጋ ገዥ የነበሩ መንዝ የተወለዱ የሸዋ ሰው ነበሩ።[44]

ከፍ ብሎ በቀረበው የሰዎች ምስክርነት ደጃዝማች ፀሐዩ በሰው መሸነፍ ሊኖርባቸው እንደሚችልና ትኩረታቸው ልማቱ ላይ በመሆኑ አመኔታ ያሳደሩባቸው የአውራጃ

44 ሻምበል ፍቅረሥላሴ ወግደረስ እኛና አብዮቱ ገጽ 18 ላይ፣ ደጃዝማች ደረጀን የጎጃም ተወላጅ ያደርጋቸዋል። ከልጃቸው አቶ ከፍሌ ደረጀ ያገኘሁት ትክክለኛ መረጃ በዚህ መጽሐፍ የተጠቀሰው ነው።

አስተዳዳሪዎችም ሆነ የፖሊስና ፀጥታ አባላት በየሥፍራው የሚፈጽሙትን ከሕግና ሥርዓት ውጭ የሆኑ ድርጊቶች ለመከታተልና እርምጃ ለመውሰድ ሳይችሉ የቀሩባቸው ጉዳዮች አልነበሩም ማለት አይቻልም። እጅግ ጎልቶ መታየት ይገባው የነበረው ሚዛናዊነትን የተላበሰ ታሪክ ማቅረቡ ላይ ሲሆን፤ በዚህ በኩል ያገራችንም ሆነ የውጭ ታሪክ ተመራማሪዎች ተሳክቶላቸዋል ማለት አይቻልም። ዝቅ ብዬ እስከምመለስበት ድረስ ያንዳንድ ታዋቂ ሰዎችን ትዝታ አንስቼ ማለፍ ታሪኩን ሚዛናዊ ለማድረግም ሆነ የፀሐዩ ዕንቆ ሥላሴን ማንነት ለማጠናከር የሚያግዙ ጉዳዮችን አቀርባለሁ።

ነፍሳቸውን ይማርና በቀዳማዊ ኃይለ ሥላሴ የገዛዝ ዘመን ጠቅላይ ዓቃቤ ሕግ የነበሩት አቶ ተሾመ ገብረማርያም ጥቅምት 20 ቀን 2003 ዓ.ም በሸገር ሬድዮ የጨዋታ ጊዜ ፕሮግራም ከወ/ሮ መአዛ ብሩ ጋር በነበራቸው ቃል ምልልስ፤ ከ"ሜጫና ቱለማ" ጉዳይ በተጓዳኝ፣ በጎጃም የእርሻ ግብር አሰባሰብን ለማዘመን የወጣውን ሕግ ለማስፈጸም የተሄደበት መንገድ ያስከተለውን ዐመፅ በተመለከተ የራሳቸውን ትውስታ ያካፈሉበትን፣ በድምፅ የተቀዳ ቃለ ምልልስ ወደ ጽሑፍ ተመልሶ ተመልክቼዋለሁ። ይህንን የእርሻ ግብር በተመለከተ በደጃዝማች ፀሐዩና በፊታውራሪ አያሌው ደስታ መሀል የተፈጠረው መካረር እስከ ጃንሆይ ድረስ መድረሱንና በመጨረሻም እንዴት እልባት እንደተበጀበለት በዝርዝር ተርከውታል።

የማስታውሳቸው ብዙ ነገሮች አሉ። አንዱ ትልቁ በጎጃም የተደረገ ጉዳይ ነው። በዛን ጊዜ በጎጃም ጠቅላይ ግዛት አስተዳዳሪው ደጃዝማች ፀሐዩ ዕንቆ ሥላሴ ናቸው። ደጃች ፀሐይ ጥብቅ ሰው ናቸው። ጥብቅና ለሥራቸው በጣም ታታሪ ናቸው። ቢያውቁበት ወደ ልማት ያደላል። በአስተዳደር ጉዳይ ላይ ጊዜ ባያጠፉ ደስ ይላቸዋል። ነገር ግን የሥራቸው ጠባይ ሆነ፤ የአስተዳደር የበላይ ናቸው። አስተዳደሩም ይይዛቸዋል። በጎጃም ላይ የሞጣ አውራጃ ገዢ የነበሩ [ፊታውራሪ] አያሌው ደስታ ተድላ፤ ተድላ ማለት ደጃች ተድላ ጓሉ አፄ ቴዎድሮስን የሚፋለሙ የነበሩ አንቱ የተባሉ መኳንንት ነበሩ። [አያሌው] የእሳቸው የልጅ ልጅ ነበሩ፤ አውራጃ ገዢ ናቸው። በዛን ጊዜ አንድ ሕግ ይወጣል። ባላገሩ ግብር እንዲከፍል ይባላል። ግብር የሚከፍለው ደግሞ በገቢው መጠን ነው። ገቢው በምን ይታወቃል። እዛው ሕጉ ራሱ ያስቀመጣት ሥርዓት አለች። ከሕዝብ መካከል ሦስት ሰዎች፣ ከመንግሥት ደግሞ ሁለት ሰዎች፣ በጠቅላላው አምስት ሰዎች እያንዳንዱን ገበሬ እየገመገሙ እገሌ የዓመት ገቢው ይህን ያህል ይሆናል፣ በዚህ ላይ ይህን ያህል ግብር ይክፈል የሚባል ነገር መጣ። እነኚህ ገምጋሚዎቹ ወደ ገበሬው ሲመጡ ገበሬው ሚስጥሩን ለማውጣት አልፈቀደም፤ መቃቃር መጣ በሕዝብና በመንግሥት መካከል መራራቅ መጣ። በዚህ የተነሣ ጎጃም አውራጃ ገዢው [ፊታውራሪ] አያሌው ደስታ ወረቀት በትነዋል፤ ሕዝብና መንግሥትን የሚያጣላ። ጎጃም እንዴት ቁጭ ብለህ ታያለህ ዳዳህ ሲበዘበዝ፣ ተነሣ ብለህ አነሣስተሃል [ተብለው]፣ በዚህ ምክንያት ፊታውራሪ አያሌው ይከሰሳሉ። የሞጣ አውራጃ ገዢ የነበረ አንድ ወጣት ፖሊስ ደግሞ ከዛ ይመጣና የዚሁ ጉዳይ መርማሪ ይሆንና ምስክሮች እስር ቤት አስገብቶ እየደበደበ በጣም ያጉላላቸዋል። በዚህን ጊዜ

[ፊታውራሪ]አያሌው አልታሰሩም ግን ሊታሰሩ ሲመከርባቸው ሰምተው አዲስ አበባ ይመጡና እንዲህ ያለ አደጋ ላይ ነኝ ይሉኛል፣ ዓቃቤ ሕግ ሆኜ፤ አሁን የተናገርኩትንም ታሪክ ይነግሩኛል። ነገሩ ይከነክነኛል በሳቸው በኩል የተነገረውን ላላምነው እችላለሁ የሚል ጥርጣሬ አለኝ፣ ለማንኛውም እስቲ እውነቱን ልድረስበትና መዝገቡ ይላክልኝ እላለሁ፣ ለጎጃም አቃቤ ህግ የፖሊሶች የበላይ መሪ ነው። ሕግን በተመለከተ አመራር ሰጪ ነው። በተደጋጋሚ መዝገቡ ይላክልኝ እላለሁ ግን አይመጣም፤ በዚህ ጊዜ በቀጥታ ለፖሊስ ሰራዊት አጽፍና በዲሲፕሊን ይሄ እንዲታይ ይሄ ዐመፅ ነው፡፤ እዚህ አዲስ አበባ ያለውን ዓቃቤ ሕግ፤ በቀጥታ በዛ በፖሊስ አዛዡ ላይ የወንጀል ክስ እንድትመሠርት ብዬ ሳዝ በማግስቱ ጠዋት ሁለት ሰዓት ቢሮ በራፍ ላይ አንድ ሰው ቆሟል። ማነህ? ኮሎኔል ገብራይ እባላለሁ። እንዴ ኮሎኔል ገብራይ እኚህ ዐመፀኛው? አዎ። እንዴ ታዲያ እንዴት መጡ፤ እንዴት አልታሰሩም፤ ይሄ እኮ የሕግ ቦታ ነው ስላቸው፤ ስለዚህ ነው እኮ የመጣሁት ይሉኛል። ሳቅ ያዘኝ፤ ከዛ ወደ ቢሮ ገባን ቡና አቀረብኩላቸውና ምን ሆነው ነው ትዕዛዝ የማይቀበሉት ስል፤ እንዴ ጌታዬ ለስንቱ ልታዘዝ ደጃች ፀሀይ አታድርግ ይሉኛል፤ ከዚህ የምትልኩት ደብዳቤ ደግሞ እንደዚህ ነው፤ ትክክል መሆኑን አውቃለሁ እስከተወሰነ ጊዜ ድረስ እምቢ አልኩኝ ይሄው ጨክኜ መጣሁ፤ እሳቸውን ሸሽቼ ነው አሁን የመጣሁት አሉ፤ የታለ መዝገቡ ይሄው አሉ እሽ ችግርዎን ከነገሩኝ ሃጢያትዎን አንዘክርብዎትም አልን፤ ካየን በኋላ ፈጽሞ ክስ የለባቸውም የሃሰት ክስ ነው። ምስክር እንኳን ሊታሰርና ሊደበደብ ይቅርና በልመናም በአድሎም ማግባባት እንኳን አይቻልም። የሚመሰክረው ለእግዚያብሄርና ለሕግ ነው። እነኛም ሰዎች አሉ፣ እንዲፈቱ አዛለሁ ይሄንኑ ፖሊስ፤ እሱ ነው እስር ቤትም ይጠብቅ የነበረው እሱን አዛለሁ። ፊታውራሪ አያሌው ላይ ተመስርቶ የነበረው ክስ እንዲነሳ አደርጋለሁ። ይሄ በቀጥታ ከደጃች ፀሐይ ጋር ጦርነት ይከፍታል። አዲስ አበባ መጡ፤ ደጃች ፀሃይ የተከበሩ ሰው ናቸው። ቤተ-መንግሥት ውስጥ የታወቁ ሰው ናቸው። ጠ/ሚኒስትሩንም ቢሆን ከፍ ዝቅ ማድረግ የሚችሉ ናቸው። እኔ መሃል ገባሁ አለቃዬ ጋር መጡ፤ አለቃዬ በአስተዳደሩ ቢትወደድ አስፍሃ ይባላሉ ። እሳቸው ጋር ሄዱ ከዛ አለቃዬ ሁለታችንን ይጠሩንና አብረን ሀገር ግዛት ሚኒስትር ደጃች ከፍሌ እርገቱ ይባላሉ ሁለት ህንፃዎች አሉ አሁን ሚግሬሽን የሆኑት እዛ እንሄዳለን። ደጃች ክፍሌ እና ደጃች ፀሃይ ወዳጆች ናቸው። ለማንኛውም ደጃች ፀሐይ በኢትዮጵያ መንግሥት የተከበሩ ስለሆኑ ደጃች ክፍሌ ከጓደኝነትም በላይ ደግሞ ፍርሃትም አክብሮትም ያላቸው ናቸው። ፀሃይ ያለው ትክክል ነው የሚል። አይ ቢትወደድ አስፍሃ ለብቻዬ ምናለ ይሄን ሌላ መንገድ ብናስይዘው አሉኝ፤ ይሄው ነው ሌላ ምን መንገድ አለው ንፁህ ናቸው እኚህ ሰው፤ ማስረጃ ካለ ይሰጠኝ፤ እከሳለሁ ለማነው ይሄንን የምለቀው ግን ማስረጃ የለም። በጥላቻና በሌላ ነገር ነው ይላሉ፤ እኔ አላነሳም እላለሁ፤ ደጃዝማች ፀሐዩም ፊታውራሪ አያሌው ደስታን ለማመልከት "ይኸው ሽፍታ አዲስ አበባ ቁጭ አድርጎ" ብለው ጃንሆይ ጋ ከሰሱኝ። ጃንሆይ ከፍተኛ ኮሚሽን ሾሙ በጠቅላይ ሚኒስትር ሰብሳቢነት፤ ደጃች ከበደ፣ ደጃች ክፍሌ ዳዲ፣ ቅድም ያልኳቸው እራሳቸው ደጃች ፀሃይ ወደ ሰባት የሚሆኑ ሰዎች አሉ እነሱን ቀርበህ አስረዳ ተባልኩ ። አስረዳሁ። ..... ወንጀል ሠርቶ

ከተገኘ ደግሞ እሱን መክሰስ በሕጉ መሰረት ግዴታዬ ነው። አሁን የተደረገው ይሄ አይደለምና አላደርግም ስላቸው ከኋላዬ እልፍኝ አስከልካዩ አሉ ለኔም ወዳጄ ናቸው ጀኔራል አሰፋ ይባላሉ፤ የጃንሆይን ስሜት ያውቃሉ ልብሴን ሳብ ሲያደርጉ ዘወር ብዬ አየኋቸው ተወው እንጂ ብለው ጃንሆይ ጣልቃ ገቡና ተወው እንጂ ይናገር ያስረዳ አሉ አላመንኩም፤ [ጃንሆይም] ቢሆኑ ደጃች ፀሐይን ይቃወማሉ ብዬ አላምንም ..... ለማንኛውም ውጡ ተባለ። እኔ ያልኩት ፀና፤ ደጃች ፀሃይ ያሉት ሳይሆን ቀረ። ደጃች አያሌው ሹመታቸው እንዲመለስ ተወሰነ። ቢሆንም ደጃች ፀሐይ እዛ እያሉ አይሆንም ተብሎ እሳቸው የቄለም አውራጃ ገዢ ሆነው ሄዱ፤ ደጃች ፀሐይ ውለው አድረው ከዛ ወደ ጅማ ሄዱ። ደጃች አያሌው ተመልሰው ቤታቸው ገቡ።

ከዚህ በላይ አቶ ተሾመ ገብረ ማርያም በሸገር ራዲዮ "የጨዋታ እንግዳ" ኾነው፣ በነበራቸው ቃለ ምልልስ ከተናገሩት መሐል የጠቀስኩት፣ በጎጃም ጠቅላይ ገዥ ደጃዝማች ፀሐዩና በባላባት የልጅ ልጅና ስመ ጥሩ አርበኛ ደጃዝማች አያሌው ደስታ መካከል የተነሳውን ጉዳይ እንደ ሕግ ባለሙያ ያዩበትን መንገድ ለማመልከት ነው። በዚያን ዘመን ባገራችን ዳኝነትን በተመለከተ በመረጃ አቀራረብ በኩል ትንሽም ይሁን ትልቅ የቀረበበት መረጃ አጥጋቢና በተከሳሽ ላይ የምስክርነት ቃል እንዲሰጡ የተባሉትም ሰዎች ያለማንም አሰገዳጅነት ቃላቸውን ለመስጠታቸው ማረጋገጫ እስካልቀረበ ድረስ፣ ተከሳሽ በነፃ እንዲለቀቅ የሚወስንና ንጉሠ ነገሥቱንም ሳይፈራ በፅናት የሚቆም ዓቃቤ ሕግ እንደነበር ያስረዳል። በሌላ በኩል፣ ደጃዝማች ፀሐዩ ምን ያህል ይከበሩና ይፈሩ እንደነበር፣ ንጉሠ ነገሥቱም ፊት ቢሆን የመሰላቸውን ለመናገር የማይመለሱ፣ ንጉሠ ነገሥቱም ቢሆን የፀሐዩ ነገር የማይሆንላቸው እንደነበር ተጨማሪ መረጃም የቀረበበት ነበር ማለት ይቻላል።

ደጃዝማች ፀሐዩ ከጎጃም ተነሥተው ወደከፋ ይሂዱ እንጂ፣ መዘዙ አዲስ አበባም ድረስ ተከትሏቸው መሄዱ አልቀረም። በዚያን ዘመን አንድ በሕዝብ ተመርጦ የመጣ የሕግ መወሰኛ ምክር ቤት (ፓርላማ) አባል የሆነ ሰው፣ በምክር ቤቱ ስብሰባ ላይ "ደጃዝማች ፀሐዩ የጎጃምን ሕዝብ በአውሮፕላን አስደበደቡት" በሚል ወንጅሏቸው፤ ለዚሁ የምክር ቤት አባል የሰጡት መልስ በአዲስ ዘመን ጋዜጣ ታትሞ ወጥቶ ነበር። እሳቸውም "እኔ የመከላከያ ሚኒስቴር አይደለሁም። የመከላከያ ሚኒስቴርን ማዘዝ የሚችል ሥልጣን የለኝም፣" በሚል ለግልፅነትና ተጠያቂነት ምንም ፍራቻ የሌላቸው ሰው መሆናቸውን የሚመሰክር ምላሽ ሰጥተዋል። በማስረጃም ሆነ በውስጥ አዋቂ ምስክር ያልተደገፈና ከሚዛናዊነት ይልቅ ሕዝበኛነት አይሎ የሚሰማበት ክስ ለሰነዘረባቸው የምክር ቤት አባል የሰጡት መልስ ራሳቸውን ለመከላከል የነበራቸውን ድፍረትና ሃቀኝነት ይመሰክራል። ግጭቱ ከቁጥጥር ውጭ እስከመውጣት እንዲደርስ ፍላጎት የነበራቸውን ኃይሎች ለመግታት መንግሥት የወሰደውን የኃይል እርምጃ ሳያጤንና ሳይመረምር፤ የጋራ ተጠያቂነትም ያለበት ጉዳይ ቢኖር፣ መረጃዎችን በሚገባ ሳይመርምር ለዘሙተባቸው የምክር ቤት አባል የሰጡት መልስ ትምህርት የሚሰጥ ጭምር ነበር።

ይህንኑ ውንጀላ አዲስ ዘመን ጋዜጣም ምንም አይነት የሃቅ ማጣራት (fact-check) ሳያደርግ አውጥቶት ነበር። በዚያን ጊዜ የአዲስ ዘመን ጋዜጣ ዋና አዘጋጅ የነበረው በዓሉ ግርማ ስለ እሳቸዉ የተዘገበው ሚዛናዊነት የጠበቀ መሆን እንደሚገባው በመገንዘብ፤ "የእርሶን ጽሑፍ ቢሰጡኝ አትመዋለሁ" ብሏቸው፣ ደጃዝማች ፀሐዩም ከቢሮው ሁለት ጊዜ ተገናኝተው የሰጡትን ጽሑፍ ራሱ በዓሉ ግርማ በአዲስ ዘመን ጋዜጣ አትሞ እንዳወጣው ስብሃት ገብረ እግዚአብሄር የትረካ ጥበብ (ከ1966-2003 ኢ.ም.) በሚለው መጽሐፉ ሥዕላዊ በሆነ መንገድ ገፅ 118-119 እንደሚከተለው አስፍሮታል፡-

> ለውጡ እንደመጣ ሰሞን (ያኔ ገና አብዮት አልሆነም ነበር) በአሉ የ"አዲስ ዘመን" ጋዜጣ አዘጋጅ ነበር። የድሮዎቹና አዲሶቹ ስልጣንን እንደ ገመድ እየተጓተቱ ሳለ፣ ጋዜጣው እንደ ምእራብ አገሮች ጋዜጦች የልዩ ልዩ ወገን ድምፅ ይሰማበት ነበር።
>
> አንድ ቀን ደጃዝማች ፀሀይ እንቁስላሴ በአሉ ቢሮ መጡ፣ ሁለት ግድንግድ አሽከሮች አስከትለው። በትላንትናው "ዘመን" ውስጥ እሳቸውን የሚያስቆጣ ፅሁፍ ወጥቶ ኖሯል። በሩ ተዘጋ። በአሉ ቆመና እንዲቀመጡ ጋበዛቸው።
>
> "አንተ ነህ ይህን የፃፍከ?" አሉት።
>
> "እኔ እንኳን አይደለሁም፣ ግን አዘጋጅ እንደመሆኔ በኔ ሀላፊነት ነው የሚወጣው።"
>
> "ውሸትም ስህተትም ሞልቶበታል። የስም ማጥፋት ዘመቻ ነው"
>
> "መልስ ሊሰጡበት'ኮ ይችላሉ"
>
> "መልስ ብሰጥህ ፅፈህ ታወጣዋለህ?"
>
> "አዎን"
>
> በረዥሙ አነጋገሩትና ሄዱ። ፅሁፋቸውንም አወጣው።
>
> በነጋታው ተመልሰው መጡ ማንንም ሳያስከትሉ። "ላመሰግንህ ነው የመጣሁት፣ ቃሉን የሚጠብቅ ሰው ብዙ አይደለም" አሉት።
>
> ቡና እየጠጡ በረዥሙ አወጉ።
>
> ልክ ልጆች ሆነን ማታ እንደምንሰማው ተረት ነበር። አያ ነብር ፍየልንና ቀበሮን 'መጥቼ ከምበላችሁ፣ መጥታችሁ ብምራችሁ ይሻላችኋል' ብሎ ይልክባቸዋል። ፍየል ምህረት አገኛለሁ ብላ ስትመጣ ቀጨም! ቀበሮ ግን ሞኝህን ፈልግ ብሎ ጠፋ። ደርጉም የቀድሞ ባለስልጣኖችን "መጥቼ ከምይዛችሁ መጥታችሁ እጃችሁን ብትሰጡ ይሻላችኋል" አላቸው።

ብዙዎቹ እየመጡ እጃቸውን ሰጡ። ደጃዝማች ፀሀዩ ግን ሞኘህን ፈልግ ብለውት ሸፈቱና ሲዋጉ መራቤቴ ላይ ሞቱ። ሊሄዱ ሲሉ ታዲያ በአሉ ቢሮ መጥተው ተሰናበቱት።

በማለት ይደመድማል

በዚሁ በጎጃም ጠቅላይ ገዢነታቸው ዘመን ምስክርነታቸውን፣ ግንዛቤያቸውን በመጽሐፍ ከተረኩት መሐል፣ የደርጉ መሥራች አባልና ዋና ጸሐፊ፣ ከዚያም ከሌተና ኮሎኔል መንግሥቱ ኃይለ ማርያም ቀጥሎ ትልቁን ሥልጣን ይዘው የነበሩት ጠቅላይ ሚኒስትር ሻምበል ፍቅረ ሥላሴ ወግደረስ አንዱ ናቸው። ሻምበል ፍቅረ ሥላሴ እኛና አብዮቱ በሚል ርእስ በ2000 ዓ.ም. ባሳተሙት ግለታሪካቸው ውስጥ የሚከተለውን አስፍረዋል

> በ1950ዎቹ መጨረሻ ገደማ ደጃዝማች ፀሐዩ ዕንቆሥላሴ የክፍለ ሃገሩ አገረ-ገዥ ሆነው ተሾሙ። አዲሱ ገዢ በነበራቸው ንቃት በተሾሙበት አካባቢ ሁሉ ሕዝቡን እያስተባበሩ የልማት ሥራ የሚያካሂዱ የልማት ሰው ስለነበሩ ምንም ልማት ያልተከናወነበትን የጎጃም ክፍለ-ሃገርን ሕዝብ ለልማት እንዲሰለፍ አነቃቁት። በርካታ ሥራዎችም ተሠሩ። የአስተዳደር መሻሻልም አደረጉ። የመንግሥት ኃላፊዎችንም ለዚሁ ተግባር እንዲሰለፉ አስገደዷቸው። በዚህ የተነሳ ከአውራጃና ወረዳ ገዥዎች ጋር ተቃቃሩ። በክፉ ዓይንም ይመለከቷቸው ጀመር። አለመግባባቱ በዚህ ሁኔታ ሳለ በ1961 ዓ.ም. መንግሥት በጎጃም ገበሬ ላይ የአንድ ብር ከሃምሣ ሳንቲም የግብር ጭማሪ አደረገ። በዚህ አጋጣሚ ለንጉሡ በጎ አመለካከት የሌላቸውና ደጃዝማች ፀሐዩም ከቦታቸው እንዲነሱ ፍላጎት የነበራቸው የአውራጃና የወረዳ ገዥዎች፣ በሕዝብ ዘንድ ተደማጭነትና ከበሬታ ያላቸው ሰዎች፣ በእነደጃዝማች ኃይለ ኢየሱስ ፍላቴ አስተባባሪነት ሕዝቡን ለአመፅ አነሳሱት። የመሬት ግብር ከመጨመሩም ባሻገር "ቀላድ ሊጣል ነው፣ መሬቱ በጋሻ ከተሸነሸነና ቀላድ ከተጣለ የቆየው የቤተሰብ መሬት ወደ ግል ተዛውሮ በመሸጥ ከእርስትህ ሊነቅሉህ ነው" ብለው ገበሬውን ስለቀሰቀሱት፣ ከአገው ምድር በስተቀር የሁሉም አውራጃ ሕዝብ አምፆ ተነሳ። የመንግሥት ባለሥልጣናትንም አባረረ። የመንግሥት መሥሪያ ቤቶችንም አፈራረሰ። የመንግሥትንም ጦር ወጋ። በጦሩም ላይ ጉዳት አደረሰ። አመጹ ተስፋፋ። ከቁጥጥርም ውጭም ሆነ።... ከሰላማዊ መንገድ ውጭ ችግሩን ለመፍታት እንደማይቻል መንግሥት ተረዳ። በሰላማዊ መንገድ ችግሩን ለመፍታት የጎጃም ተወላጅ የሆኑትን ደጃዝማች ደረጀ መኮንንን ምክትል አስተዳዳሪ አድርገው ንጉሡ ሾሟቸው። ደጃዝማች ፀሐዩ ዕንቆሥላሴም ገለል ተደረጉ።... ንጉሡ ሠላም መስፈኑን ከተረዱ በኋላ ባህር ዳር ድረስ በመሄድ አምፀው መንግሥትን የወጉትን ሰዎች ምህረት አድርገው፣ ሾመውና

ሸልመው ተመለሱ። የተጣለውም የግብር ጭማሪ ተነሳ።

- ከዚህ አጠቃላይ ግንዛቤ በመነሳት ያ ንቅናቄ የፖለቲካ ይዘት ኖሮት ሥርዓቱን ለመለወጥ ጥያቄ አንስቶ ነበር ወይ?

- ከአካባቢው አልፎ አገር-አቀፍ ባሕሪ የነበረው ንቅናቄ ነበር ወይ?

- ለጠቅላላው ገበሬ ያስገኘው መሠረታዊ ጠቀሜታስ ምን ነበር?

የሚሉትን ጥያቄዎች ብንሰነዝር ንቅናቄው በተወሰነ ደረጃም ቢሆን የኃይለሥላሴን መንግሥት ያሳሰበ ቢሆንም የፖለቲካ ይዘት የሌለው፣ የገበሬውን መሠረታዊ ጥያቄዎች ያላነሳ፣ የተወሰኑ የአካባቢው የሥርዓቱ ደጋፊዎች ሥልጣን፣ ሹመትና ሽልማት ለማስገኘት ተብሎ ገበሬውን እንደመሣሪያ የተጠቀመ ንቅናቄ ሆኖ እናገኘዋለን። (ገጽ 17-18)

ይህንን ከላይ የጠቀስኩትን ባግባቡ ለመረመረው ደጃዝማች ፀሐዩን ከሚኮንን ይልቅ የሚያሞግሰው ያመዝናል። በ"ቀላድ" ጉዳይም ቢሆን፣ እሳቸውን በቀጥታ ተጠያቂ አያደርግም። ይህንን የአንድ ብር ከሃምሳ የመሬት ግብር ክፍያ ምክንያት በማድረግ፣ ዐመፁን የቀሰቀሱት በደጃዝማች ፀሐዩ ላይ የየራሳቸው ቅሬታ የነበራቸው ሰዎች እንደነበሩ ይመሰክራል። የመሬት ግብር ተቃውሞና ዐመፅም ከጎጃም አርሶ አደር የመሬት ባለቤትነትም ሆነ ከመሠረታዊና ዘላቂ ጥቅሙ ጋር ቀጥተኛም ሆነ፣ ቀጥተኛ ያልሆነ ግንኙነት እንዳልነበረው ሻምበል ፍቅረ ሥላሴ ወግደረስ በመጽሐፋቸው ለመግለፅ ሞክረዋል። ይህም ዶ/ር ገብሩ ታረቀ Ethiopia: Power & Protest : Peasant Revolts in the Twentieth Century (1996) በሚለው መጽሐፉ ምዕራፍ 6፣ ከገጽ 160 እስከ 192 ድረስ ስለጎጃሙ ዐመፅ ካቀረበውም ሆነ ዶ/ር ባህሩ ዘውዴ (Bahru, A History of Modern Ethiopia, 1855-1991 (2002) ላይ ከደረሱበት መደምደሚያ ይለያል።

የፕ/ር ገብሩ ታረቀ ሥራ የምርምር ውጤት ሆኖ ሳለ የሚደመድመው፣ የደጃዝማች ፀሐዩን "የግትርነት ባሕርይ" በማንጓት ለግጭቱ መባባስ ምክንያት አድርጎ በማቅረብ ነው። የምርምር ሥራው ታትሞ የወጣው የደርግ መንግሥት ወድቆ ኢህአዴግ ሥልጣኑን ከያዘ በኋላ እ.ኤ.አ. በ1993 መሆኑን ስመለከት፤ የተማሪው ንቅናቄም ሆነ፣ ከደርግ በኋላ የተተካው ወያኔ/ኢህአዴግ የዐፄ ኃይለ ሥላሴን ሹማምንትና ሥርዓቱን ይመለከትበት ከነበረው የተቃውሞ ርዕዮተ አለም ነጻ ሆኖ ለመመራመር የተቸገረ በሚመስል መልኩ ዐመፁ ሥርዓቱን ለመገርሰስ ከተቀሰቀሱ የተራማጅነት ባሕርይ ካላቸው የሕዝብ ዐመፆች ጋር የማመሳሰል ዝንባሌ አይቼበታለሁ። ሌላው የታሪክ ተመራማሪ ፕ/ር ባህሩ ዘውዴ ሲሆን፤ እሱም A History of Modern Ethiopia, 1855-1991 በሚለው መጽሐፉ ከገብሩ ታረቀ ጋር በሚመሳሰል መንገድ ደጃማች ፀሐዩ የእርሻ ግብር አሰባሰብ ላይ የወጣውን ሕግ በማስፈጸም በኩል ሕዝብ በተቃውሞ

እንዲነሣሳ ምክንያት ሆነዋል በማለት፣ በመጨረሻውም የሳቸውን ከአገረ ገዥነታቸው ተነስቶ ወደ ከፋ መዛወር ከመግለፅ ያለፈ በጎጃም በነበሩበት ያለሙትንም ሆነ ያጠፉትን ሰፋ አድርጎ ሳይመረምር አልፎታል።

ከእነዚህ እውቅ ያገራችን የታሪክ ምሁራን ይልቅ ዶ/ር ዳንኤል ደጀኔ የተባለ አጥኚ የደጃዝማች ፀሐዩን የጎጃም አስተዳደር ዘመን በሚዛናዊነት ተመልክቶታል ማለት ይቻላል። ለዶክተርነት ላበቃው የመመረቂያ ጥናት (2002) የራሱ የመረጃ ምንጮችንና አቶ ተሾመ ገ/ማርያም የሚባሉ በቀዳማዊ ኃይለ ሥላሴ የአገዛዝ ዘመን ዋና አቃቤ ሕግ የነበሩት ሰው በሸገር ራዲዮ ጣቢያ ያደረጉትን ቃለ ምልልስ በዋቢነት በመጠቀም፤ ደጃዝማች ፀሐዩን ከቀድሞ ባለሥልጣናት ልዩ የሚያደርጋቸውና የሚታወሱበት መገለጫቸው ለልማት የነበራቸው ቁርጠኝነት እንደነበር ይገልፃል። በመሠረተ ልማት በኩል ለመንገድ፣ ለተፈጥሮ ደንና ሃብት ጥበቃ፣ ለትምህርት ቤትና ጤናን ለመሳሰሉ ተቋማት የሰጡትን ትኩረትና ሠርተው ያለፉትን ይዘረዝራል። ከፍ ሲል ምስክርነት ከሰጡኝ ሰዎች ቃል ጋር ተመሳሳይነት ያለው መሆኑ ብቻ ሳይሆን፣ ከዚያም ጥልቀት ባለው መንገድ "ንጉሠ ነገሥቱ ያሳደሩባቸውን አመኔታ ተገን በማድረግ ከዚያ በፊት በጎጃም ተሹመው የሄዱ ጠቅላይ ገዥዎች ያልተሳካላቸውን ጎጃምን በአንድ ቀልጣፋና የተማከለ የአስተዳደር ሥርዓት መምራት እና አሠራሩንም ቀልጣፋ ለማድረግ እንደቻሉ ያትታል። ይህ ማለት ሽፍታና ቀማኛውን ከማጽዳት ያለፈ የባላባቶችን ሥልጣን እጅግ አድርጎ ያመነመነ መሆኑ ያላስደሰታቸውና ቂም የቋጠሩ ወገኖች የእርሻ ግብር አሰባሰብን በተመለከተ የወጣውን ሕግ መሳሪያ በማድረግ ያገሬው ሕዝብ በተቃውሞ ሊነሣባቸው መቻሉንና በመጨረሻም፣ ከጎጃም ተነሥተው ወደ ከፋ መሄዳቸውን በማተት ይደመድማል።

ወዳገራችን የታሪክ ሊቃውንት መለስ ያልኩበት ምክንያት"፣ እጅግ በርካታ ያገራችንና የውጭ የታሪክና ሥነ መንግሥት ተመራማሪዎች ስለ ጎጃሙ ዐመፅ ሲጽፉ ደጃዝማች ፀሐዩ በታሪክ እንዴት መታወስ እንደሚገባቸው ሚዛናዊ በሆነ መንገድ ሳያቀርቧቸው መቅረታቸው የተሳሳተ ትርክት ከትውልድ ወደ ትውልድ እንዲተላለፍ ምክንያት መሆኑን አስረግጬ ለማለፍ ነው። ይህም ሆኖ ከታሪክ ተመራማሪዎች መካከል ፕ/ር ገብሩ ታረቀንና ባህሩ ዘውዴ ለትውልድ ያበረከቱት የምርምር ሥራ ለማስተማሪያና መልሶ ተጨማሪ ምርምር ለማድረግ እጅግ አድርጎ የሚያበረታታ መሆኑ፣ በየዘመኑ ከሚመጣና ከሚያልፍ የፖለቲካም ሆነ ርዕዮተ ዓለማዊ እይታ በተቻለ ነጻ ሆነን የራሳችንን ታሪክ አዲሶቹ የታሪክ ተመራማሪዎች እንዲተጉበት አመርቂ መነሻ አላቸው ማለት እችላለሁ። በተረፈ ዶ/ር ገብሩ ታረቀ ይህንን የጎጃሙን ዐመፅ ከፈረንሳዩ የቬንዲ አመፅ (Gojjam: a Vendee Revolt) ጋር ለማነፃፀር የሞከሩበትንም ቢሆን በአንክሮ መመልከት ትምህርታዊ ሊሆን ይችላል።

ጎጃምና ቬንዲን ምን አገናኟቸው?

በቬንዲ ዐመፅ ዋነኛ አቀንቃኝ በመሆን ተሳትፎ የነበራቸው ወገኖች በ1790ዎች መግቢያ ላይ የፈረንሳይ አብዮት በወሰዳቸው አንዳንድ እርምጃዎች የተከፉ ወገኖች ሲሆኑ፤ የዐመፁ ቀስቃሽና መሪዎች ሰፋፊ የገጠር መሬት የነበራቸው አሳርሰው እንጂ ራሳቸው አርሰው በልተው የማያውቁ ባለፀጋ የመሬት ባለቤቶችና ወግ አጥባቂ የካቶሊክ ቤተ ክርስቲያን መሪዎች ነበሩ። አርሶ አደሩ በእነዚሁ ኃይሎች ተቀስቅሶ፣ በዚህ ዐመፅ የገባበት ምክንያት የፈረንሳይ አብዮት የመሬት ሥሪቱን በመለወጥና መሬትን በማከፋፈል ተጠቃሚ ሊያደርገው የመጣ መሆኑን ባግባቡ ሳይረዳው በመቅረቱ ሲሆን፤ ዐመፁን በመቀላቀል ሰፋፊ መሬት በባለቤትነት ለያዙ ባላባቶችና ወግ አጥባቂ የሃይማኖት መሪዎች መሳሪያ ለመሆን በቅቷል[45]።

በጎጃም መንግሥት የአርሶ አደሩን መሬት ሊወርስና አርሶ አደሩንም የራሱ ጪሰኛ ሊያደርገው ነው በሚል ዐመፁን በማስነሣት አርሶ አደሩን መሳሪያቸው ያደረጉት ወገኖች እንደ ቬንዲው ዐመፅ አሳርሰው እንጂ ራሳቸው አርሰው በልተው የማያውቁ፣ የራሳቸው የግል ጥቅም የተነካባቸው ወገኖች እንደነበሩ በቂ መረጃ ይገኝለታል። እነኚሁ ባላባቶችና በክፍለ ሃገሩ ይካሄድ የነበረው የልማት ሥራ ያላስደሰታቸው ወገኖች፣ በክፍለ ሃገሩ አስተዳደር ላይ ሹመት የነበራቸው ሰዎች ከጎጃም የተወለዱ ሳይሆኑ ከሸዋ የመጡ ናቸው በሚል በጎጠኛ ስሜት አቂመውባቸው፤ በሕዝብ እንዲጠሉ ቅስቀሳ ማድረጋቸው ግጭቱን እውን ሊያደርገው ችሏል።

በጥናትና ምርምር ተደግፎ ለመናገር እንደሚቻለው፤ የጎጃሙም ሆነ የባሌና ቀደምም ሲል በትግራይ የተነሣው የወያኔ ዐመፆች፣ ከእነዚሁ አካባቢዎች በመጡ ባላባቶችና የባላባት ልጆች የተቀሰቀሱ፣ የተመሩና ካካባቢያቸውም ዘልቀው በመሄድ አርሶ አደሩን ከዳር እስከዳር ማንቀሳቀስ ያልቻሉና ዓላማና ግባቸውም መሠረታዊ የሥርዓት ለውጥ ለማምጣት እንዳልነበር ግልፅ ነው። ይህ እንዳለ ሆኖ በዚያን ዘመን የነበረው የተማሪና ምሁሩ እንቅስቃሴ በሕዝቡም ሆነ በአርሶ አደሩ ላይ ለደረሰው በደልና ጉስቁልና ተጠያቂው የዘውድ አገዛዝ ነው በሚል፣ እነኚህን በመሳሰሉ የፊውዳል መኳንንትና ሰፋፊ መሬት በባለቤትነት ያያዙ ባላባቶች መሪነት፣ በገጠር የተቀሰቀሱና የተመሩ ዐመፆችን ከአድሃሪ ገፅታቸው ይልቅ ተራማጅ መልክና ቁመና ያላቸው አስመስሎ በማቅረብ ሥርዓቱን ያዳክማሉ በሚል ጭፍን ድጋፉን ለግሷቸዋል። በኢትዮጵያ የተማሪዎች ንቅናቄ ውስጥ በአመራር ደረጃ የነበሩና ንቁ ተሳትፎ የነበራቸው የጎጃሙን፣ የባሌውንና የትግራዩን የወያኔ ዐመፅ በዚህ መልክ ሲያስተጋቡት ከመቆየት አልፈው፤

45 ስለ ቬንዲ አመፅ የበለጠ ለማወቅ እነኚህን ጥናቶች ያገላብጡ፡- Albert Soboul: Understanding the French Revolution. 1988 International Publishers Co., Inc. 1st printing, 1988. Manufactured in the United States of America; Harvey Mitchell: The Vendee and Counterrevolution: A Review Essay French Historical Studies. Vol. 5, No. 4 (Autumn, 1968), pp. 405-429 (25 pages). Published By: Duke University Press.

አንዳንዶችም በመመረቂያ ጽሑፎቻቸው ሳይቀር አኳኩለው አቅርበውታል። ለዚህ ስህተት ምክንያቱ 1) ጥልቅ ምርምር በማድረግ ከላይ በተጠቀሱት ዐመፅ ውስጥ መሪ፣ ቀስቃሽና ተሳታፊ የነበሩ ኃይሎችን ማንነትና አሰላለፋቸውን በሚገባ በማጥናት አስፈላጊውን ትንተና በማድረግ፣ በእውቀት ላይ የተደገፈ፣ መደምደሚያ ላይ ለመድረስ የነበረው የብቃት ጉድለት፣ 2) ከተማሪው ንቅናቄ በተወረሰ የፖለቲካና ርዕዮተ ዓለማዊ እይታ ባለመላቀቅ፣ ይህንን የመሳሰለው ዐመፅ አገር አቀፍ ዐመፅ በማቀጣጠል መሠረታዊ የሥርዓት ለውጥ ለማምጣት ያስችላል የሚል ሕዝበኛ አመለካከት ያየለበት ዘመን ስለነበር፤ በአመፁ አነሣሽና መሪዎች ላይ ወቀሳ ከመሰንዘር ይልቅ የማምለክ ባህርይ አሸንፎ ስለነበር፣ 3) ሁለንተናዊ በሆነ አመለካከት ከመታገዝ ይልቅ ማዕከላዊ መንግሥትን የሚያዳክም ትግልና ዐመፅ ሁሉ ስለውጤቱ ከማሰብና ማሰላሰል ይልቅ፣ ደግፎ መገኘት ከብስለት ይልቅ ጨቅላነት እንደነበር አለማስተዋል የመሳሰሉት ይገኙበታል። በተለይም የጎጃሙን፣ የባሌና የትግራዩን የወያኔ ዐመፅ አስመልክተው የጻፉ ምሁራን፣ ይህንን ዐመፅ ከመኳልና ከማሳመር ይልቅ ለአርሶ አደሩ ጊዜያዊም ሆነ ዘላቂ ጥቅሙ ያተረፈለት ቁም ነገር እንደሌለ ማስገንዘብ በተገባቸው ነበር።

ክፍል ሦስት

ከ1960 እስከ 1966

ምዕራፍ አንድ

የከፋ ክፍለ ሃገር እንደራሴነትና የካቲት 1966 አብዮት መባቻ

ደጃዝማች ፀሐዩ ከጎጃም ተነስተው ወደ ከፋ ጠቅላይ ግዛት እንደራሴነት ለመሄድ አለመፈለጋቸውንና፣ ይህንንም በመጨረሻው ሰአት ንጉሠ ነገሥቱ ጎጃምን በጎበኙና ሕዝቡንም ለማረጋጋት የ"ቀላድ መጣል" ጉዳይ እንደሚቀር ባሳወቁበት አጋጣሚ ነግረዋቸው እንደነበር በቤተሰብ አካባቢ ይታወቃል። እሳቸውም ካርበኝነት ዘመናቸው ጀምሮ አገራቸውን ያገለገሉ መሆናቸውን፣ ከዚህ በኋላ በቀረው ዕድሜያቸው በጡረታ ተገልለው ቤተ ክርስቲያናቸውን እየሳሙ፣ ከቤተሰቦቻቸው ጋር በሰላም የሚያሳልፉበትን ዕድል ንጉሠ ነገሥቱ ይፈቅዱላቸው ዘንድ እስከመማፀን ደርሰው ነበር። ከፍ ተብሎ ምስክርነታቸውን ከሰጡም እንደ መሪጌታ ሊባኖስ፣ ተሠራ አስማረ፣ ፍትሕ አምላክ እጅጉ፣ ዘውዴ ደርሰህም ሆነ ሌሎች ይህንኑ የሚደግፍ መረጃ ይገኛል። ቢሆንም ወደ ከፋ መሄዳቸውን የሹመት እንጂ የሽረት እንዳልሆነና ከሳቸው በፊት ራስ መስፍን ስለሺ፣ የራስ እምሩ አማች ኮሎኔል ታምራት ይገዙና በመጨረሻም፣ ደጃዝማች ከፍሌ ዳዲ በእንደራሴነት ተሹመው የሄዱበት፣ በመሠረተ ልማቱም ከጎጃም ጎልቶ የሚታይ መባሉ፣ በጡረታ የመገለል ሐሳባቸውን አሰለውጧቸዋል የሚሉ ሰዎች አጋጥመውኛል። በእኛ፣ በቤተሰብ አካባቢ ባለን የቅርብ ዘመዶቻቸውም ሆነን በሌሎችም ወዳጆቻቸው ዘንድ፣ ከሁሉም ይልቅ የንጉሠ ነገሥቱን ፈቃድ የመፈጸም ግዴታ በልጦባቸው፤ ቃላቸውንም አክብሮ በታዘዙበት ያገሪቱ ምድር ተዘዋውሮ የማገልገሉ ጉዳይ "እምቢ" የማይሉት ጉዳይ በመሆኑ፤ ወደ ከፋ ለመሄድ ተገደዋል ማለት ይበልጥ አሳማኝ ሆኖ ይገኛል።

የእምቢተኛነታቸውም ታሪክ የሚጀምረው እዚሁ ላይ ነው። ከስድስት አመት በኋላ የየካቲት 66ት አብዮት ሲፈነዳ በጊዜያዊነት ተቋቁሞ የነበረው ወታደራዊ አስተዳደር ደርግ በንጉሠ ነገሥቱ በኩል ሚንስትሮቹና መኳንንቱ እጃቸውን በሰላም እንዲሰጡ ሲያስገድድ እሳቸው "ለማንም እጅ የማይሰጡ" መሆናቸውን አስመስክረዋል። የቀዳማዊ ኃይለ ሥላሴ አገዛዝና ሥርዓቱ እንዳበቃለት ተረድተው ከዚያች ሰአት በኋላ፣ ላመኑበት እስከ ሕይወታቸው መጨረሻ የሚቆሙ፣ ለህሊናቸውና ለፈጣሪያቸው ብቻ የሚገዙ እንጂ ለንጉሠ ነገሥቱም ቢሆን የማይታዘዙ ሰው መሆናቸውን አስመስክረው

ሕይወታቸው አልፏል። ይህም የታሪካቸው አካል በዚሁ የመጽሐፉ ክፍል ውስጥ ተጠቃሎ ቀርቧል።

ደጃዝማች ፀሐዩ በከፋ ክፍለ ሃገር እንደራሴነት የቆዩት ከ1960 እስከ የየካቲት 66 የኢትዮጵያ አብዮት እስከፈነዳበት ድረስ ባለው አምስት አመት ተኩል ጊዜ ውስጥ ነበር። በክፍለ ሃገሩ ጎደለ የሚሉትንና አስፈላጊ ሆኖ ያገኙትን የልማት ሥራ አከናውነዋል። ንጉሠ ነገሥቱም ይህንኑ በክፍለ ሃገሩ የተከናወነ የልማት ሥራ ለመጎብኘት፣ ከቀድሞዋ የኔዘርላንድ ንግሥት ጁሊያና ጋር በመሆን የልማት ስኬቱን ተዘዋውረው ተመልክተዋል። ከንጉሠ ነገሥቱም በተጨማሪ፣ ለደጃዝማች ፀሐዩ ልማት ተኮር የአስተዳደር ችሎታ የምስክርነት ቃላቸውን በመስጠት ካረጋገጡልኝ መካከል አንጋፋው ያገር ባለውለታና "የመጨረሻው ደጃዝማች" በመባል የሚታወቁት፣ ደጃዝማች ወልደ ሰማዕት ገብረ ወልድ ይገኙበታል።

ቀዳማዊ ኃይለ ሥላሴ ከኔዘርላንድ ንግሥት ጁሊያና ጋር በመሆን በ1963 ዓ.ም. ደጃዝማች ፀሐዩ ያስተዳድሩት የነበረውን የከፋ ጠቅላይ ግዛት ሲጎበኙ

❋❋❋

ደጃዝማች ወልደ ሰማዕት ገብረ ወልድ[46] በውጭ አገር ዩኒቨርስቲ ትምህርታቸውን የተከታተሉና በከፍተኛ ሓላፊነት አገራቸውን ያገለገሉ ዘመናዊ የሥልጣኔ ሰውና ያገር ባለውለታ ናቸው። በሚያዝያ ወር 2012 ዓ.ም. በመኖርያ ቤታቸው ተቀብለው አነጋገረውኝ፤ ስለ ደጃዝማች ፀሐዩ ቃለ ምልልስ እንድናደርግ ላቀረብኩላቸውም ጥያቄ ፈቃደኝነታቸውን ገልፀውልኝ እጅግ ውድ ጊዜያቸውን ሰጠተውኛል። ደጃዝማች ወልደ ሰማዕት ገብረ ወልድ ደጃዝማች ፀሐዩን የትግራይ ክፍለ ሃገር ጠቅላይ ገዥ ከነበሩት ልዑል ራስ መንገሻ ሥዩም ጋር እያመሳሰሉ፣ ከእሳቸው በስተቀር ማንም ሊነግረኝ የማይችል ሰፋ ያለ የምስክርነት ቃል ሰጥተውኛል። ከእሳቸው አንደበት ከሰማኋቸው ጉዳዮች መካከል የሚከተለው ይገኝበታል፡-

> ....እኔ እስከማስታውሰው ድረስ፣ በጠቅላይ ገዥነትም ሆነ ክፍለ ሃገር እንደራሴነት ከተሾሙ ሹማምንት እንደ ራስ መንገሻ ሥዩምና ደጃዝማች ፀሐዩ ዕንቆ ሥላሴ በሄዱበት ክፍለ ሃገር ልማት ተኮር ሥራ የሠራ የለም። በጎጃምና ከፋ ከዚያም በፊት ጋሞ ጎፋ የሠሩት የልማት ሥራ እስከዛሬ ቋሚ ምስክር ነው።

የደጃዝማች ወልደ ሰማዕትን የምስክርነት ቃል በቀጣዩ ምዕራፍ በሰፊው እስከምመለስበት ድረስ፣ አቶ እሱ ባለው ዘውዴ በከፋ ክፍለ ሃገር ካዩት የልማትና ፍትህ ሥራ ጋር ላገናዝበው ወድጃለሁ።

ጅማንና አካባቢዋን በጣም ለውጠውታል።

-አቶ እሱ ባለው ዘውዴ

አባታቸው ደጃዝማች ፀሐዩን ተከተለው ወደ ጅማ ሲሄዱ እሳቸውም አባታቸውን ተከትለው ወደዚያው የሄዱ ሰው መሆናቸውን ከፍ ብዬ አንሥቻለሁ። እዚያም ያዩትንና የሚያስታውሱትን እንዲህ ሲሉ ነግረውኛል፡-

> እዚያ ከፋ ስለነበርኩ የተወሰነውን አውቀዋለሁ ብዙም ባይሆን የልማቱን

---

46 ደጃዝማች ወልደ ሰማዕት ገብረ ወልድ "የመጨረሻው ደጃዝማች" በመባል የሚታወቁ፣ እስካሁንም ድረስ በሕይወት ያሉ ታላቅ ሰው ናቸው። ከኮተቤ ቀዳማዊ ኃይለ ሥላሴ 2ኛ ደረጃ ት/ቤት ተመርቀው፤ ለከፍተኛ ትምህርት ወደ ውጭ አገር በመሄድ ከፍተኛ ትምህርታቸውን አጠናቀው ወዳገራቸው ተመልሰው በተለያየ ሓላፊነት አገራቸውን ያገለገሉ ሰው ናቸው። የ1953ቱ መፈንቅለ መንግሥት ዋነኛ ጠንሳሽ ከነበረው ገርማሜ ንዋይ ጋር አብረው የተማሩና በመንግሥት ሥራም በአንድ ዐይነት የሥራ መደብ ተቀጥረው ሥራ የጀመሩ ነበሩ። ገርማሜ ንዋይ ከወላይታና ሶዶ ተነሥቶ ወደ ጅግጅጋ አውራጃ ገዥነት ሲዛወር፣ ደጃዝማች ወልደ ሰማዕት ወላይታ ሶዶን አስተዳድረዋል። ከዚያም የካቲት 66 አብዮት ፈንድቶ በጡረታ እከተገለሉ ድረስ የሲዳሞ ክፍለ ሃገር እንደራሴ ነበሩ። በልማት ሥራ ግንባር ቀደም፣ ከሙስናና አድሎ የፀዱና እጅግ የተከበሩ ሰው ናቸው። በጥር 2012 ዓ.ም. "ሕይወቴ። ለአገሬ ኢትዮጵያና ለወገኖቼ ኢትዮጵያውያን ዕድገት የነበረኝ የሥራ ጥማት" በሚል ርእስ ግሩም የሆነ፣ ቢነበብ የማይሰለች መጽሐፍ አቅርበውልናል።

ስራ የሠሩትን አይቼዋለሁ። ብዙ መንገድ ያሠሩ ነበር። ቤተ መንግሥቱን እንደገና ግሩም አድርገው አሻሽለውታል። በጣሙን ሃይማኖተኛ ስለነበሩም፣. ኢየሱስ የሚባል ቤተ ክርስቲያን እዚያው ቤተ መንግሥቱ ውስጥ ሠርተዋል። ሌላው ደግሞ አቤቶ የሚባል መናፈሻ አለ። ወንዝ አለች እዚያው ከተማው ውስጥ፣ ወደ መምህራን ማሰልጠኛው የምትሄድ። እዚያ ያለውን ለየት ባለ ዲዛይን፣ ባለሙያዎችን ይዘው፣ መናፈሻ እንዲሆን ያንን በጣም የቆሸሸና የተበላሸ አካባቢ ለውጠውት፣ ፏፏቴውን እያየ ሕዝቡ እንዲዝናና በውሃው በሁለቱም በኩል ልዩ የሆነ መናፈሻ፣ አትክልትና አበባ በዙሪያው ተተክለው ሕዝብ እንዲዝናናበት አድርገዋል። በነገራችን ላይ እሳቸው የሚደነቁበት ደግሞ መሃንዲስ መምሰላቸው ነው። ራሳቸው መቀየስ የሚችሉ ነው የሚመስሉት። ግንባታው ላይ መንገዱን በመቀየሱም በመሥራቱም የሚደነቁ ነበሩ። ከዚህ የበለጠ ጊቤ የሚባል ከደብረ ማርቆስም የሚበልጥ የሕዝብ መሰብሰቢያ ዘመናዊ አዳራሽ ሠርተዋል። ሕዝቡ ልማት ነክ ውይይትና ስብሰባ የሚያደርገው በዚህ አዳራሽ ነው። እስካሁንም አገልግሎት ላይ እንዳለ አውቃለሁ።

እዚያ ብዙም ስላልተቀመጥኩ እንዲህ 'በዲቴይል' የማውቀው ስለሌለ 'ኢንፎርሜሽን' እንዳላዛባባችሁ፤ የማውቀው ይህንኑ ነው። እሳቸውና ልዑል ራስ መንገሻ ስለ ከተማ ልማት ልዩ የሆነ አፅንዖት ይሰጡ እንደነበር በዐይኔ ያየሁት ነው። በዚያን ሰአት ከመምህራን ማሰልጠኛ ተመርቄ ትልቅ ነኝ። ዕድሜዬ ከ20 ዓመት ከፍ ብል ነው። በዐይኔ ያየሁትን ነው የምናገረው። ዋና መንገዶች ብቻ ሳይሆን፣ መጋቢ መንገዶችን ጭምር ሲያሠሩ አስታውሳለሁ። ጅማንና አካባቢዋን በጣም ለውጠውታል። በከተማው የሕዝብ መሰባሰቢያና መዝናኛ የሆነውን መናፈሻ ዛፍና አበባዎችን በመትከል ትልቅ የልማት ሥራ የሠሩ ሰው ነበሩ።

ከአቶ እሱ ባለው ዘውዴ ጋር ስንጨዋወት፣ "ለንጉሠ ነገሥቱና ለዘውድ አገዛዝ ታማኝ የሆነን ሁሉ ለውጥና መሻሻል እንደማይፈልግና አገሪቱም በልማት ወደፊት እንዳትራመድ እንቅፋትና [እንደሚሆንባት] አድሃሪ አድርጎ፤ ሁሉንም ባንድ ላይ የመፈረጁ ፖለቲካ ብዙ ቅንና ያገር ባለውለታዎችን በጅምላ በመኮነን ጎድቷል፣" ብለውኛል። ደጃዝማች ፀሐዩም የዚህ አመለካከት ሰለባ ሆነው ነው እንጂ፣ በጎጃም "ቀላድ መጣል" በሚል የገበሬው ይዞታ ተለክቶ፤ በአንድ ቀላድ ብር ከሃምሳ በማስከፈል ከባላባቱ፣ አርበኛ ነን ባዩና ከሽፍታው ለሚከላከልለት መንግሥት የመሬት ግብር መክፈሉ የሚጎዳው ገበሬውን አልነበረም ባይ ናቸው። አርበኛና ባላባት ነን ባዮቹ ይህ የመሬት ግብር ጉዳይ በጥቅማቸው ላይ እንደመጣ አውቀውት ስለነበር፤ ሕዝቡን አሳስተዉ ከመንግሥት ጋር እንዲጋጭና ሕይወት እንዲያልፍ ማድረጋቸውን፣ እሳቸውም ቀደም ሲል ምስክርነት ከሰጡ ሰዎች ጋር የሚመሳሰል ምስክርነት ሰጥተውኛል። ከፋም በሄዱ ጊዜ፣ የመሬት ሥሪቱንም ሆነ የባለቤትነቱ ጉዳይ እንዲለወጥ ሞክረው እንደነበርና ይህም

የመሬት ባለቤትነት ለውጥ ምን ይመስል እንደነበር እኚሁ አቶ እሱ ባለው ዘውዴ እንደሚከተለው ነግረውኛል፡-

ከፋም ቢሆን፣ ባላባቱና የባላባቱ ልጆች የእነአባ ቢያ አባ ጀበል አባ ጅፋር፣ አባ ፊጣ የሚባሉ አብዛኛውን ጋሻ መሬት በባለቤትነት ይዘው፣ ደሃውን በአራሽነትና በጭሰኝነት ይዘውት ስለነበር፤ በጎጃም ሞክረውት ያልተሳካውን የእርሻ ግብር ብቻ በነፍስ ወከፍ በማስከፈል መሬት አለኝ የሚል ሁሉ አሳራሽ እንዳይሆን፣ አርሶ እንዲበላ፤ ራሱ አርሶ የማይበላ ከሆነ ለሚያርሰው አርሶ አደር ትቶለት ከተማ ባለው መተዳደሪያው እንዲተዳደር ሞክረው፤ ከተማ ተቀምጠው ተራማጅ ነን በሚሉ የባላባት ልጆች ቅስቀሳ እንደተጀመረባቸው አውቃለሁ። የጅማውም ዐመፅ ከጎጃሙ ዐመፅ ጋር መሠረታዊ ተመሳሳይነት ነበረው። አባ ቢያ አባ ጀበልንም በክፉ ዐይን አያዩትም ነበር። እሱም እሳቸውን ይቀርባቸው እንደነበርና በክፉ ዐይን እንደማያያቸው፣ ታላቅ ወንድሙም አብሯቸው ይሠራ እንደነበር አውቃለሁ። ደጃዝማች ይኸንን የጭሰኛውን ሥርዓት አይወዱትም ነበር። ባላባቱ ደሃውን ጭሰኛ እንዳይበድለው ሞክረው ነበር። በፍትሕ አሰጣጡም በኩል ደሃው ቶሎ ፍትህ እንዲያገኝ ያደርጉ ነበር።

* * *

“‘እባካቸሁ ከኋላቸሁ የሚገፉ የኢትዮጵያ ጠላቶች መኖራቸውን እያስተዋላቸሁ የሚበጅ የሚበጀውን ብታስቡ ይሻላል፣’ ያሉኝ ተፅዕኖ አሳድሮብኛል።”

- አቶ ይልማ ታደሰ

አቶ ይልማ ታደሰ መብራቴ ሌላው የከፋ ክፍለ ሃገሩን ታሪክ በሚመለከተው ቃለ ምልልስ ውስጥ የተሳተፈ ነው። እሱም በዕድሜ ከዚህ መጽሐፍ ደራሲ ጋር ብዙም አይተናነስም። እንዳውም ያንድ ዘመን የአዲስ አበባ ዩኒቨርስቲ ተማሪዎች ማኅበር የተሳትፎ ታሪክ የምንጋራ ያንድ ትውልድ ሰዎች ነን ማለት ይቻላል። በቃለ መጠይቁም የተሳተፈው ከሚኖርበት አሜሪካን አገር ሜሪላንድ ግዛት ነው። አያት ቅድመ አያቶቹ የዘር ሐረጋቸውን ከመርሃ ቤቴ ይምዘዙ እንጂ ዕድሜ ልካቸውን የኖሩት ከፋ ክፍለ ሃገር ነው። ይልማ ታደሰ መብራቴም ተወልዶ ያደገው እዚሁ ከፋ ክፍለ ሃገር ሲሆን፤ የ2ኛ ደረጃ ትምህርቱን አጠናቆ አዲስ አበባ ዩኒቨርሲቲ እስከሚገባ ድረስ የኖረው

ጅማ ከተማ ነው። እኔ የአዲስ አበባ ዩኒቨርስቲ ተማሪዎች ማኅበር (አአዩተማ) ዋና ጸሐፊ በነበርኩበት 1963-64 ዓ.ም፣ ማኅበሩ ለመንግሥት ያቀረባቸው ጥያቄዎች የተጠበቀውን ምላሽ ከማግኘት ይልቅ፣ ከመሪዎቹ መካከል አንዳንዶቻችን በመታሰራችን የትምህርት ማቆም አድማ እስከማድረግ ደርሰን ነበር። በዚህ ትምህርት የማቆም አድማ ተሳታፊ በመሆን ዩኒቨርስቲውን ለቀው ወደየቤተሰቦቻቸው ከተመለሱት አንዱ ይኸው ይልማ ታደሰ መብራቴ ነበር። እሱም የተመለሰው ወደ ጅማ ሲሆን፤ ይህንን በመሰለው የተማሪዎች አድማ መሳተፉና 'ራዲካላዝድ' የመሆኑ ጉዳይ ያሳሰባቸው አጎቱ አቶ ሰለሞን መብራቴ፣ በጅማ ከሚገኙ ተመሳሳይ ፀረ መንግሥት አመለካከት ከነበራቸው ወጣቶች ጋር እንዳይገናኝ ቀን ቀን ቢሯቸው ይዘውት በመሄድ ከሳቸው ጋር ጊዜውን እንዲያሳልፍ ያደርጉ ነበር። በዚያን ዘመን የከፋ ጠቅላይ ግዛት እንደራሴ የነበሩትን ደጃዝማች ፀሐዩን ለማወቅ የቻለውም በዚሁ አጋጣሚ ነበር። መጀመሪያ ከሩቅ ያያቸው፣ የቀዳማዊ ኃይለ ሥላሴ መንግሥት ከማለፉ ከጥቂት ዓመታት በፊት በሞት የተለዩትና ቀደም ሲል የሰላሌ አውራጃ ገዥ የነበሩት ደጃዝማች ገለታ ቆርቾ ጅማ ደጃዝማች ፀሐዩ ዘንድ ለእረፍት በመጡ ጊዜ ነበር። ሁለቱ ደጃዝማቾች ወዳጆች እና በጋብቻም የተዛመዱ ነበሩ። እኚህ ስመ ጥሩ አርበኛ ደጃዝማች ገለታ ቆርቾ ከይልማ ታደሰ አያት ቅድመ አያቶች ጋር የሥጋ ዝምድና ስለነበራቸው፣ ቤተሰቡ እሳቸውን ለማየት በተገናኘ ጊዜ ይልማም ዕድል አጋጥሞት ደጃዝማች ገለታ ቆሪቾንም ደጃዝማች ፀሐዩንም በቅርብ ለማየት በቅቷል። በቅርብ ደጃዝማች ፀሐዩን ሊያውቃቸውና በተደጋጋሚም ሊያገኛቸው የቻለው የጅማ ከተማ ከንቲባ የነበሩት አጎቱ ከሳቸው ጋር በነበራቸው የሥራ ግንኙነት ነበር። በዚያን ዘመን የሊሙ አውራጃ ገዥ የነበረው የአጎቱ የቅርብ ጓደኛና የደጃዝማች ፀሐዩ ታናሽ ወንድም ፊታውራሪ ታደሰ ዕንቁ ሥላሴ ጂማ ለሥራ ጉዳይ ሲመላለስ ወይም እሳቸው የይልማን አጎት አቶ ሰለሞን መብራቴን ይዘው የሥራ ጉብኝት ለማድረግ ወደ አጋሮ (የሊሙ አውራጃ ዋና ከተማ) አብረው በመኪና ሲሄዱ እሱም ይከተል ነበር። ይልማ ታደሰ ዘወትር ከሚያስታውሳቸውና ከሚገርሙት ጉዳዮች መካከል የሚከተለውን እንደነገረኝ ዘግቤዋለሁ።

ደጃዝማች ፀሐዩ በእግራቸው ከተማው ውስጥ፣ ያለምንም አጃቢ፣ ኬሻ ባርኔጣቸውን አድርገው ሲሄዱ እሱና አጎቱ በአንድ ፒክ አፕ መኪና ሲመጡ ያገኟቸዋል። ያስቆሟቸውና "በል እንግዲህ ከተገናኘን አይቀር፣ እግረ መንገዳችንን ያ ጓደኛህ እዚያ ሊሙ አውራጃ ምን ምን የልማት ሥራ ይሠራ እንደሆን አይተንለት እንምጣ፣" ይሉና፤ ከጋቢናው ገብተው፣ ወደ አጋሮ ከተማ መሄድ እንደጀመሩ፣ ይልማ የማን ልጅ እንደሆነና በትምህርት ዘመን ጅማ ከአጎቱ ቢሮ በየቀኑ የማይለይበት ምክንያት ምን እንደሆነ አጎቱን ይጠያቃሉ። ከአጎቱ ከሰሙ በኋላ ወደ ይልማ ዞር ብለው ከሱ ጋር መወያየት ይጀምራሉ። ይልማ እንዲህ ያላል፦

> እኔ የጠበቅሁት ይቆጡና ይገስፁኛል ብዬ ነበር። ይልቁንስ በጥሞና ያነጋግሩኝ ስለነበር፣ የትምህርት ማቆም አድማ አድርገን ዩኒቨርስቲውን በመልቀቅ ለመንግሥት ያቀረብነው ጥያቄ እስኪመለስልን ድረስ ወደትምህርት

ገበታችን የማንመለስበትን ምክንያት ነገርኳቸው። እሳቸውም ካዳመጡኝ በኋላ፣ በዚህ የተማሪ ንቅናቄ ጉዳይ ከልጆቻቸውም ሆነ እህት ልጆቻቸው መካከል እጃቸው ያለበት እንዳሉ የሚያውቁ መሆናቸውን ከገለፁልኝ በኋላ የሚከተለውን ምክር አዘል ምላሽ ሰጡኝ። ይህንንም ምንግዜም የማልረሳውና ብዙውን ጊዜ ለሰው የማጫውተው ነው።

"ይህንን የተማሪ አድማ እናውቀዋለን። በትምህርት ቤት የተገኘውንና ከመጽሐፍ የተነበበውን መፈተሹ ባልከፋ። ግን እያስተዋሉና ምክር እየሰሙ ይሻላል። እንግዲያው አንድ ምሳሌ ልንገርህ። አንድ ሁለት እግሮቹ በቆላ ቁስል የተጎዳ፣ ቆዳው ከላዩ ላይ እየተነሣ የውስጥ ሥጋው ሳይቀር የሚታይ ሰው ከመንገድ ዳር ሆኖ የእግዚአብሄርን ስም እየጠራ ይለምናል። ይህ የኔ ቢጤ የዕለት ራት የምትሆን ምፅዋት ለማግኘት ከመንገዱ ዳር ጋደም እንዳለ እንቅልፍ ሸለብ ያደርገዋል። በዚህ ጊዜ እነኚያ የቆሰሉ እግሮቹ ላይ የዝንብ መንጋ ይረባረብባቸዋል። ይህንን የተመለከተ ለነፍሱ ያደረ አዛኝ ሰው ቆም ይልና፣ እነኚያን ዝንቦች ከሰውዬው እግሮች ላይ ሲያባርርለት እንቅልፍ ሸለብ አድርጎት በዝንብ የተወረረው የኔ ቢጤ ድንገት ብንን ይላል። ከፊት ለፊቱ ቆሞ ዝንቡን እሽ እያለ ያባረረለትን ሰው ይመለከትና ሰውየውን መቆጣትና መርገም ይጀምራል። የዚህ ጊዜ ሰውዬዉ ከምስጋና ይልቅ ለቁጣና እርግማን በመዳረጉ ግርም ይለውና 'ምነው ወዳጄ!! እኔ እኮ ደግ የሠራሁ መስሎኝ ነው። አንተ ይህንን የመሰለ ቁስል ይዘህ ማየት ብቻ ሳይሆን በዚህ ላይ የዝንብ መንጋ እንዲህ ሰፍሮብህ አይቼ እንዴት ዝም ብዬ አልፋለሁ ብዬ፣ ዝንቦቹን ከላይህ ላይ ባባርርልህ፣ ክፉ የሠራሁ ይመስል እንዴት እንዲህ ትቆጣና ትረግመኛለህ' ብሎ ይለዋል። የዚህ ጊዜ ይኸው የኔ ቢጤ ለማኝ 'እነኒህ አንተ ያባረርካቸው ዝንቦች የሰፈሩብኝ ገና እንቅልፍ ሸለብ ሳያደርገኝ ነው። እነርሱም ከቁስሌ የፈለጉትን ያህል ተመግበው አርፈው መቀመጣቸውን አላስተዋልክልኝም። አሁን አንተ ስታባርራቸው መጥተው እንደገና የሚሰፍሩብኝ ሌሎች የተራቡ አዲስ ዝንቦች ናቸው.። እነርሱ ደግሞ የቻሉትን ያህል ቁስሌን ይበልጥ እየሰረሰሩና እየመዘመዙ የሚያሳምሙኝ መሆናቸውን አንተ አላስተዋልክምና የጠቀምከኝ መስሎህ የጎዳኸው እኔንኑ ነው፣' አለው፣" ብለው ይህንን ምሳሌ ነገሩኝ።

ከዚህም ጋር በማያያዝ "እናንተ ልጆች ከቀዳማዊ ኃይለ ሥላሴ የከፋ መንግሥት የማይመጣ ይመስላችኋል። የቀዳማዊ ኃይለ ሥላሴ መንግሥት እናንተ እንደምታስቡት ይህን ያህል የከፋ መንግሥት አይደለም። እኛ የዚህችን አገር ነጻነትና ዳር ድንበሯን የጠበቅነው የረባ ስንቅ ሳይኖረን፣ የረባ ልብስና ጫማ ሳናደርግ ነው። በኢጣልያ ወረራ ጊዜ ረሀቡና ውሃ ጥማቱ ቀላል አልነበረም። ጠላት ቦምቡንና መትረየሱን እያወረደብን ከዚያ ለመሸሽና መጠጊያ ለማግኘት በባዶ እግር መከራችንን ያየንበት ጊዜ ነበር።

ይህች አገር ብዙ መስዋዕትነት የተከፈለባት ናትና፣ እባካችሁ ከኋላችሁ የሚገፉ የኢትዮጵያ ጠላቶች መኖራቸውን እያስተዋላችሁ የሚበጅ የሚበጀውን ብታስቡ ይሻላል፣” ሲሉ የተናገሩኝ ትልቅ ተፅዕኖ አሳድሮብኝ ዘወትር ለማገኛቸው ወዳጆቼና ጓደኞቼ እንዳካፈልኳቸው ነው።

ይሄ “የተማሪ ረብሻ” በተመለከተ ከቀን ወደቀን እንደዚያ እየተካረረ ከመሄዱ በፊት የደጃዝማች ፀሐዩ አመለካከት፣ በቤተሰብም አካባቢ የሚታወቀው፣ ከላይ ከአቶ ይልማ ታደሰ ካገኘሁት የማይርቅ፣ አባታዊና ምክር አዘል ልንለው የሚችል አመለካከት ነበር። የተማሪዎች ሰልፍ እንደተጀመረ፣ እነኚህን ልጆች ሰብስብ አድርጎ ምክር መስጠትና ይህች አገር እንዴት እንደተገነባችና የተከፈለላትንም መስዋዕትነት እንዲረዱት ማድረግ እንጂ በፖሊስ ሃይል ማስቆም መሞከር ጊዜ ማባከንና ሌላ ያልታሰበ ችግር መጋበዝ ነው ይሉ ነበር። የፖሊሱንና የተማሪውን ግጭት፣ የድንጋይ ውርወራውንና የሚያስለቅስ ጭሱን ጉዳይ በተመለከቱና በሰሙ ቁጥር እነኚህን ተማሪዎች ምናል ቢተዉአቸው፣ አደባባይ ወጥተው ጮኸው፣ ጮኸው ላንቃቸዉ ሲደርቅ ወደየቤታቸዉ ይገቡ የለም ወይ እስከማለት ይደርሱ ነበር። እሳቸው የተማሪውን ጉዳይ ከምንም እንደማይቆጥሩት፤ ይልቁንም በእጅጉ የሚያሳስባቸው ሌባና ቀማኛው የገበሬውን በሬ ቀምቶ እንዳይወስድበት፣ በተሾሙባቸው ክፍላተ ሃገር ያሉ ሹማማንት በጉቦና እጅ መንሻ ባለጉዳዩን በማጉላላት ፍርድና ፍትሕ እንዳያጓድልበት እንደነበረ ሲናገሩ ይሰሙ ነበር።

ረሃብና በሽታ ቢገባ ለሕዝቡ መጠባበቂያ የሚሆን የእህል ጎተራ ማዘጋጀት፤ እጥረትም ቢያጋጥም ነጋዴው በሸማቹ ላይ ዋጋ በመጨመር ጉዳት እንዳያደርስበት መጠበቅ፤ መንገድ፣ ውሃና መብራት፣ ትምህርት ቤትና ሆስፒታል ለሕዝቡ ተደራሽ ማድረግ ላይ ያተኩሩ እንደነበር በቤተሰባችን ይታወቃል፤ ሰፊ የምስክርነት ቃልም ተሰጥቶበታል። እንኳንስ ተማሪ አደባባይ ወጥቶ መሰለፍ ይቅርና በዋና ከተማው በሚኒስትሩና መኳንንቱ መካከል የሚቀረፕ የሚፈለጠውም ጉዳይ ሳያሳስባቸው ነጋ ጠባ ትኩረታቸው ልማት ላይ እንደነበር ከሌሎችም ከአቶ ይልማ ታደሰ ተጨማሪ የምስክርነት ቃል ተሰጥቶበታል።

አቶ ይልማ ታደሰ በያጋጣሚው ወላጆቹ ዘንድ ጅማ ሲከርም፣ ከከንቲባው አንቱ ስለማይለይ ሌላም ያስተዋላቸውን ጉዳዮች አጫውቶኛል። ይህም ዘወትር በጣም በጥዋት ተነሥተው መጀመሪያ መድኅኔ ዓለም ቤተ ክርስቲያን ደርሰው ከተሳለሙ በኋላ በእግራቸው ያለምንም አጃቢ ሲዞሩ መንገዱን ሲያስቀይሱ፣ ድንጋይ ከሚሸከመው ጋር እየተሸከሙ አላፊ አግዳሚውን ጠርተው፣ “እባክህ አንተም አንዷን ድንጋይ አንሥተህ ለሚቀጥለው ሰው ብታቀብለው እንደዚያ እያለ የመንገድ ሥራው በቶሎ ዳር ይደርሳል” እያሉ ተራውን ሰው ጠርተው ሲናገሩ እንደሚያስታውስ አጫውቶኛል። ይልማ ታደሰ ሌላም የሚገረምባቸው ጉዳዮችን ያስታውሳል። የጅማ ከተማ ‘ማስተር ፕላን’ ጉዳይ አንዱ ነው። ከከንቲባው አንቱ እንደሰማውና ራሱም እንዳስተዋለው፤

ከደጃዝማች ፀሐዩ በፊት በክፍለ ሃገር እንደራሴነት የመጡ ሰዎች ያላሰቡበትና ያላደረጉትን የጅማን ከተማ ማስተር ፕላን በእውቅ መሐንዲሶች አሠርተዋል፤ የከተማዋን ዋና ዋና መንገዶች ከነመጋቢ መንገዶቹ ጭምር በሚገባ ተቀይሰው እንዲሠሩ አድርገዋል። የከተማዋን ድልድይ እንደገና ዘመናዊና በወንዝ ሙላትም ሆነ በከባድ ማመላለሻ እንዳይበገር አድርገው እንዲሠራ አድርገዋል። የከተማዋ ፈሳሽ ወንዝ እጅግ የተበከለ መሆኑን በማየት፣ ወንዙን በማፅዳት ቀደም ሲል ልጆችና አዋቂዎች ልብሳቸውን ካጠቡ በኋላ ለመታጠቢያና መዋኛ ሲጠቀሙበት ለጤናቸው ያስከትል የነበረው ችግር እንዲቀረፍ አድርገዋል። ወንዙን ወደ ፏፏቴ፣ በወንዙ ዙሪያም ከውጭ የመጡ ምርጥ የዛፍና አበባ ተክሎችም በመትከል፣ ከዚሁም ጋር በጅማ ያልነበረ ዘመናዊ የውሃ መዋኛ፣ መናፈሻና መዝናኛ በመሥራት ትልቅ ውለታ እንደዋሉ አጫውቶኛል።

ቀዳማዊ ኃይለ ሥላሴ የከፋ ጠቅላይ ግዛትን ሲጎበኙ 1963 ዓ.ም. ከጀርባ የቆሙት ልዕልት (የዛሬዋ የኔዘላንድስ ንግሥት) ማክሲማና ባለቤታቸው ናቸው።

አቶ ይልማ የጅማ ሕዝብ “የፀሐዩ ሕንጻ” በሚል እስካሁንም ድረስ ስማቸውን ሳይረሳ እንደሚያስታውሳቸው ገልጾልኛል። ይህም የተባለበት ምክንያት የከተማዋን ውበት ለማስተካካል ሲሉ በወሰዱት የግንባታ ሥራ እንደነበር እንደሚከተለው አብራርቶልኛል፡-

> ከተማዋ ጥንታዊና በዘመናዊነት ከተቆረቆረች በኋላ መልሶ እንደ አዲስ ለመገንባትም ሆነ ለማሻሻል ቀደም ብለው በነበሩ የክፍለ ሃገሩ እንደራሴዎች የተወሰደ እርምጃ ባለመኖሩ፤ ከተቆረቆረችበት ከፍታ ላይ ስትታይ በውስጧ የሚታዩ ሕንፃዎች በቆርቆሮ ከዳን የተሸፈኑ በመሆናቸው፣ እነዚህም በዘመን ብዛት ከማርጀታቸው የተነሣ ጠቁረውና ዝገው ይታዩ ስለነበር፣ ከውጭ ወደ ከተማው ለሚገባ እንግዳ ዐይን የሚስቡ አልነበሩም። የሕንፃዎቹን ጣሪያ እንደገና አፍርሶ በአዲስ ለመሥራት የማይቻልና ቢሞከርም ከፍተኛ ወጪ እና የሕዝብ ማፈናቀል ሊያስከትል እንደሚችል በመገንዘብ፤ ከባለቤቶቹ ምንም ክፍያ ሳይጠይቁ፣ ከመሐንዲሶች ጋር ራሳቸው አብረው በከተማዋ በመዞር፣ ዐይን ይስባሉ የተባሉትን ሕንፃዎች እንዲለዩ አድርገዋል። ከዚያ በኋላ ራሳቸው ባሉበት መሐንዲሶቹና የሕንጻ ተቋራጮች በያንዳንዱ ሕንጻ ግንባር ላይ የሕንጻና ቤት ባለቤቶችን ወጭ ሳይጠይቁ በመንግሥት ባጀት ተጨማሪ ግንባታ እንዲሠራ አድርገዋል። ይህንንም ሲያደርጉ፣ ሕንጻዎቹ ላይ በቁመት በአግድሞሽ መልክ ይዞ እንደ ግድግዳ የተሠራው ግንብ ለከተማዋ ተጨማሪ ውበት በመስጠት ከርቀት የሚታዩትም የዛጉና ያረጁ የህንፃ ቆርቆር ከዳን እንዲከለሉ አድርገዋል።

ይልማ ታደሰ የጅማ ሕዝብ ደጃዝማች ፀሐዩ የሠሩለትን የልማት ሥራ ያውቃል በማለት በእርግጠኛነት ነግሮኛል። ደጃዝማች ፀሐዩ ተራውን ሰው መስለው፣ በከተማው በመዘዋወር ችግሩን ይጠይቁ እንደነበርና፤ በመንግሥት በኩል የሕዝቡን ችግር ለመቅረፍ መደረግ የሚገባውን፣ ጊዜና ሁኔታው በሚፈቅደው ለማድረግ ያልታከቱ ሰው እንደነበሩ አንዳንድ ጥቃቅን የሚመስሉ ጉዳዮችን በመጥቀስ አጫውቶኛል። ከነኚህም መካከል ማንኛውንም ባለጉዳይ፣ መንገድ ላይም ቢያገኙት፣ ጉዳዩን እዚያው ሰምተው ማመልከቻ ይዞም እንደሆነ ማመልከቻውን ተቀብለው ራሳቸው አንብበው እዚያው ማመልከቻ ላይ ምልክት በማድረግ ውሳኔ በመስጠት የሚታወቁ መሆናቸው አንዱ ነው። እዚያው ሊፈጽሙና ውሳኔ ሊሰጡበት የማይችሉት ጉዳይ ካለ፣ ወዲያውኑ ጸሐፊያቸውን ባላምባራስ ጥበቡን ጠርተው፣ ባለጉዳዩ ምንም መጉላላት ሳያጋጥመው ባስቸኳይ ውሳኔ እንዲያገኝ ትዕዛዝ የሚሰጡ፤ ቢሮ ገብተው ከሚያሳልፉት ጊዜ ይልቅ፣ በከተማው የልማት ሥራ ላይ ትኩረት በመስጠትና አብሮ በመሥራት የሚታወሱ ስለመሆናቸው አረጋግጦልኛል። ይህም በጎጃም ክፍለ ሃገር ምስክርነት ከሰጡኝ ሰዎች ቃል ጋር የሚመሳሰል ሆኖ አግኝቸዋለሁ። ሌላው በጅምላና ችርቻሮ ንግድ ላይ የተሰማሩ ነጋዴዎችን ለማነጋገር፣ ስለ ንግዳቸውና ችግራቸው ከነርሱ ለመስማት፣ ማንንም ሳያስከትሉ፣ በዚያው በሚታወቁበት ሰሌን ባርኔጣ በገበያው

መካከል ሲዘዋወሩ ይታይ እንደነበር የጅማ ነጋዴ አሁንም ድረስ ያስታውሳል በማለት የሚከተለውን አካፍሎኛል።

> እነኚህን የንግድ ይዞታ ይመለከቱና "ምነው በርና መስኮትህ እንዲህ ተገነጣጠለ፣ ግድግዳህ ምን ሆኖብህ ነው እንዲህ የተናደው?" ብለው ይጠይቁና፤ ችግሩ የአቅም ማጣት መሆኑን ሲረዱ፣ አሁን እኔ ባንዳንዱ ችግርህ ብረዳህ አንተ በጉልበትህ የቀረውን ልታሟላ ትችላለህ ብለው ይጠይቁታል። እሺ ብሎ ለተስማማው የሚያስፈልገው ድንጋይና ሲሚንቶ ከሆነ፣ ወይም ደግሞ በርና መስኮቱን ማሳደስና ቀለም ማስቀባት ከሆነ ግምቱን ያስገምቱና በከተማው ማዘጋጃ ቤት ወጭ አስፈላጊው ግብዓት እንዲቀርብለትና ነጋዴውም የቀረውን በጉልበቱም በራሱም መዋጮ እንዲሠራ ያደርጉ ነበር። በየጊዜውም፣ ራሳቸው ተመልሰው እዚያው ድረስ በመሄድ፣ ሥራው ተጀምሮ መጠናቀቀን ይከታተሉ ነበር። ይህም ገና በዚያን ዘመን ለጥቃቅን ንግድ፣ ማምረቻና ማከፋፈያ ተቋማት የነበረባቸውን የተቀማጭና ካፒታል ዝቅተኝነት በመገንዘብና የተቋማቸው ትርፋማነት አጠራጣሪ መሆኑን ከመረዳት የመነጨ ነበር። በቁሳቁስ መልክ ሲሚንቶና አሸዋ ይሁን፣ የተወሰኑ ቁጥር ያላቸው የጣሪያ ክዳንና ቀለም ይሁን፣ በርና መስኮት ለማደስ የሚያስፈልጉትን ግብአቶች ጭምር ማቅረባቸው፤ መንግሥት የድጋፍ ትብብር ማድረግ የሚገባው ለእነኚህ ገና በማደግ ላይ ላሉ ተቋማት መሆኑን መገንዘባቸውን ያመለክታል። ይህም በዘመኑ አጠራር public and private partnership ከምንለው በይዘት የተለየ አልነበረም።

ከይልማ ታደሰ መብራቴ ጋር ቃለ ምልልሳችንንና ውይይታችንን የቋጨነው የጅማውን ዐመፅ በማስታወስ ነው። በእሱ አመለካከት የካቲት 66 አብዮት ባገሪቱ ፈንድቶ፣ በጅማም ዐመፅ ሲቀሰቀስ፤ እሳቸው የዘውድ አገዛዝ ተምሳሌት ሆነው እዚያ መገኘታቸው የታሪክ አጋጣሚ ሆኖ ተገጣጥሞ ነው እንጂ ሕዝቡ ደጃዝማች ፀሐይ የሰሩለትን የልማት ሥራ ስለሚያውቅ በሳቸው ላይ ዐምፆ የመነሣት ዓላማ ነበረው ብሎ እንደማያምን ገልጾልኛል። ። ዐመፁ ከመቀስቀሱ በፊት የመምህራን ኮሌጅ ዲን በነበረው ሁሴን እስማኤል፣ የንኡስ ደርግ አባል መቶ አለቃ አምሃ አበበና በሌሎችም "ሕዝባዊ ኮሚቴ" ከመመሥረቱ በፊት የዘውድ አገዛዝ እንዲገረሰስና ፊውዳላዊ ሥርዓት እንዲወገድ ቅስቀሳ ይደረግ ነበር። በጭሰኛና ባለመሬት መካከል የነበረው ቅራኔ፣ የፍትሕ እጦትና የመሳሰለው፣ ውሎ አድሮም የንጉሣውያን ቤተሰብ የተንደላቀቀ ኑሮ ባንድ በኩልና በረሃብ የረገፈው በሚሊዮን የሚቆጠር ዜጋ አሰቃቂ ሞትና ስደት የፈጠረው ቁጣና ጥላቻ ዐመፁ በጅማ ሲፈነዳ፤ ለንጉሠ ነገሥቱ ታማኝና የሥርዓቱ ምልክትና ተወካይ ሆነው እዚያ በተገኙት ደጃዝማች ፀሐዩ ላይ ሊያነጣጥር ችሏል። የጅማው "ሕዝባዊ ኮሚቴ" ዓላማው የከተማዋን አስተዳደር በእጁ ለማድረግ ነበርና ደጃዝማች ፀሐዩ መሆናቸው ቀርቶ ሌላም በንጉሡ ነገሥቱ የተሾመ የክፍለ ሃገሩ ጠቅላይ ገዥ ቢሆን በቁጥጥር ሥር ለማድረግ፣ ኮሚቴው ይመለሳል ብዬ ለማመን እቸገራለሁ

ሲል ይልማ ታደሰ መብራቴ የራሱን ምልከታ አካፍሎኛል። ሆኖም ቤተ መንግሥቱን በመክበብ እሳቸውን አስገድዶ "እጃቸውን እንዲሰጡ" ማድረግ ለኮሚቴው እንደትልቅ ድል ተጠብቆ ነበር። ግን አልሆነም። እሳቸው ማን መሆናቸውን የዐመፁ መሪዎች አላወቁም ማለት ይቻላል። የዐመፁንም አዝማሚያ ቀደም አድርገው በመገምገም በቂ ዝግጅት አድርገው ስለነበር፤ ያንን ከበባ በቆራጥነት ጥሰው ይወጣሉ ብሎ ማንም ባልገመተው ሁኔታ፣ የመትረየስ ተኩስ እሩምታ በመክፈት ሰልፈኛውን በትነው፤ ወደ አይሮፕላን ማረፊያ በመሄድ በሄሊኮፕተር አዲስ አበባ ሊገቡ ችለዋል። ይህንን በማድረጋቸው እስከዛሬም ድረስ በቆራጥ ጀግንነት በጅማ ሕዝብ ዘንድ ሲታወስላቸው መኖሩን አውቃለሁ። ከዚያም ለደርግ እጃቸውን ከመስጠት ራሳቸውን በራሳቸው ማጥፋታቸው አሳዛኝ ቢሆንም፣ እሳቸውንም ሆነ መላ ቤተሰባቸውን የሚያኮራ ታሪክ ሠርተው ለማለፋቸው ምልክት ነው በማለት ቃለ ምልልሳችንንና ውይይታችንን አጠናቀናል።

***

ደጃዝማች ፀሐዩ እንኳንስ በልጆቻቸው፣ በእህትና ወንድሞቻቸው የነበራቸው ከበሬታ መፈራትንም ያጎናፀፋቸው ሰው ነበሩ። የዚያኑ ያህል የሚያቀርቡትም ሆነ ሌላ እንግዳና ባለ ጉዳይ፣ ወጣትም ይሁን አዛውንት የሚሰነዝረውን ሐሳብ በጥሞና የሚያዳምጡ ነበር። እንዳጋጣሚ ሆኖ ለእናቴ የተለየ ፍቅር ነበራቸው። ተንከባክበውም ስላሳደጓትና ከአስተዋይነቷና ቆፍጣናነቷ ባሻገር ገደብ የለሽ ጨዋታም የምታውቅ ስለነበረች፤ ጨዋታ ሲያምራቸው "ኵኒ" በሚል ባወጡላት የቁልምጫ ስም ይጠሩና እንደ ትልቅ ሰው አብረዋት ይጫወቱ ነበር። እኔንም በሷ ዐይን ያዩኝ ስለነበርና እናቴም ለኔ የነበራትን ፍቅር ያውቁ ስለነበረ፤ ትምህርት ቤት ሲዘጋ እናቴ ጅማ እሳቸው ዘንድ ለመላክ ፈቃዳቸውን ጠይቃ እምቢ ብለዋት አያውቁም። ከዚህ የተነሣ እኔም ራሴ ጅማ እሳቸው ዘንድ በምከርምባቸው ወራት ያስተዋልኳቸው አንዳንድ ትዝታዎች እስከዛሬ አልተረሱኝም።

ወደ ጅማ የምላክበት ዋናው ምክንያት በዚያ በ60ዎቹ መጀመሪያና እስከ 62 ዓ.ም፣ ከ2ኛ ደረጃ ት/ቤት እስከ ዩኒቨርስቲ እስከገባሁበት ድረስ በተማሪው ንቅናቄ ውስጥ የነበረኝ ተሳትፎ እናቴን ክፉኛ ያሳስባት ስለነበር ነው። በተለይም በክረምቱ ወራት ትምህርት ቤትም ሆነ ኮሌጁ ሲዘጋ በተማሪው ንቅናቄ አብረን እንሳተፍ ከነበሩት የቅርብ ጓደኞቼ ጋር ቤት እየዘጋን ግራ ዘመም መጻሕፍት ማንበብና መከራከር ብቻ ሳይሆን፣ በሥርዓቱ ላይ ወቀሳና ውግዘት ማሰማታችን ሊያስከትልብኝ የሚችለው አደጋ እየታያት ነው መሰለኝ ክፉኛ ትሰጋ ነበር። በዚህ ምክንያት ከጓደኞቼም ከከተማውም ለማራቅ በሚል፣ እሳቸውም የናቴ ስጋት ይገባቸው ስለነበር ወደዚያ የመላኬን ጉዳይ ደግፈውት፣ እሳቸው ዘንድ በጅማ ቤተ መንግሥት አሳልፍ ነበር። እኔንም እናቴን በሚያዩበት ዐይን ስለሚያዩኝ ነው መሰለኝ ያቀርቡኝ ነበር፤ እንግዶች በማይኖሯቸውና ብቻቸውን በሚሆኑ ጊዜ፣ እንዳጫውታቸው፣ ባወጡልኝ "ሰንጢ"

በሚል የቁልምጫ ስም ይጠሩኝ ነበር። አብዛኛውን ጊዜ ራት ብቻቸውን አይበሉም። ብዙውን ጊዜ፣ አብረዋቸው ራት ላይ የሚገኙት የክፍለ ሃገሩ ረዳት እንደራሴ የነበሩት፣ ዘመናዊ ትምህርት ቀመሱ አቶ ለማ ፍሬው ሲሆኑ፣ ሌሎችም እንግዶች ይኖሯቸዋል። ብቻቸውን በሚሆኑ ጊዜ ያስጠሩኛል፤ "ሰንጢ በይ ሙቼም ነገር ታውቂያለሽ" ይሉና፣ የቤተሰብም ሆነ "እስቲ እናንተ ልጆች እዚያ ዩኒቨርስቲ አገር ካልመራን እያላችሁ የምትንጫጩበትን ጉዳይ አጫውችኝ" ይሉኝ ነበር። አንዳንድ ጉዳዮችንም ሳነሣላቸው "ብቻ ይቺ ምላስሽ አንድ መከራ እንዳታመጣብሽ" ከማለት በስተቀር ጠንከር ያለ የግሳፄ ቃል አልሰማሁባቸውም። በአንድ አጋጣሚ የሆነው ደግሞ የሚከተለው ነበር።

የምሳ ሰአት ገደማ ላይ፣ እሳቸው ለምሳ ወደ ምግብ አዳራሻቸው ከመሄድ ዘግይተው በቤተ መንግሥቱ ቅፅር ግቢ በከፋ ክፍለ ሃገር ያሉትን ብሄረሰቦች የሚወክሉ፣ የእነርሱን ቤት አሠራር የተከተሉ ጎጆዎችን በማሰራት ላይ ተጠምደው ነበር። በእነኚህ ጎጆዎችም ነገሥታትም፣ ባላባትም የነበሩት ይጭኑት የነበረው የንግሥናና ባላባትነት ምልክት፣ ባህላዊ ልብሳቸው፣ ሌሎችም ባህላዊ ቅርሶች አሰባስበው "የውጭ ጎብኚዎች በሚመጡ ጊዜ ስለነዚህ ብሄረሰቦች ባህልና ማንነት አይተውና ጠይቀው እንዲያውቁ ሙዝየም መሥራት ያስፈልጋል፣" እያሉ በሥራው የተሰማሩትን ባለሙያዎች እያነጋገሩ ሳሉ እኔን ያዩኛል። "ሰንጢ" ብለው ጠሩኝና፣ "በይ ነይ እስቲ ወዲህ፣ እዚያ ዩኒቨርስቲ የምታስረብሽው ዘውድ ጭኜ ልንገሥ ብለሽ አይደለም? ያው የእናትሽ አያቶች ቤተ መንግሥት እዚሁ ተሠርቶ ስላለቀ፣ እዚሁ በቆርቆሮ ቢጤ ዘውድ እናሠራልሽና አናትሽ ላይ ጭነሽ እዚህ ንገሺ እንጂ፣" ይሉኛል። የእናትሽ አያቶች ሲሉ የሳቸው ታላቅ እህት ተዋበች ዕንቆ ሥላሴ እናቴን የወለዱት በዚያን ዘመን "ጃንጀሮ" አሁን የም በሚል መጠሪያ ዕውቅና ያገኘው ብሄረሰብ ንጉሥ የነበሩትን የአባ ቦጊቦን ልጅ፣ ብሩ ቦጊቦን በንጉሡ ነገሥቱ ትዕዛዝ አግብተው እናቴን ስለወለዱ ነበር።[47] እኔም ስለሚያቀርቡኝና ስለምቀርባቸው፣ በዚያን ዕድሜ ድፍረቱም ስለነበረኝ እንደመጣልኝ "ዘውድ ከቆርቆሮ ሆነ፣ ከወርቅ መሠራቱ ሳይሆን ዘውድ ተብሎ አናት ላይ መጫኑ ነው፣" አልኳቸው። ይህንን ሲሰሙ ይቀጡኛል ብዬ ድንጋጤ ገብቶኝ ሳለ፤ እሳቸው ግርም ብሏቸው "ሰንጢ!! ነገር ማነው እንዲህ ያስተማረሽ? በይ ሁለተኛ እንዲህ አይነት ቃል ቢወጣሽ ምላስሽን ነው የምቆርጠው፣" ብለው ለምሳ ወደ ቤት ሲገቡ እኔ ይህንን ከተናገርኩ በኋላ ምን ብዬ አብሬአቸው ለምሳ እቀርባለሁ ብዬ ውጭ ቀረሁ። እሳቸው ግን ብቻቸውን ሲሆኑ የሚያስጠሩኝ ያው ልማድ እንዳይቀር አስጠርተውኝ፣ ፈንጠር ብዬም ቢሆን አብሬያቸው ቀርቤ ምሳ በልተን፣ እሳቸው ወደቢሮአቸው መሄዳቸውን አስታውሳለሁ። ይህንን ጉዳይ ያነሣሁት በታላቅ እህታቸው በኩል ከየም ብሄረሰብ

47 ልጅ ብሩ ቦጊቦ የመጨረሻው የየም ንጉሥ እንደነበሩት ታላቅ ወንድማቸው ፊታውራሪ ገብረ መድህን ቦጊቦ በዳግማዊ ዐፄ ምኒልክ ክርስትና የተነሡ ናቸው። ብሩ ቦጊቦ ራስ መኮንን ተከትለው ጋራ ሙለታ ኤጀርሳ ጎሮ ሄደው እዚያ አርፈዋል። እናቴም የተወለደቻቸው እዚያው ጋራ ሙለታ አውራጃ ኤጀርሳ ጎሮ ወረዳ ሲሆን፣ ብሩ በመባል የሚጠራ ታናሽ ወንድም አለኝ። ከፊታውራሪ ገብረ መድህን በኋላ ንጉሥነቱ ሲቀር፣ ባላባትነቱ ለአቶ ተፈራ ገብረ መድህን ሲተላለፍ፣ እሳቸውም ለጉዳያቸው አዲስ አበባ ቤተ መንግሥት ድረስ በሚመጡ ጊዜ እኛ ቤት ይቀመጡ ነበር።

ጋር በጋብቻ የተጋመዱ፣ ሌሎችም ብሄርና ብሄረሰቦች ወግና ባህል ያገሪቱን ብርቅና ውብት የሚወክሉ መሆናቸውን በቋሚነት ለማቆየት ሲሞክሩ የታዘብኩ በመሆኑ ነው። እሳቸውም ቢሆን የተወለዱት በጉራጌ ብሄረሰብ መካከል ነው፤ ያገለገሉትም አያት ቅድመ አያቶቻቸው የፈለቁበትን መንዝንና መርሃ ቤቴንና ወይም ጅሩን፣ ይፋትንና ተጉለትን አልነበረም። በመጨረሻው ደርግ ላይ ሸፍተው፣ ባርበኝነታቸው ጊዜ ወደሚያውቁት መንዝና መርሃ ቤቴ በሄዱ ጊዜ፣ የዚያው የመንዝና መርሃ ቤቴ ሕዝብም "ጣልያን ካገር ከወጣ በኋላ መች ዞር ብለህ አይተኸን ታውቅና ነው አሁን የምትመጣብን። መንገዱን፣ ትምህርት ቤቱንና ሌላውንም ልማት ስትሠራ የነበረው ለጎጃም፣ ለጋሞ ጎፋና ከፋ እንጂ መች ለኛ ምን አድርገህልናል" ብሎ ፊት የነሳቸው አለምክንያት እንዳልነበር እዚሁ ላይ ማንሣት እወዳለሁ።

የደጃዝማች ፀሐዩን ሃይማኖተኛነት በተመለከተ በጎጃም ክፍለ ሃገር እንደራሴ የነበሩበትን ዘመን አስመልክተው ምስክርነት የሰጡ ሰዎች በተደጋጋሚ አንስተውታል። እኔም ራሴ እሳቸው ዘንድ በክረምት ወር በቆየሁባቸው ጊዜያት የፍልሰታን ፆም እንዴት ይፆሙ እንደነበር አስታውሳለሁ። የፀሎት ሰአታቸውም ከሌሊቱ ዘጠኝ የጀመረ እስከ ንጋቱ 12 ሰአት ድረስ የሚዘልቅ ነበር። ልጆቻቸውና የሚያሳድጓቸው የእህትና የዘመድ ልጆች ሁሉ ለትምህርት ወደ ውጭ ሄደው፤ ልጅ እኔ ብቻ ስለነበርኩ፣ በጥዋት እንድቀሰቀስ ይደረግና እዚያው የተሰጠኝ መኝታ ቤት መጽሐፍ ቅዱስን የማንበብ ግዴታ ነበረብኝ። እኔ ግን በመጽሐፍ ቅዱስ መልክ በደንብ የተጠረዘ፣ እንደ መጽሐፍ ቅዱስ የየምዕራፉ ማካፈያ ጥብጣብ የነበረው ግራ ዘመም ሶሺያሊስታዊ መጽሐፍ ደብቄ አነብ ነበር። ይህንን ያወቀብኝና ያጋለጠኝ አልነበረም። አንድ ቀን በነሐሴ ወር የፍልሰታ ፆም እንደገባ፣ ወደ ዘጠኝ ሰአት ላይ እሳቸው ቤተ ክርስቲያን አስቀድሰው ሲገቡ፤ ምሳ እንደቀረበ፣ ቤተ መንግሥቱ ቅፅር ግቢ ውስጥ በርቀት የሚሰማ በሬዲዮ የሚተላለፍ የዘፈን ሙዚቃ ድምፅ ነበር። ወዲያውኑ ቤተ መንግሥቱ ውስጥ ይላላክ የነበረውን እኛ ሁላችን "ጋሼ ግደይ" ብለን የምንጠራውን የትግራይ ተወላጅ ይጠሩና "ምነው ምን አልኳችሁ? በዚህ በፍልሰታ ፆም እንኳን አምላካችን እንዳይለመነን ነው እንዲህ የምታዘፍኑብን? በሉ አሁኑኑ ያንን ሬድዮ ማዘፈናችሁን አስቁምልኝ። ምነው፣ ስንት አምላካችንን የመለመኛ ቅዳሴውና ዜማው እያለ፤ በዚህ ጊዜ እንኳን ምናለ እሱን ብትሰሙ፣" ብለው ከቁጣ ይልቅ በሃዘን መንፈስ መናገራቸው ትዝ ይለኛል። ይህንን የፀና ሃይማኖተኛቸውን በተመለከተ፣ እሳቸው ዘንድ ያደገና ደብረ ማርቆስ በነበሩ ጊዜ አብሮ የኖረ፣ የመጨረሻ ታናሽ እህታቸው የወ/ሮ ወላንሳ ዕንቆ ሥላሴ ልጅ ፋሲል ይርጉ፣ ጎጃም በነበሩ ጊዜ "ፀሐዩ ጋኔን ይስባል" የሚለው የጠበኞቻቸው ሀሰተኛ ትርክት ምን ያህል አሳዝኖት እንደነበር የነገረኝን እንደሚከተለው ጠቅሼዋለሁ፡-

> እኔ ከሳቸው ጋር አብሬ ደብረ ማርቆስ ስኖር፣ በተለይ የፍልሰታን ፆም ለማስቀደስ፣ ከጥዋቱ አስራ ሁለት ሰዓት ያስነሡኝና ተከትያቸው እሄድ ነበር። ከቤተ ክርስቲያን ውስጥ የቅዳሴውን ሥነስርዓት ሲከተሉና ሲያዜሙ መቼም ሌላ ነበር። በተለይ የመስቀል በዓል ጥቂት ቀናት ሲቀረው ዲያቆኖች

"ተቀፀል ፅጌ" እያሉ ከበሮውን ሲደልቁት፣ እሳቸው መቋሚያቸውን ተደግፈው፣ በሰውነታቸው ምንም ዉዝዋዜ ሳይታይባቸው፣ ባማረ ዜማ አብረው ሲያዜሙ፣ እኛንም ስለ ሃይማኖቱ ብዙ የማናውቀውን ስሜታችንን ይቀሰቅሱት ነበር። የሳቸውን ሃይማኖተኛነትና ጥሩ ምግባር እኔም ከሳቸው ጋር አብሬ ስኖር ዘወትር ያየሁት ነው።

ፍትሕንም በተመለከተ፣ እኔም ትምህርት ቤት ሲዘጋ እሳቸው ዘንድ ባሳለፍኩበት ወቅት ጉቦኛንና ባለ ጉዳይ የሚበድል ማንም ይሁን ይቅርታ እንዳልነበራቸው፣ ፊት ለፊት ካገኙትም በዝምታ የማያልፉ ሰው እንደነበሩ ሁለት አጋጣሚዎች ይታወሰኛል። አንደኛው የኤርትራ ተወላጅ ከነበሩት ጀነራል በረከት በፊት የክፍለ ሃገሩ ፖሊስ አዛዥ የነበረውን ኮሎኔል የሚመለከት ነው። ይህ ኮሎኔል የደጃዝማች ፀሐዩን እናት (የኔን ቅድመ አያት) አጎት የልጅ ልጅን ያገባ ሲሆን፤ ጉቦኛነቱንና ባለ ጉዳይ የሚበድል መሆኑን ደርሰውብት ከክፍለ ሃገሩ እንዲነሣ ወስነውበት ነበር። እሱ ግን የጋብቻ ዝምድናው ስላለው፣ በደጅ ጥናትም ሆነ በልምምጥ ይቅርታ የሚያደርጉለት መስሎት ከቤተ መንግሥት ብቅ ብሎ እጅ ሲነሣቸው፣ "አንተ ጉቦኛ ዐይንህን እንዳላይ ብዬህ አልነበረም። እስካሁን እንዴት ነው እዚህ የቆየኸው። ዛሬውኑ ይህንን ጠቅላይ ግዛት ጥለህ እንድትወጣ" ብለው ሲናገሩት ስሰማ ተገርሜአለሁ። ይኸው ኮሎኔል ከክፍለ ሃገሩ ተነሥቷል። ሌላው የታላቅ እህታቸው (የኔ አያት) የጡት ልጅ፣ ጤና ጥበቃ ከዚያም ጅማ ማዘጋጃ ቤት እስከ ቢሮ ዳይሬክተር ደረጃ የደረሰ ሰው ነበር። እሱም ተመሳሳይ ባሕርይ አግኝተውበት ከክፍለ ሃገሩ እንዲነሣና ከነበረው ሹመት ዝቅ ብሎ በሸዋ ክፍለ ሃገር ሰላሌ አውራጃ ውስጥ ወደሚገኝ አንድ ወረዳ እንዲመደብ ማድረጋቸውን አስታውሳለሁ።

ምዕራፍ ሁለት

ከየካቲት 66 አብዮት እስከ ነሐሴ 1966

የካቲት 66 አብዮት ፈንድቶ ጸሐፊ ትዕዛዝ አክሊሉ ሀብተ ወልድ ከጠቅላይ ሚኒስትርነታቸው ተነሥተው፣ በቦታቸው ልጅ እንዳልካቸው መኮንን ከተተኩበት አንሥቶ የደጃዝማች ፀሐዩ ሕይወት እስካለፈበት ነሐሴ ወር 1966 ድረስ ባለው አጭር ጊዜ የሳቸውን ሕይወት የሚነካ የሚገርምም የሚያሳዝንም ኩነት ተከስቷል። ልጅ እንዳልካቸው መኮንን የፖስታ፣ መገናኛና ቴሌኮሚኒኬሽን ሚንስትርነታቸውን እንደያዙ፣ የካቲት 21 ቀን 1966 ዓ.ም. የጠቅላይ ሚንስትርነት ሥልጣኑን ከአክሊሉ ሀብተ ወልድ መረከባቸው ይታወሳል። በዚያች አጭር የሥልጣን ዘመናቸው ለማንም ያልተገደበ የመናገር፣ የመጻፍ፣ ሐሳብን በሰላማዊ ሰልፍ ጭምር የመግለፅ መብት ተለቆ ነበር። ደጃዝማች ወልደ ሰማዕት ገብረ ወልደ ስለ ደጃዝማች ፀሐዩ የሚያውቁትንና የሚያስታውሱትን ሲያካፍሉኝ፣ ይህንን ዘመን ወደኋላ ተመልሰው በማስታወስ፣ የታሪክ ማዕቀፉን ጭምር እንድገነዘበው አጥብቀው አደራ ብለውኛል። በዚያው ውስጥ የደጃዝማች ፀሐዩን ማንነት፣ እስከ ህልፈተ ሕይወታቸው ድረስ ያለውን በዝርዝር አጫውተውኛል።

ጨዋታቸውን የጀመሩልኝ ከደጃዝማች ፀሐዩ ጋር ለመጀመሪያ ጊዜ በአካል በቅርብ ተገናኝተውና ጎን ለጎን ተቀምጠው የሚያውቁት ልጅ እንዳልካቸው የክፍለ ሃገር እንደራሴዎችን ከየክፍለ ሃገሩ አስጠርተው፣ ቴለኮሙኒኬሽን ሕንፃ ላይ በነበረው ቢሯቸው በሰበሰቧቸው ጊዜ እንደነበር በማውሳት ነው። ከዚያ በፊት በእርግጥ ሁለቱም በጠቅላይ ግዛት እንደራሴነታቸው ከርቀት ይተጋገዙና በደብዳቤም ሆነ ስልክ ግንኙነት ያደርጉ እንደነበር አስታውሰው፣ ይህንኑ የሚመለከት አንድ የማይረሳ አጋጣሚ እንደ ምሳሌ ጠቅሰውልኛል። ይህም እሳቸው የራያና አዘቦ ሕዝብ በድርቅ በተጎዳ ጊዜ ሕዝቡን በሰፈራ ወደተለያየ ክፍለ ሃገር ለማዛወር እቅድ ባደረጉበት ዘመን ደጃዝማች ፀሐዩ እንደተባበሯቸው አንስተውልኛል። ከራያና አዘቦም በመቶ የሚቆጠሩ ሰዎችን እሳቸው በእንደራሴነት በሚያስተዳደሩት ክፍለ ሃገር በመውሰድ እንዳሰፈሩላቸውና እንዳቋቋሙላቸው ገልፀውልኛል። ከትውውቃቸው አንሥቶ ያለውን እንዲህ ተርከውልኛል፦

...በአካል ጎን ለጎን ቁጭ ብለን የተገናኘንበት ኢጋጣሚ ልጅ እንዳልካቸው መኮንን ጠቅላይ ሚኒስትር ሆኖ እንደተሾመ ነበር። አብዮቱ እንደፈነዳ፣ የሕዝቡን ተቃውሞ በሰላማዊ ሰልፍ የመግለፅ መብት ለመፍቀድ በሚል አንድ አዋጅ ተዘጋጅቶ ነበር። በፓርላማው ጸድቆና ሕግ ሆኖ ከመደንገጉና ሥራ ላይ ከመዋሉ በፊት፣ በሚዲያውም በሌላውም መንገድ ሕዝብ ዘንድ ደርሶ ስለነበር፤ በየክፍለ ሃገሩና በየከተማው የተቃውሞ ሰልፍም ሆነ፣ በመንግሥት ባለሥልጣናት ላይ ሕዝብን የማነሣሣት ድርጊት አይሎ ነበር። በአዋጅ የተነገረውና ይደነገጋል የተባለው ሕግ የክፍለ ሃገር እንደራሴዎችንና በክፍለ ሃገራትም የፖሊስና ፀጥታ አስከባሪ ኃይሎችን ሥልጣንና ኃላፊነት የሚገድብ ነበር። ቀደም ሲል የነበረውን የክፍለ ሃገር እንደራሴዎች በዳኝነት ሥራው ጣልቃ መግባትና ችሎት ከመቀመጥ አልፎ በመሃል ዳኝነት መሰየምን ጭምር የሚያስቀር ነበር። የፖሊስ ሃይሉንም ሆነ የፀጥታ ተቋማትንም ከክፍለ ሃገር እንደራሴዎች ቁጥጥር በማውጣት በሞላ ጎደል ነፃ የሚያደርግ የህግ አዋጅ ነበር። በአብዮቱ መቀጣጠልና መፋፋም ሳቢያ ይህንን አዋጅ በመጠቀም፤ በባለሥልጣናት፣ በተለይም በክፍለ ሃገር እንደራሴዎችና የፖሊስና ፀጥታ፣ ባጠቃላይም የመንግሥት የሥልጣን ተዋረድና የእዝ ተቋማት ላይ በተቃውሞ የተነሣው ሕዝብ ከቁጥጥር ውጭ እስከመውጣት ደርሶ ነበር። በባልሥልጣኑ ሕይወት፣ ሀብትና ንብረት፣ እንዲሁም በነጋዴውና በባለሀብቱ ላይ የሚደርሰውን ጥቃት መቋቋም የማይቻልበት ደረጃ ላይ ተደርሶ ነበር። አዋጁ የጠቅላይ ግዛት እንደራሴዎች ለፖሊስና ፀጥታ ኃይሎች ትዕዛዝ ለመስጠት የነበራቸውን ሥልጣን ያስቀረ በመሆኑ፣ ሁኔታውን ለመቆጣጠርና ፀጥታ ለማስከበር የማይችሉበት ደረጃ ላይ ተደረሰ። ከዚህ የተነሣ የጠቅላይ ግዛት እንደራሴዎች የነበርነው በሙሉ ምንም ፀጥታና ሰላም ለማስከበር፣ የሕዝቡንም ሆነ የራሳችንንም ደህንነት ለመጠበቅና ለማስጠበቅ፣ ሥልጣን ከሌለን እዚህ ምን እንሠራለን በሚል ሁላችንም የተሾምንበትን ክፍለ ሃገር እየተውን አዲስ አበባ ተሰበሰብን። አዲስ በተሾመው ጠ/ሚ እንዳልካቸውም በኩል ጉዳያችንና በአዋጁ ላይ ያለንን ቅሬታ ለንጉሠ ነገሥቱ አቅርበን አዋጁ ማሻሻያ ይደረግበታል ተባልን። በዳኝነቱ ጉዳይም በማስቻልና በመሃል ዳኝነት መሰየም ቀርቶ አቤቱታ ሰሚ የመሆን ሓላፊነታችን በውስጥ ማዘዣ እንደሚረጋገጥልን ተነገረን። አዲሱ የሕግ ረቂቅም ባለጉዳይ ከመንገላታት የሚድንበትን አሠራር ፍርድ ቤቶች እንዲከተሉ፣ የባለጉዳይን አቤቱታና ቅሬታ የማዳመጥና በፍርድ ቤቶች ላይ የተሰየሙትን ዳኞችም ጉዳዩን ባግባቡ እንዲመለከቱ የሚያደርግ እንዲሆን የሚል ማሻሻያ እንደሚደረግበት ቃል ተገባልን። የፖሊስና ፀጥታ ኃይሎችንም በተመለከተ በተቃውሞ ሰልፈኛው ላይ የኃይል እርምጃ እንዳይወስዱ ከንጉሠ ነገሥቱ ትዕዛዝ መውጣቱንም አወቅን። ይህ በዚህ እንዳለ፣ እኛም በእንደራሴነት ወደየተሾምንበት ክፍለ ሃገር

እንድንመለስና በውስጥ በሚተላለፍልን ማዣያ መሰረት ክፍለ ሃገሩንም በተቻለን እንድናስተዳድር፣ ሰላምና ፀጥታንም በተቻለን እንድናስከብር ለማግባባት፣ በድጋሚ እንዳልካቸው ስብሰባ ጠራን። እንዳልካቸው ምንም እንኳን ጠቅላይ ሚኒስትር ቢሆንም፤ የፖስታ፣ መገናኛና ቴሌኮሚኒኬሽን ሚንስትርነቱን እንደያዘ ነበርና፣ ቢሮውም ቴሌኮሙኒኬሽን ሕንፃ ላይ ስለነበ፣ር ስብሰባውም የተደረገው እዚያው ቴሌኮሙኒኬሽን ሕንፃ ላይ በሚገኘው የስብሰባ አዳራሽ ነበር።

ደጃዝማች ወልደ ሰማዕት በዚሁ ስብሰባ የመጀመሪያው ረድፍ ላይ ከጎናቸው የተቀመጡት ደጃዝማች ፀሐዩ ምንም ሳይናገሩ ሲያዳምጡ መቆየታቸውን አነሡልኝ። ስለሳቸው ዘወትር የሚሰሙት ሃይማኖተኛና እውነተኛ ሰው እንደሆኑና ያመኑበትን ጃንሆይን ጭምር ሳይፈሩ የሚናገሩ ሰው መሆናቸውን እንደሆነ ገለጹልኝ። እሳቸው እንደሚሉት፣ በዚያ ስብሰባ ልጅ እንዳልካቸው ሁሉንም የክፍለ ሃገር እንደራሴዎች አግባብቶ፣ ወደመጡበት ክፍለ ሃገር ተመልሰው ሕዝቡንና ክፍለ ሃገሩን የማረጋጋቱንም ሆነ የማስተዳደሩን ስራ እንዲቀጥሉ ተናግሮ እንደጨረሰ፣ ደጃዝማች ፀሐዩ እጃቸውን አውጥተው ተናግረዋል። ይህንንም ንግግራቸውን በትክክል የሚያስታውሱት በመሆኑ በሚነግሩኝም ጊዜ ሳልረሳው በሚገባ እንድመዘግበው አሳስበውኛል። ደጃዝማች ፀሐዩ በዚያ ስብሰባ ላይ የተናገሩትን ደጃዝማች ወልደ ሰማዕት እንደነገሩኝ አንድም ቃል ሳልጨምርና ሳልቀንስ ከዚህ በታች አስፍሬዋለሁ፡-

> ...ትዝ ይለኛል ጣታቸውን ወደ እንዳልካቸው እያመለከቱ፣ "ስማ እንዳልካቸው! አንተ ገና ጡት ስትጠባ ነው እኔ ይህችን አገር ማገልገል የጀመርኩት። ጣልያን አገራችንን ከመውረሩም በፊት፣ በወረረም ጊዜ አገሬን አገልግያለሁ። በአርበኝነት በዱር በገደሉ መንከራተት ብቻ ሳይሆን ቆስያለሁ። ነጻነትም ከተመለሰ በኋላ ይህችን አገር አመመኝ ደከመኝ ሳልል አገልግያለሁ። ከእንግዲህ ሓላፊነቱን ተረክበው አገሪቱንና ሕዝቡን መምራት ያለባቸው አንተና እንዳንተ ተምረው እዚህ የደረሱት ዜጎች ናቸው። እኔ ደክሞኛል። ሓላፊነቴን አውርጃአሁ። በኔ ፋንታ ሌላ ሰው፣ ያልደከመው፣ ያልታከተውና የተሻለ ሰው መሾምና የክፍለ ሃገሩን እንደራሴነት ተረክቦ እንዲቀጥል ማድረግ ያንተ ሓላፊነት ነው። እኔ ደክሞኛል፣" ብለው ጣታቸውን ወደ እንዳልካቸው እያመለከቱ ደጋግመው ሲናገሩ፣ ሁላችንም የድፍረታቸውና የቆራጥነታቸው ነገር አስገርሞንም አስደንግጦንም ዝም ብለን አዳመጥናቸው። እንዳልካቸውም "አንተ ገና ጡት ስትጠባ" የሚለው አነጋገራቸው እንዳላስደሰተውና እንደነካው ያስታውቅበት ነበር። "አዎን ለዚህች አገር አገልግለዋል። አላገለገሉም የሚል የለም። ቢሆንም ይሄ አስቸጋሪ ጊዜ ሓላፊነቴን አውርጃለሁና ሌላ ሰው ይተካኝ የሚባልበት አይደለም፣" ሲል መለሰላቸው። ስብሰባውም ካበቃ በኋላ፣ እንዳልካቸው የደጃዝማችን ንግግር እንዳልወደደላቸው

ያስታውቅበት ነበር። እኛ ግን በድፍረታቸው፣ የሚያምኑበትን ከመናገርና ከማድረግ የማይመለሱ መሆናቸውን በወሬ መስማት ብቻ ሳይሆን፣ እዚያው ስብሰባ ላይ ፀሐዩ ምንም ቢሆን ያው ፍንክች የማይሉ ፀሐዩ ናቸው አልን። እንዳልካቸው ይህንኑ የደጃዝማችን ንግግር ለጃንሆይ አቅርቦ ስለነበር፣ እሳቸውም ንጉሠ ነገሥቱ ዘንድ ቀርበው እንደነበር አውቃለሁ። ንጉሠ ነገሥቱም "እንዳልካቸውን ምን አልከው?" ብለው እዚያው እንዳልካቸው ባለበት ጠይቀዋቸው፣ "አንተ ገና ጡት ስትጠባ እኔ አገሬን አገልግያለሁ። ከእንግዲህ ይበቃኛልና፤ ከኔ የተሻለ፣ ገና ያልደከመው ሰው መሾም ትችላለህ ብዬዋለሁ" ብለው ለንጉሠ ነገሥቱም ይህንኑ መልሰው ነግረዋቸዋል። እሳቸውም "የለም፣ አይሆንም፤ አሁን በዚህ ሰአት አይደለም ሓላፊነቴን እለቃለሁ የምትለው። ጊዜው አይደለም። ጊዜው ሲደርስ እኛም ጥያቄህን እንቀበላለን" ብለው አግባብተዋቸው፣ ያው በጠቅላይ ገዥነት ወደነበሩበት ከፋ ክፍለ ሃገር ተመለሱ። ከዚያ በኋላ እርግጠኛ መረጃ የለኝም። የምጠረጠረው ግን እንዳልካቸው እንዳቄመባቸውና፣ አንድ ለሱ በታዛዥነት የሚታወቅ ሰው ወደ ጅማ በመላክ በክፍለ ሃገሩ በደጃዝማች ፀሐዩ ላይ የተነሣውን ተቃውሞ እንዲያባባስ ሳያደርግ አልቀረም።[48] አሁንም ጥርጣሬ እንጂ መረጃው የለኝም። እዚያው ጅማ ተልኮ መሄዱ ግን እርግጥ ነው። ደጃዝማች ፀሐዩም እዚያ ጅማ ከተማ ተቋቋመ ለተባለው ሕዝባዊ ኮሚቴ እጃቸውን እንዲሰጡ ቤተ መንግሥቱ ከበባ ቢያደርግባቸውም፤ ከከበባው በምን አይነት ጥሰው እንደወጡና ከጅማ በሄሊኮፕተር ወደ አዲስ አበባ ለመምጣት እንደቻሉ ሁሉም ያውቀዋል። አሟሟታቸውም የጀግና አሟሟት ነው። እንኳን እጃቸውን ያልሰጡ የሚያስኝ ነው። እንደ ወንድሞቻቸውና እንደ ሥራ ባልደረቦቻቸውና ጓደኞቻቸው በግሬደር ሬሳቸው እየተለቀመ በአንድ ጉድጓድ አፈር ከመልበስ ድነው በሥነ ሥርዓት ለመቀበር በቅተዋል። እኔ እስከማስታውሰው ድረስ በጠቅላይ ገዥነትም ሆነ የክፍለ ሃገር እንደራሴነት ከተሾሙ ሹማምንት እንደ ራስ መንገሻ ሥዩምና ደጃዝማች ፀሐዩ ዕንቆ ሥላሴ በሄዱበት ክፍለ ሃገር ልማት ተኮር ሥራ የሠራ የለም። በጎጃምና ከፋ ከዚያም በፊት ጋሞ ጎፋ የሠሩት የልማት ሥራ እስከዛሬ ቋሚ ምስክር ነው።

የጅማው ከበባ፣ የደጃዝማች ፀሐዩ ጀብዱ

በየካቲት 66 አብዮት ሳቢያ በጅማ ወደ ተቀሰቀሰው ዐመፅ ስመለስ፣ በዚያን ዘመን የመምህራን ማሰልጠኛ ዲን በነበረው ሁሴን እስማኤልና የንዑስ ደርግ አባል በነበረው መቶ አለቃ (በኋላ ሻምበል) አምሃ አበበ መሪነት፣ እንዲሁም ደግሞ ሌላ

48 ደጃዝማች ወልደ ሰማዕት የዚህን ሰው ስም ከነአባቱ የነገሩኝ ቢሆንም እዚህ ላይ መጥቀስ አልፈለግሁም።

የልጅ እንዳልካቸው መልእክተኛና የኮሚቴው አባል ነው በሚባል ሰው አስተባባሪነት የተቋቋመው "ሕዝባዊ ኮሚቴ" በመጀመሪያ ያነጣጠረው፣ የንጉሠ ነገሥቱ ታማኝና የሥርዓቱ አገልጋይ በሚል በፈረጀቻው ደጃዝማች ፀሐዩ ላይ ነበር።[49] የታሰበውም እጃቸውን እንዲሰጡ በማስገደድ በ"ሕዝባዊ ኮሚቴ"ው ቁጥጥር ሥር እንዲውሉ ማድረግ ነበር። እሳቸውም ቤተ መንግሥቱን የመከበብ ሁኔታ ወዴት ሊያመራ እንደሚችል ጠርጥረው፤ "እጅ ስጡ" የሚለው ጥያቄ ሲደርሳቸው፣ ቀድመው ተዘጋጅተውበት ስለነበር፤ ለንጉሠ ነገሥቱ ስልክ በመደወል መከበባቸውንና እጃቸውን የሚሰጡ ሰው አለመሆናቸውን አሳውቀዋቸውል። መብራት፣ ውሃና ስልክ እንደሚቆረጥባቸው ጠርጥረው በቂ ውሃ፣ ፋኖስ፣ ነዳጅ፣ ለምግብ ማብሰያ በቂ ማገዶ፣ ሻማ ሳይቀር፣ አዘጋጅተው፤ ከዚያም ታማኞቻቸውን መትረየስና ሽጉጥ፣ ከበቂ ጥይትና የእጅ ቦምብ ጋር አስታጥቀው ሁኔታውን እየተጠባበቁ ለጃንሆይ በቀጥታ ስልክ እየደወሉ ያነጋግሩ ነበር።

ንጉሠ ነገሥቱ መጀመሪያ ላይ ደም መፋሰስ እንዳይሆን ደጃዝማችን በሰላም እጃቸውን እንዲሰጡ ጠይቀዋቸው እምቢተኛነታቸውን ሲገነዘቡ፤ "እጅህን መስጠት ካልፈለግህ፣ እስከዚያው አንተው ራስህን እየተከላከልክ ጠብቅ፤ እኛ ብርጋድዬር ጄነራል ለሜሳ በዳሴን ከወታደር ጋር ወዳንተ ልከነዋልና ይደርስልሃል፣" ማለታቸውን አቶ እሱ ባለው እዚያው አብረዋቸው ከነበሩ አባታቸው ከፊታውራሪ ዘውዴ ደርስህ ሰምተዋል። ብርጋዴየር ጄነራል ለሜሳ በዳሴም እየገሰገሱ ደርሰው፣ ወታደሮቻቸውን ጅማ ከተማው ሳያስገቡ፣ ሠርቦ የምትባል ደረቅ ጣቢያ እንዲሰፍር አድርገው፣ እሳቸው በላንድሮቨር በቀጥታ ጅማ ገብተዋል። ከተማዋ እንደገቡም የአድማው መሪ የነበረውንና በሕዝባዊ ኮሚቴ ስም በሕዝብ ያስከበባቸውን ሁሴን እስማኤልንና ሌሎቹንም አነጋግረው፣ "ደጃዝማች ይነሱላችኋዋል፤ እናንተ ብቻ ተበተኑ እንጂ፣ እኛ እሳቸውን ይዘን አዲስ አበባ እንወስዳቸዋልን" ብለው ለመደራደር ቢሞክሩ፤ እነ ሁሴን እስማኤል አሻፈረኝ ከማለት አልፈው፣ ሕዝቡም እንዳይበተን ከመቀስቀስ ባሻገር፣ ሁኔታው እንዲካረር አባብሰውት ነበር።

ይህንን የተገነዘቡት ደጃዝማች ፀሐዩም፣ ያላቸው ምርጫ በቤተ መንግሥቱ ዙርያ ባሉት ጥቅጥቅ ባሉ ዛፎች መካከል ወደ ሰማይ የሚያስበረግግ የመትረየስ ተኩስ በመክፈት፣ የከበባቸው ሕዝብ ሲደናገጥ፣ በዚያ ትርምስ መካከል ጥሶ መውጣት ነበር። ይህንኑ አማራጭ ለጄነራል ለሜሳ አቅርበው፣ እሳቸውም በዚሁ ሐሳብ ተስማምተው፣ "እንግዲያው እሳሳች ተኩስ ወደ ሰማይ ሲከፈት፣ እኛ ደግሞ የክፍለ ሃገሩ ፖሊስ አዛዥ

---

49 ሁሴን እስማኤል በደርግ ዘመን የትምህርት ሚንስቴር ቋሚ ተጠሪና የወዝ ሊግ አባል የነበረ ሰው ነበር። ሻምበል አምሃ አበበ ግን የኢሕአፓ አባልና የእነሻምበል አለማየሁ ኃይሌ አጋር የነበረና የካቲት 66 የፖለቲካ ት/ቤት ላይ ፈንጂ በመቅበር ለብዙ ሰዎች ሞትና መቁሰል ምክንያት የሆነ ሰው ነበር። ኮሎኔል መንግሥቱ ኃይለ ማርያም እነአለማየሁ ኃይሌን፣ ጄነራል ተፈሪ በንቲንና ሞገስ ወልደ ሚካኤልን ገድለው፣ ሙሉ ሥልጣኑን ሲጠቀልሉ፤ ሻምበል አምሃ ለጊዜው ቢያመልጥም፣ ከተወሰነ ጊዜ በኋላ ተይዞ ተገድሏል። የሌላኛውን አስተባባሪና የልጅ እንዳልካቸው ሰው ስምና ማንነት ለመጀመሪያ ጊዜ የሰማሁት ከደጃዝማች ወልደ ሰማዕት ነው።

ጄነራል በረከት እርስዎን መኪና ውስጥ አድርገን፣ እሱ እየነዳ በኔ ወታደሮች ታጅበው ከቤተ መንግሥቱ ወደ አውሮፕላን ማረፊያ በሚወስደው በር ተፈትልከው እንዲወጡ እናደርጋለን፤" ብለዋቸዋል። በዚህ ተስማምተው እንደተባለው አሳሳች ተኩሱ ሲከፈት፤ ጄነራል በረከት እሳቸውን ይዞ መኪናውን እየነዳ አንደኛውን በር አስከፍተው ወደ አውሮፕላን ማረፊያ ለመሄድ ሲወጡ፣ በበሩ በኩል ሕዝቡ ተሰብስቦ ኖሮ በዚያ በኩል ጠበቃቸው። የዚህ ጊዜ ደጃዝማች መትረየሳቸውን በመስኮቱ በኩል አውጥተው ወደ ሰማይ ደጋግመው ሲተኩሱ፣ ሕዝቡ ተደናግጦ አንዱ ባንዱ ላይ ይረባረባል፤ ጄነራል በረከትም በመስኮት በኩል ሽጉጡን አውጥቶ፣ ወደ ሰማይ ሲተኩስ አናሳልፍም ብሎ መኪናውን የከበበው ሕዝብ ይበተናል። የአቶ እሱ ባለው ዘውዴ አባት ፊታውራሪ ዘውዴ ደርሰህም የታወቁ ተኳሽ ስለነበሩ፤ የከበበውን ሕዝብ በሩቁ በመትረየስ ተኩስ በመከላከል፣ እሳቸው እዚያው ጅማ ቀርተው ደጃዝማች ፀሐዩን ከጅማ እንዲወጡ አድርገዋል። በዚህ ዐይነት ደጃዝማችም ወደ አውሮፕላን ማረፊያ ደርሰው በቀረበላቸው ሄሊኮፕተር ወደ አዲስ አበባ ሊሄዱ ችለዋል።

አዲስ አበባ እንደደረሱ፣ ከንጉሡ ተገናኝተው፤ የሊሙ አውራጃ ገዥው ወንድማቸው ፊታውራሪ ታደሰ ዕንቆ ሥላሴ እና ፊታውራሪ ዘውዴ ደርሰህ እዚያው ከፋ ተከበው ስለነበር፣ ጄነራል ለሜሳ በዳሴ እንደገና ወደ ከፋ እንዲላኩ አድርገው ለሜሳ በዳሴም ወደዚያው ተመለሰው ፊታውራሪ ታደሰንም ዘውዴ ደርሰህን በሰላም ይዘዋቸው ወደ አዲስ አበባ ተመልሰዋል። ብርጋድዬር ለሜሳ በዳሴ በእውነቱ ለደጃዝማች ፀሐዩና ለመላው ቤተሰባቸው ባለውለታ ነበሩ። ለንጉሡ ነገሥቱም ሆነ ላገራቸው ነጻነትና ዳር ድንበር ለማስከበር ባገሪቱ ክፍለ ሃገር ተዘዋውረው ግዳጃቸውን የፈጸሙ፣ ለመለዮና ባንዲራ ክብር የፀና ፍቅርና ታማኝነት የነበራቸው፣ በደርግ ዘመን የኤርትራ ክፍለ ሃገር ፖሊስ አዛዥ የነበሩ ሰው ነበሩ።

የጀግናው የክብር ሞት

ደጃዝማች ፀሐዩ አዲስ አበባ እንደገቡ፣ ቀጨኔ አካባቢ በነበረው መኖሪያ ቤታቸው የቆዩት ለጥቂት ቀናት፣ ቢበዛ ለሳምንት ያህል ነበር። እዚያም ቢሆን ለደህንነታቸው ሲሉ የተጠናከረ ጥበቃ ያደራጁ ሲሆን፤ እጅግ ቅርብና የሚታመን የቤተሰብ አባል ካልሆነ በስተቀር ዘመድ ይሁን ወዳጅ በቀላሉ አያገኛቸውም ነበር። እርግጥ አንድ የቅርብ ቤተሰብ ሠርግ ላይ ለመጨረሻ ጊዜ ተገኝተዋል። እዚያ እሳቸው የተገኙበት ሠርግ ላይ የታደሙ ሌሎችም ሰዎች በአንድ የቤተሰብ ግብዣ ላይ ባጋጣሚ አንድ ጠረጴዛ ላይ ተቀምጠን ስለነበር፣ በጨዋታ መካከል ስለ ደጃዝማች ፀሐዩ ይነሣል፤ በመሀል አብረውን ከተቀመጡት መካከል አንደኛው እኔ የሳቸው ታላቅ እህት ልጅ ልጅ መሆኔን ያስተዋውቃል። በዚያውም ስለ ደጃዝማች ፀሐዩ ማውራት ይጀመራል። ከእነኚህ ሰዎች መሀል አንደኛው በመቆጨት "እኚህ ታላቅ አርበኛና በሰላሙም ጊዜ ላገራቸው የደከሙ፣ በዚህ ላይ ለአንድ ሕይወታቸው የማይሳሱ ቆራጥ ሰው እንዴት

ታሪካቸውን የሚጽፍና ለትውልድ የሚያስተላልፍ ዘመድ ያጣሉ?" ይላል። እኔም ያክስታችን ልጅ ይህንን የደጃዝማች ፀሐዩን ታሪክ ለመጻፍ መነሣሣቱን እና ምንም ጊዜው ቢርቅ ሳይጻፍላቸው እንደማይቀር ገልጬ ምላሽ ሰጠሁ። በዚህ ጨዋታ መካከል የገቡት፣ በዚያ በተባለው "ሠርግ ላይ ከደጃዝማች ጋር አብረን አንድ ጠረጴዛ ላይ ተቀምጠን ነበር" የሚሉት ኮሎኔል ስምረት መድኅኔ ነበሩ። እኚህ ሰው የቀድሞው የኢትዮጵያ አየር መንገድ ዋና ሥራ አስኪያጅና በደርግ ዘመን የመጀመሪያው ዓመት ላይ ላጭር ጊዜ የከተማ ልማትና የቤቶች ሚኒስትር ነበሩ። እሳቸውም በዚያች ከደጃዝማች ፀሐዩ ጋር አብረዋቸው በተቀመጡበት ሰአት ያዩባቸውን ገፅታና የተጫወቱትን ጉዳይ ለሁላችንም አካፈሉን። በሠርጉ ላይ ሲያዩዋቸው፣ ፊታቸው ያዘነና የተከዘ እንደነበር መታዘባቸውን ከገለፁልን በኋላ፣ ደጃዝማች ለኮሎኔል ስምረት የነገሯቸውን እንደሚከተለው አካፈሉን፡-

> ጃንሆይ እነኚህ ወታደሮች የተነሡት እኛን ብቻ ጠልተው መስሏቸዋል። እሳቸውም እኛን አሳልፈው ከሰጡ በኋላ በዙፋናቸው ላይ የሚቆዩና አገዛዛቸውም የሚሰነብት መስሏቸዋል። እነኚህ ወታደሮች ግን በእኛ ላይ ብቻ ሳይሆን የመጡት በጃንሆይ በራሳቸው ላይ ጭምር ነው። እሳቸው ግን ይህንን መገንዘብ አልፈለጉም ወይም ደግሞ መገንዘብ የሚችሉበት እድሜ ላይ አይደሉም።

ይህ ሐዘን የተመላበት ንግግራቸው ፊታቸው ላይ ይነበብ እንደነበር ኮሎኔል ስምረት መድኅኔ በዚያች የቤተሰብ ግብዣ ላይ አብረን ለነበርነው ካጫወቱን በኋላ፣ የደጃዝማች ፀሐዩ አሟሟት የጀግና አሟሟት እንደነበር በአድናቆት ከመግለፅ አልተቆጠቡም ነበር።

ንጉሠ ነገሥቱ የደርግ "ኢትዮጵያ ትቅደም ያለምንም ደም" የሚለው ጉዳይ እውነት መስሏቸው ሚኒስትሮቻቸውንና መኳንንቶቻቸውን በሰላም እጅ እንዲሰጡ ትዕዛዝ ቢያስተላልፉም፤ ደርግም እጃቸውን የማይሰጡትን ላይ ሀብትና ንብረታቸውን እንደሚወርስ ቢዝትም፤ ደጃዝማች ፀሐዩ በእምቢተኛነታቸው እስከ መጨረሻው ፀንተዋል። የመጨረሻው የሕይወታቸው ማለፊያ ወራት በቀረበብት ጊዜ ከንጉሠ ነገሥቱ ጋር የስልክ ግንኙነት ነበራቸው። በዚያ የስልክ ልውውጥ "በዕድሜዬ አሽከር ጌታውን ሲከዳ እንጂ፣ ጌታ አሽከሩን ሲከዳ አላየሁም። ዕድሜዬን በሙሉ ታዛዥና ታማኝ አሽከርዎ ሆኜ አገልግያለሁ። ከዚህ በኋላ የቀረኝ አንድ ነፍስ ብቻ ነው። እሱን ደግሞ የሚያዝበት አንድ አምላክ ብቻ ነውና እሱ የፈቀደው ይሆናል እንጂ እኔ ለማንም እጄን የምሰጥ ሰው አይደለሁም፤" ብለው ለንጉሠ ነገሥቱ መልስ ሰጥተዋቸዋል።[50] ይህንን የእምቢተኛነት ምላሽ ለንጉሠ ነገሥቱ ከሰጡ በኋላ የገዛ መኖሪያቸውን በመልቀቅ፣ ማንም በቀላሉ ይጠረጥረዋል ተብሎ ወደማይታሰብ ሰፈርና መኖርያ

---

50 ከኮሎኔል ተስፋዬ ወልደ ሥላሴ የኮሎኔል መንግሥቱ ኃይለ ማርያም አብሮ አደግና የደህንነትና ፀጥታ ዋና ሃላፊ የነበረው ሰው በኢህአዴግ መንግሥት ቁጥጥር ስር እያለ ይህንን የደጃዝማች ፀሐዩን ታሪክ በተመለከተ አብረውት ታስረው ለነበሩ ለኔ የቅርብ ወዳጆች ካጫወታቸው የተገኘ ነው።

አካባቢ ሄደዋል። ይህም የልዑል ራስ እምሩ እህት የወ/ሮ አሰለፈች ኃይለ ሥላሴ ቤት ሲሆን፤ የቅርብ ዝምድናና ግንኙነት ከነበረው ሰው ውጭ ይህንን ቦታ የሚያውቁና ምስጢራዊው የስልክ ቁጥር ከነበራቸው መካከል የረጅም ዘመን ወዳጃቸው አቶ ሐዲስ አለማየሁ አንዱ ነበሩ።

ከወ/ሮ አሰለፈች ቤት በኋላ ስምና ክብራቸውን እንደጠበቁ ማለፉን መርጠው፤ የሄዱት በጠላት ወረራ ጊዜ ወደሚያዉቁት፣ የአያት ቅድመ አያቶቻቸው የትውልድ ስፍራ ወደነበረው መንዝና መርሃ ቤቴ ነበር። እዚያም ቢሆን ሕዝቡ ከማቀፍ ይልቅ ጀርባውን እንደሰጣቸው፣ "ጣልያን ከወጣ ወዲህ መች መጥተህ ዐይናችንን አይተህ ታውቃለህ? መንገዱን፣ ትምህርት ቤቱን፣ ሆስፒታሉን የሰራኸውና ልማቱን ያመጣኸው መች ለኛ ነውና ነው? ስታስተዳድር፣ ስታለማ የኖርከው ጎጃምን፣ ገሙ ጎፋንና ከፋን እንጂ፤ መች እኛን ዞር ብለህ አይተኸን ታውቃለህ? የማንንም ልጅ ስታስተምር አንድ የዘመድ ልጅ ከዚህ መንዝና መርሃቤት ወስደህ አላስተማርከም፣" በሚል ስንቅ ማቀበሉንም ሆነ የመንግሥት የስለላና ወታደራዊ ንቅናቄ እየተከታተለ መረጃ ለማቅረብ ዳተኛ ሆኖባቸው እስከ መከበብ ደርሰዋል። በመጨረሻም ሊይዟቸው ከመጡት የደርግ ወታደሮች ጋር ጦርነት ገጥመው፤ ከሳቸውም ወገን፣ በደርግ ከተላከው ሠራዊትም መካከል በርከት ያለ እልቂት ከደረሰ በኋላ ራሳቸውን በራሳቸው አጥፍተዋል። ይህንኑ ታሪክ ሻምበል ፍቅረሥላሴ ወግደረስ እኛና አብዮቱ በሚለው መጽሐፋቸው እንደሚከተለው ዘግበውታል፡-

> የታወቁት አርበኛና አገረ ገዥ ደጃዝማች ፀሐዩ ዕንቆሥላሴ ከወንድሞቻቸው ከ[ፊታውራሪ] ታደሰ ዕንቆሥላሴ ጋር በመሆን በሰላሌና በመርሃቤቴ መሸፈታቸው እንደተሰማ የፖለቲካ ሥልጣናቸውን የተነጠቁ የገዥው መደብ አባላት ተስፋ ተንሰራራ። በተቃራኒው ደግሞ ደርግን አስደነገጠ። ሁለቱ ወንድማማቾች ከቦታ ቦታ እየተዘዋወሩ ሕዝቡ ድጋፍ እንዲሰጣቸውና እንዲከተላቸው ከፍተኛ ጥረት ቢያደርጉም፣ የሚፈልጉትን ያህል ተከታይ ለማግኘት ሳይችሉ ቀሩ። በሥልጣን ላይ በነበሩ ጊዜ ዘወር ብለው ያላዩንን አሁን ችግር ሲገጥማቸው "እኛን ሊያስጠፉን ይፈልጋሉ" በማለት ሕዝቡ ከአካባቢው እንዲወጡለት በአክብሮት ጠየቃቸው። ሕዝቡ እንዳልተቀበላቸው ስላወቁ ከሕዝቡ ውጭ በሰላሌና መርሃቤቴ ሸለቆዎች ለመቆየት ወሰኑ። ሽፍቶቹ በዚህ ሁኔታ ከቦታ ቦታ በመንከራተት ላይ እንዳሉ፣ አንድ ጓድ ጦር ከፍቼ ተነቃንቆ እንዲይዛቸው ወይም እንዲደመስሳቸው ከደርግ ትዕዛዝ ተላለፈ። ... በጥቆማው በመመራት ይገኙበታል የተባለ የገበሬ ቤት ተከበበ። በቤቱ ውስጥ ተደብቀው የሚገኙት ወንድማማቾች እጃቸውን እንዲሰጡ ተጠየቁ። እጃቸውን ከመስጠት እራሳቸውን ማጥፋት የመረጡት ደጃዝማች ፀሐዩ እራሳቸውን ሲገድሉ [ፊታውራሪ] ታደሰ ግን እጃቸውን ሰጡ። ...ደጃዝማች ፀሐዩ እራሳቸውን መግደላቸው በሕዝብ መገናኛ እንደተገለጠ በርካታ የአዲስ አበባ ሕዝብ ወደ መኖሪያ

ቤታቸው በመሄድ አድናቆቱን ገለጠ። እንደ ሌሎቹ መኳንንትና መሣፍንት ሳይሆን ለዓላማቸው ሲሉ በመሸፈታቸው ብቻ "ወንድ" የሚል መጠሪያ አስገኘላቸው። (ገጽ 192-193)

ለእኛ የደጃዝማች ፀሐዩ ቤተሰቦች የሳቸው ራሳቸውን በራሳቸው ማጥፋት ምንም የሚገርም አልሆነብንም። በተኩስ መካከል ሕይወታቸው ያልፍ እንደሆን እንጂ እጃቸውን የሚሰጡ ሰው እንዳልነበሩ የታወቀ ነው። እንኳንስ በእሳቸው ሕይወት ላይ ጥቃት ለማድረስ ለሚሞክር ይቅርና፣ አቅመ ደካማ ሰው እንኳን ጉልበተኛው ሊያጠቃው በሚነሣ ጊዜ በሚቻለው ሁሉ ራሱን መከላከልና ከቻለም መልሶ ማጥቃት መብቱ መሆኑን አውቆ ይሟሟታታል እንጂ እንዲህ ጥቃቱን አሜን ብሎ መቀበል የለበትም ብለው የሚናገሩ ሰው ነበሩ።

እኛ የቤተሰቡ አባላት እስከምናውቀው ድረስ፣ ፀሐዩ ዕንቆ ሥላሤ በተፈጥሯቸው ፍርሃት የሚባል ነገር የሚያውቁ ሰው አልነበሩም። በአርበኝነት ጊዜ ሽለብ አድርጓቸዉ በተጋደሙበት፣ እባብ በሽንጣቸው ላይ የተመላለሰበትን ጊዜ ሲተርኩ፤ እሳቸው ግን በዚያን ወቅት አለመንቀሳቀሳቸው፣ ድምጽና እስትንፋስ ሳያሰሙ እባቡ በሚፈልገዉ እስኪሄድ መጠበቃቸውን ይናገሩ ነበር። ይህንን ታሪካቸውን ስለምናውቅ፤ በዚያን ዘመን በሥልጣን የነበረው ወታደራዊ መንግሥት ሀብትና ንብረታቸውን እንደሚወርስና ሌላም ዐይነት ማስፈራሪያ እንዲደርሳቸው ቢያደርግም፤ እሳቸው እጅ የሚሰጡ ሰው እንዳልነበሩ ሳይታለም የተፈታ ጉዳይ ነበር። ሞት የሚባል ነገር አይፈሩም ነበር፤ በ1953ቱ የመፈንቅለ መንግሥት ሙከራ ጊዜ በቤተ መንግሥቱ የስብሰባ አዳራሽ ስለተረሸኑት ሚኒስትሮችና መኳንንቶች እያነሡ፣ ዘወትር እጅግ አድርጎ የሚያናድዳቸውና የሚያሳዝናቸው መትረየሱ በላያቸው ላይ መተኮስ ሲጀመር፣ አንድ ወንበር ወርውሮ ራሱን እንደተከላከለው ኀበዝ ሌሎቹ ሟቾች አለመሞከራቸውን እንደሆነ ይናገሩ ነበር።

ደጃዝማች ፀሐዩ ራሳቸውን በገደሉ ጊዜ እድሜያቸው 57 ዓመት ነበር። በዚያን ጊዜ በሕይወት ይገኝ የነበረውና ከሰባት ዓመት እስራት በኋላ የተገደለው ታናሽ ወንድማቸው ክፍሌ ዕንቆ ሥላሴ የደጃዝማች ፀሐዩ አስከሬን ለቤተሰቡ እንዲሰጥ ደርግ እንዲፈቅድ እንዲያማልዱ፣ ደጃዝማች ከበደ ተሰማ ዘንድ መላኩን እናውቃለን። እሳቸውም የደጃዝማች ፀሐዩን የአርበኝነት ታሪክ የሚያውቁ በመሆናቸውና ንጉሠ ነገሥቱ ከዙፋናቸው ከመነሣታቸው ቀደም ብሎ ላጭር ጊዜ የእልፍኝ አስከልካይነቱ ሓላፊነት ተሰጥቷቸው ስለነበር፣ በጊዜው ሻለቃ ከነበሩት መንግሥቱ ኃይለ ማርያም ፈቃድ አስገኝተው፣ አስከሬኑን ቤተሰብ እንዲረከብ አድርገዋል። ጦር በመላክ እጅ እንዲሰጡ፣ እምቢ ካሉም እንዲደመስሱ ትዕዛዝ የሰጡት መንግሥቱ ኃይለ ማርያም የደጃዝማች ከበደ ተሰማን አማላጅነት ተቀብለው አስከሬኑ ለቤተሰብ እንዲሰጥ እንዴት ሊስማሙ እንደቻሉ የሚታወቅ ነገር አላጋጠመኝም። በዚህም ሆነ በዚያ ደጃዝማች ከበደ ተሰማ ይህንን የአማላጅነት ተልእኳቸውን በማሳካታቸው የቤተሰቡ ባለውለታ ናቸው።

በጊዜያዊ ወታደራዊ አስተዳደር ደርግ ከተገደሉት ሦስት ወንድማማቾቻቸው ጋር የተነሱት ፎቶ። ከግራ ወደ ቀኝ ደጃዝማች ወርቁ ዕንቆ ሥላሴ፣ ፊታውራሪ ታደሰ ዕንቆ ሥላሴ፣ ደጃዝማች ፀሐዩ ዕንቆ ሥላሴና ፊታውራሪ ክፍሌ ዕንቆ ሥላሴ

❋❋❋

በደጃዝማች ፀሐዩ ቆራጥነት የተመላው አሟሟት ለቤተሰባችን ሃዘኑንም ለሳቸውም ያለውን አድናቆቱን ለመግለፅ አስከሬናቸው ወደሚገኝበት መኖሪያ ቤታቸው የጎረፈው ሕዝብ በአዲስ አበባ ከተማ የሚኖረው ብቻ ሳይሆን ከደብረ ማርቆስ፣ ጅማና አርባ ምንጭ የመጣ ጭምር እንደነበር ከእናቴ ሰምቻለሁ። ይህንን የሚያጎድፍ አሳዛኝ ሁኔታ ተፈጥሮ፤ አልቅሰው እርማቸውን በማውጣትና ያለስጋት የቀብሩን ሥነ ሥርዓት ለማከናወን የተቸገሩበትን ሁኔታ ከእናቴ ሰምቻለሁ። አስከሬኑ ወደ መጨረሻው ማረፊያው ከመሄዱና የቀብር ሥነ ሥርዓቱ ከመከናወኑ በፊት ቤተሰብ፣ የቅርብ ዘመድና አዝማድ እርሙን እንዳያወጣ፤ የደርግና ንኡስ ደርግ አባላት የከተማውን ቦዘኔ በማነሳሳት አስከሬኑ በነበረበት ቅፅር ግቢ ውስጥ የታየው ትርዒት ለኢትዮጵያዊ ባህል አሳዛኝ እንደነበር፣ በዚያን ጊዜ የሃዘን ተካፋይ ለመሆን የተገኘና ወሬውን የሰማ ሁሉ የሚያውቀው ነው። በዚያን ሰአት የደጃዝማች ፀሐዩ እናት (የዚህ መጽሐፍ ደራሲ ቅድመ አያት) ፍቅርተ ኃይለ ሥላሴ የከተማው ቦዘኔ አስከሬኑ ባለበት ግቢ ገብቶ ሲጨፍር፣ ሲዘፍንና ሲደንስበት፣ ተመልክተው ወደደጃፉ ወጣ ብለው

"ዝፈኑ፣ ጨፍሩ፤ ለፀሐዩ ዛሬ ሠርጉ እንጂ ሞቱ አይደለም፤ እንኳን እናንተ እኔ እዘፍንና አቅራራለት እንደሆን እንጂ፣ ፀሐዩ ሞተ ብዬ አላላቅስም፤ የኔ ልጅ ጀግና ነው፤ ላመነበት የሚሞት ወንድ ነው ፀሐዩ ነው፣" ብለው ተናግረው፤ በቤተሰብ ግፊት ከውጭ ወደ ቤት እንዲመለሱ ተደርገዋል። አስከሬኑን ለመገነዝ አስቸጋሪ ሁኔታ በተፈጠረበት ጊዜ፣ ያልተለዩት ያሳደጉትና ያስተማሩት ዶ/ር ግዛው ፀሐዩና ወዳጃቸው የጸሐፊ ትዕዛዝ ወልደ ጊዮርጊስ ታናሽ ወንድም መኮንን ወልደ ዮሐንስ ነበሩ። እነርሱም ቢሆን ቦዘኔው የፈጠረው ሁከት፣ በድንኳንም በቤትም ውስጥ ሃዘን የተቀመመጡትን ረብሾ እስኪወጣለት ማታ ድረስ መኪና ውስጥ ሆነው ሲጠባበቁ ቆይተዋል። በመጨረሻም ዶ/ር ግዛው ደጃዝማች ራሳቸውን ሲያጠፉ የተጎዳ አካላቸውን በሚገባ አደራጅቶ፤ አቶ መኮንንም ቄሶችን በድብቅ አምጥተው የፍትሐቱ ሥነ ሥርዓት ሌሊቱን ሲከናወን አድሮ፤ በማግስቱ የቀብሩ ሥነ ሥርዓት የቤተሰብ መካነ መቃብር በተዘጋጀበት ቀጨኔ መድኀኔ ዓለም ቤተ ክርስቲያን ተከናውኗል።

በዚያን ጊዜ ደጃዝማች ወልደ ሰማዕት ልቅሶ ለመድረስ ሄደው፤ የከተማው ቦዘኔ የፈጠረውን ረብሻና ቤተሰቡ ባግባቡ እርሙን እንዳያወጣ፣ ለቅሶ ደራሹም ቤተሰቡን ባግባቡ አፅናንቶ እንዳይመለስ የታየው ሁኔታ ምን ያህል እንዳሳዘናቸው አጫውተውኝ ነበር። በእሳቸው እይታ "አንድ በሁኔታው የተበሳጨ የቅርብ ዘመድ ድንገት ጠመንጃውን አቀባብሎ ተኩስ ከፍቶ፣ አስከሬኑ ያለበት ድረስ ገብቶ የረበሸውን ሁሉ አንድም ሳይቀር ጥይት ቢያርከፈክፍበትና እልቂት ቢፈጠር ምን ይባል ነበር? እንኳን እንደዛ ያልሆነ። የታየው ሁኔታ እጅግ አሳዛኝና እንደ ኢትዮጵያዊም አሳፋሪ ነበር። ነገ ደግሞ ምን አይነት ትውልድ፣ ምን አይነት የጭካኔ ባህል ይፈጠር ይሆን በሚል የፈራሁበትና አምላካችን ይታረቀን ዘንድ አጥብቀን ልንለምነው እንደሚገባ የታየኝ የዚያን ዕለት ነው፣" በሚል ገልፀውታል።

ያንን የመሰለ ከባድ ሐዘንና መከራ የወደቀባቸው እማማ ፍቅርተ፣ የደጃዝማች ፀሐዩ ባለቤት አባዬ (ወ/ሮ አልማዝ) እና ልጆቿ፣ እንዲሁም ደግሞ መላው ቤተሰብ የነበረው ብቸኛ መፅናኛ ደጃዝማች ፀሐዩ ለአንድ ሕይወታቸው የማይሳሱ ቆራጥ አርበኛ መሆናቸውን በኢጣልያን ወረራ እንዳስመሰከሩ ሁሉ፣ እንደገናም በራሳቸው ሕይወት ላይ እርምጃ በመውሰድ ማስመስከራቸው ነበር። አስከሬናቸው በግሬደር ተገፍቶ በአንድ ጉድጓድ ከገቡት ከቀድሞዎቹ 60 ያህል የቀዳማዊ ኃይለ ሥላሴ ባለሥልጣናት አንዱ አለመሆናቸው ነበር።

ይህም ሆኖ ዘመድ አዝማድ ተላቅሶ እርም ለማውጣት በተቸገረባቸውም ሰዓታት ቢሆን፣ አባዬ ቁጣዋንና ሐዘኗን በውስጧ አምቃ በባለቤቷ የጀግና ሞት የተሰማት ኩራት በገፅታዋ ያስታውቅ እንደነበር ከእናቴ ሰምቻለሁ። እንደዚያ የመሰለች ለስላሳና አንደበቷ የተቆጠበ ወ/ሮ አልማዝ ገና ደርግ የቤተሰቡን ንብረት መውረስ ሲጀምር፣ የግሏ የሆነውን መኪና ሲወስድባት፣ በባንክ በራሷ ስም ተቀማጭ የነበረውን ገንዘብ እንዳይንቀሳቀስ እገዳ ሲያደርግ ለደርግ መንግሥት መልእክተኞች በልበሙሉነት

የተናገረችው በቤተሰቡ አይዘነጋም፡- "እኔ ከመኪናና ገንዘብ ጋር አልተፈጠርኩም። እንኳንስ መኪና የምተኛበትን አልጋ ጭምር መውሰድ ትችላላችሁ። እንደማንኛውም የተቸገረ ኢትዮጵያዊ ዜጋ ሳር ጎዝጉዤም ቢሆን መሬት ላይ መተኛት የሚያቅተኝ እንዳይመስላችሁ፣" ስትል ነግራቸው ነበር። ከቤተሰብ አካባቢ እንደሰማሁት ከሆነ፣ መኪናዋ የተወረሰው ከጉዳዩዋ ወደቤት ለመመለስ በመንገድ ላይ እያለች ከደርግ ጽ/ቤት የተላኩ ወታደሮች ካስቆሟት በኋላ ስለነበር፤ "ቢሆንም ቤትዎ ድረስ እናድርስዎት፣" ቢሏት፣ ብልጭ ብሎባት በቁጣ "ይህማ አይታሰብም። እንደማንም ተራ ሰው በእግሬ ቤቴ እገባለሁ፣" ብላቸው፣ ከመኪናዋ ወርዳ በእምቢተኛነት በእግሯ መንገዷን ቀጥላለች።

ወ/ሮ አልማዝ ዘውዴ

በዚያን ጊዜ ገና ራሳቸውን ያልቻሉ ልጆች የነበሯት ሲሆን፤ ሕይወት እንዲህ በቀላሉ የማይገፋ መሆኑን በማየት ከተወሰነ ጊዜ በኋላ ሦስቱ ልጆቿ ወደሚኖሩበት አሜሪካ አገር በስደት ለመኖር ተገዳለች። ይህ ሁሉ መከራ ደርሶባት፣ ሁሉንም ነገር ለአምላኳ

ሰጥታ፣ መንግሥት አልፎ መንግሥት ሲተካም መኖሪያ ቤቷ ተመልሶላት፣ ምሬትና ቂም የሚባል ነገር ሳይታይባት፣ ከሕልፈተ ሕይወቷ ጥቂት ዓመታት በፊት ወደ ኢትዮጵያ ተመልሳ ባደረባት ህመም በ2007 ዓ.ም ከዚህ ዓለም በሞት ተለይታለች።

ምዕራፍ ሶስት

ደጃዝማች ፀሐዩ በልጆቻቸው ዐይን

በዚህ ምዕራፍ ስለደጃዝማች ፀሐዩ ለአንባቢ ተጨማሪ አተያይ ለመስጠት ከልጆቻቸው በተለይም ከቤተልሔም ፀሐዩ በጽሑፍ ያገኘሁትን ምስክርነት አቀርባለሁ። ይህ ጽሑፍ ደጃዝማች ፀሐዩ በልጆቻቸው ዐይን ሲታዩ እንዴት ያሉ አባት፣ እንዴት ያሉ ሰው እንደነበሩ እንደሚያሳይ አምናለሁ። ከዚህ በታች ከቀረቡት ሐሳቦች እና ታሪኮች በቀደሙት ክፍሎች ውስጥ የተተረኩትን ታሪኮች እና ገለጻዎች የሚያጠናክሩ ናቸው። የልጆቻቸውን ምስክርነት እህትና ወንድሞቿን ወክላ፣ በጽሑፍ የሰጠችኝን ቤተልሔም ፀሐዩን ከልብ አመሰግናለሁ።

ወንድማችን አማረ ተግባሩ"ፀሐዩ ዕንቋ ሥላሴ፣ ፀረ ፋሽስት አርበኛና ያገር ባለውለታ" በሚል ርዕስ የደከመበትንና እኛንም እጅግ አድርጎ የመሰጠን ይህ መጽሐፍ በተቻለው ሁሉ ሚዛናዊነቱን ጠብቆ የዘለቀ በመሆኑ ደራሲውን እያመሰገንን፣ እኔ ቤተልሄም ፀሐዩ በራሴ፣ በእህቴና ወንድሞቼ ስም ስለ አባታችን የምናውቀውንና የምናስታውሰውን ማበርከቱ ተገቢ ሆኖ አግኝተነዋል።

ፀሐዩ ዕንቁ ሥላሴ

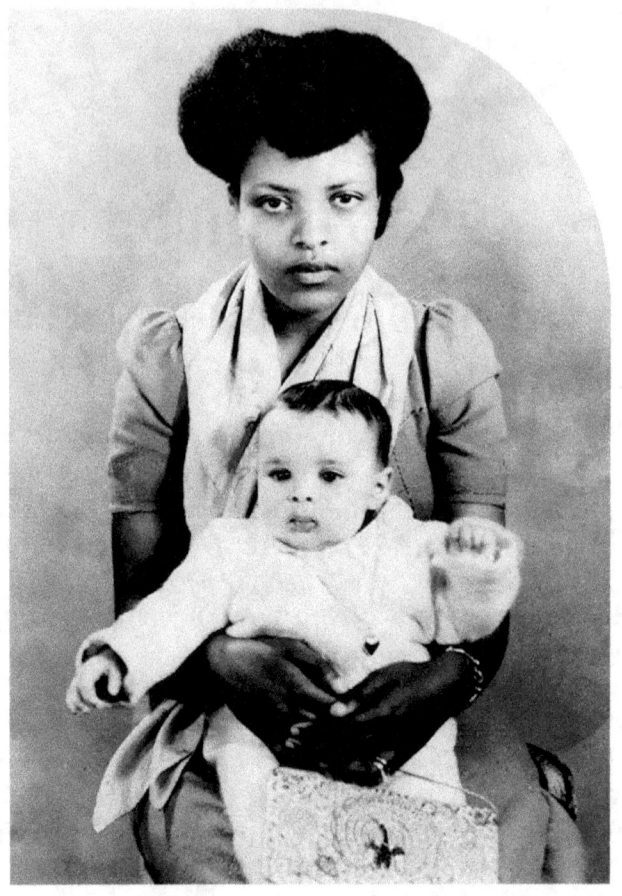

ቤተልሔም ፀሐዩና እናቷ ወይዘሮ አልማዝ ዘውዴ

እኛ "አንቱ" እያልን የምንጠራቸው አባባ ፀሐዩ፣ እኛ "አባዬ" እያለን የምንጠራትን እናታችንን፣ ልጆቻቸዉን፣ ቤተሰቦቻቸዉንና ወዳጆቻቸዉን እጅግ አድርገው የሚያፈቅሩ ነበሩ። አባታችን በጥዋት ተነስተው፣ ፀሎታቸውን አድርሰው ወደ ሥራ ሄደው ወደ ቤት የሚመለሱት ከመሸና እኛ ከተኛን በኋላ ነበር። በርካታ ሃላፊነት የተሸከሙም ስለነበር እንደልባችን አናገኛቸውም ነበር። ይህም ሆኖ ዕድሉን ባገኘን ጊዜና በተለይም ወደየመኝታችን ሄደ እንቅልፍ ሳያሸልበን ደርሰውብን ከሆነ ከኔ፣ እህቴ ወንድሞቼና በቤታችን እንደ አባት ሆነው የሚያሳድጓቸውን ሁሉ ያጫውቱን ነበር። አልፎ አልፎም ታሪክና ተረት እየነገሩ ያስቁን ነበር። እሳቸው ከነበረባቸው የሥራ ጫና የተነሳ እኛን ልጆቻቸውን እንደልብ ለማግኘት አለመቻላቸውን የሚገነዘበው የአባታችን የታናሻቸው ታናሽ አጎታችን ጋሼ ወርቁ ዕንቁ ሥላሴ ነበር። በተለይ ዕድሜያችን ትናንሽ በነበረበት ጊዜ አዘውትሮ እንደ አባትም አጎትም ሆኖ ያጫውተንና ልጆችን ለማዝናናት በሚኬድባቸው ሥፍራዎች ሁሉ በመኪና እየወሰደ ያንሸራሽርና ያዝናን ነበር።

ለጋሼ ወርቁ ያለኝ ፍቅር የተለየ ነዉ፣ የአባታችን ምትክ ሁኖ ከእኔ ወንድሜ ከታናሽ እህቴ ጋር ብዙ አስደሳች ጊዜዎች በልጅነታችን አሳልፈናል ይህንን አጋጣም በማግኘታችን እድለኞች ነን። ማንኛዉም ሰዉ ስለ አጎቱ ሲያወራ ጋሼ ወርቁ ነዉ ትዝ የሚለኝ።

ቤተልሔም ፀሐዩና አጎቷ ወርቁ ዕንቆ ሥላሴ

አባታችን ከሁሉም በላይ ቅድሚያ የሚሰጡት በትምህርታችን እንድንበረታ ነበር። ይህንን ምክራቸውን ሲያካፍሉን እንዲሁ ትምህርትን ብቻ ነጥለው አልነበረም። ሃይማኖታችንን፣ ረጅሙን ያገራችን አኩሪ ታሪክና ድንቅ የሆነውን ባህላችንን በሚገባ ማወቅ እንዳለብን ይመክሩን ነበር። ዘመናዊ ትምህርት ብቻውን ሃይማኖተኛነትን፣ የራስን ባህልና ታሪክ ከማወቅ ጋር ካልተዛመደ ለአገርም ለወገንም የምንበጅ ዜጎች

እንሆናለን ብለው አያምኑም ነበር። ከዚህም የተነሳ ተጨማሪ የታሪክ፣ ሃይማኖትና ባህል አስተማሪ ብቻ ሳይሆን ግዕዝ አስተማሪ ጭምር ቀጥረውልን ነበር። የሳቸዉ ባህርይ አርአያ እንዲሆነን፣ ለዕውነት የነበራቸዉ አመለካከት እንዲቀረፅብን፣ እያስተዋልንና ሰዉን ሁሉ ትልቅ ትንሽ፣ ሃብታም ደሃ ሳንል፣ ሁሉንም እኩል እንድንወድና እንድናከብር አስተምረዉናል። በቤታችን ዉስጥ ያሉትን ሰራተኞች በሙሉ ስንጠራና ስናነጋግር "ጋሼ"ና "እትዬ" ሳንል የስሙን እንደሆነ "ታላቆቻችሁን ለምን አላከበራችሁም" ብለዉ ይወቅሱናል። ሌላዉ ገና ከህጻንነታችን ጀምሮ የነበረው የቤታችን ደንብና ሥርዓት አልጋችንን ራሳችን ማንጠፍና መኝታ ቤታችንን ማፅዳት ነበር። አንድ አንዴ የቤታችን ሠራተኞች ስለሚወዱንና በዕድሜ ትናንሽ መሆናችንን በማየት ሊረዱን ሲሞክሩ አባባ የደረሱ እንደሆነ "ገና ካሁኑ በሰው ትከሻ መኖር ልትለምዱ ነው" ብለው ይወቀሱን ነበር ። አባባ ዉሸት የሚናገር ሰዉ በፍፁም አይወዱም ነበር፤ ከልጅነታችን ጀምሮ መዋሸት በጣም የተጠላ ባህሪ ነዉ። ለኢትዮጵያ ኦርቶዶክስ ተዋህዶ ክርስትና የነበራቸው ፅኑ እምነት በብዙ የሚታወቅ ነው። አንዳንዴ አጋጣሚውን አግኝተውና ጊዜ ኖሯቸው ከኛ ጋር ሲጫወቱ ወደኋላ ተመልሰው ራሳቸውን ያለፉበትን ህይወት ያስታውሱና ለኛ ትምህርት ሊሆነን በሚችል መንገድ እንዲህ እያሉ ይነግሩን ነበር፡-

"እናንተ ኣኮ የቱን ያህል እድለኛ መሆናችሁን አታውቁም። ቆሎ ብቻ እየበላን በእግራችን እየሄድን ጫማ እንኳን ሳናደርግ ነዉ ያደግነዉ። ይህ ብቻ አልበቃም። ያገራችንን ነፃነትና ዳር ድንበሯን ያስጠበቅነው የረባ ስንቅ ሳይኖረን፣ ከአጋም እሾህና እንቅፋት የሚከላከል የረባ ጫማ ሳይኖረን ብዙዉን ጊዜ በባዶ እግራችን ነበር። እስቲ አስቡት? እናንተ በጣም ዕድለኞች ናችሁ። ሁሉ ነገር ተሰጥቷችኋል። የናንተ ፈንታ መማር፣ እውነተኛ መሆን፣ ሰውን መውደድና ማክበር፣ ሥራን ጨርሶ አለመናቅ ነው። በተራችሁ ለአገርና ህዝብ ምን ላበርክት የሚለው ጥያቄ በጭንቅላታችሁ መኖር እንዳለበት እንዳትዘነጉ" እያሉ ይመክሩንና ያጫዉቱን የነበረውን ዛሬ ድረስ አስታዉሳለሁ።

ፀረ-ፋሽስት አርበኛና ያገር ባለውለታ

የመጨረሻው ልጅ ዕንቆ ሥላሴ ፀሐዩ (የቅፅል ስሙ ጢ.ኖ) በአንበሳ ቅርፅ ከተሰራለት ሃውልት ጋር

አባታችን ገና በህጻንነታችን “አታድርጉ ጥፋት ነዉ.” ያሉትን ስናደርግ ካገኙን ይቆጡን ነበር። በተረፈ ደግሞ አንዳችን በትምህርት ጎብዘን ጥሩ ዉጤት ስናመጣ ያበረታቱን ነበር፤ ታናሽ እህቴ ብሩክታዊት ብዙ ጊዜ ከክፍሏ አንደኛ ትወጣ ስለነበር በሷ በጣም ይደሰቱ ነበር። “የቀራችሁትስ እንደብሩክታዊት ሁልጊዜ በትምህርታችሁ አንደኛ የማትወጡበት ምክንያት ለምንድነው” ብለዉ ችግራችንን ጠይቀዉ ለማዳማጥና ለመረዳት ይሞክሩ ነበር። ከላይ እንዳልኩት እሳቸዉ ትምህርት ለሰዉ ልጅ ሁሉ አስፈሊጊ ነዉ ብለዉ ያምናሉ። የታሪካችን፣ ሃይማኖታችና ባህላችን፣ በዚህ ላይ የግዕዝ እውቀት በልጆቻቸውና በሚያሳድጓቸው ሁሉ እንዲታወቅና ቅርስ እንዲሆን ምኞታቸው ነበር።

ብሩክታዊት ፀሐዩ የሁለተኛ ደረጃ ፈተናን ከፍተኛ ዉጤት በማምጣቷ ከግርማዊ ቀዳማዊ ኃይለሥላሴ ሽልማት ስትቀበል ፤ ከልዑል አልጋ ወራሽ ጀርባ የቆመዉ አጎቷ ታደሰ ዕንቆሥላሴ ነዉ።

አባባ ፀሐዩን ከብዙ ሰዉ ልዩ የሚያደርጋቸዉ ባህርይ ነበራቸው። አባታቸውን ተከትለው ወደ ቤተ መንግሥት በመምጣት አገርንና መንግሥትን ማገልገል የጀመሩት ገና የ 12 ዓመት ልጅ እያሉ ነበር። የኢጣልያ ፋሽስት ወረራን ለመመከትና ነፃነታችንን ለማስጠበቅ በ 18 ዓመታቸዉ ማይጨዉ ዘምተው፣ ከዚያ ተመልሰው ጣልያኖች እስከተባረሩበት ጊዜ ድረስ በደፈጣ ዉጊያ ተሰማርተው ፀረ ፋሺስት ተዋጊና የአርበኞች መሪ እስከመሆን የደረሱ ነበሩ። በዚያ በመከራ ጊዜም ሁለት ጊዜ ከባድ የመቁሰል አደጋ ደርሶባቸዋል።

በዚህ መጽሐፍ ውስጥ በመረጃና በሰዎች ምስክርነት በሰፊው እንደቀረበው አባታችን ለሰው የሚያዝኑ ነበሩ። በረጅም ዘመን በሃላፊነት በነበሩበትም ወቅት የህዝብን ችግር ለማቃለል ሌት ተቀን የሚለፉ የተግባር ሰው ነበሩ። በተለይም ደግሞ በሕንጻ ፕላንና በመንገድ ቅየሳ፣ ጤናና ትምህርት፣ ደን ጥበቃና ውሃ ሀብት እንክብካቤ በተመለከተ ምን ያህል ትኩረት ይሰጡ እንድነበርና ከየትስ እንደተማሩት በሚደንቅ መንገድ ተዘክሯል። እኛም በቤታችንና በቤተሰብ መሃል ለሰው አዛኝነታቸውን የምናውቅ ቢሆንም አንዳንድ ጊዜ የሳቸውን ትኩረት ይስባል ተብሎ የማይታሰብና እጅግ ዝቅተኛ ተደርጎ ሊወሰድ የሚችል ጉዳይ እንዴት ይስባቸው እንደነበር የምንገረምባቸው አጋጣሚዎች በርካቶች ነበሩ። መገረም ብቻ ሳይሆን በራሳችንም ህይወት ላይ ተፅዕኖ አሳድሮብናል እስከማለት ብንደፍር ማጋነን አይሆንም።

ከምናስታውሰው መካከል በአንድ ግብዣ ላይ አንድ አሳላፊ ለተጋባዦች የተዘጋጀ ትልቅ የበሬ ሥጋ መሸከም አቅቶት ሲንገዳገድ ይመለከታሉ። የዚያ አሳላፊ ጭንቀት በሀሳባቸዉ መጉላላቱ ብቻ ሳይሆን አጋጣሚዉን ባስታወሱ ቁጥር ያ ሰው ፊታቸው ላይ ድቅን ያለ ይመስል ለቁርጥ የተዘጋጀ ሥጋ መሸከሙ አንሶ ገና ከትከሻው ሳያወርድ ተጋባዡ ከላዩ ላይ እየቆረጠ በየሳህኑ እያደረገ መሄዱ ሊዋጥላቸው አልቻለም ነበር። አንድ ቀን አንድ የሚተማመኑበትን የህንጻና ብረታ ብረታ ሥራ ላይ የተሰማራውን ባለሙያ ይጠሩና አጠገባቸው አስቀምጠው እሳቸው ራሳቸው ሰፋ ያለ የሥዕል ወረቀትና እርሳስ ይዘው፣ በአራቱም አቅጣጫ፣ በረጃጅምና እንደ ሉል በመሰለ ክብ ብረት ላይ ሥጋውን ለመሸከምና መሰካካት የሚችል ተሽከርካሪ ሚንጦ

ከግራ የቆመቺዉ፣ ሮዳ ወርቁ፤ አቶ መኮንን ወልደ ዮሐንስ፤ ጃዝማች ፀሐዩ ዕቆሥላሤ፤
አቶ ታደሰ አከሊለ ብርሃን፤

ሆኖ እንዴት መሠራት እንዳለበት ያሳዩታል። ቀጥለውም ይህ ሜንጦ እንደ ምሰስ ሆኖ በሚቆመውና ከታች በሚቀበለው ክብ ጠረጴዛ ላይ ተገጣጥሞና ተሰካክቶ፣ ከታች አራት እግር ባለው እንደ ኩሽኔታ በመሰለ ተሽከርካሪ ላይ ከቦታ ወደቦታ በቀላሉ ለመዘዋወር እንዲችል አድርጎ እንዲሠራውው የራሳቸውን ዲዛይን በሚገባ ያስጠኑታል። ሥራውም በጥንቃቄና ምንም አይነት መዛነፍ ሳይገጥመው እንዲሰራ ራሳቸው ይከታተሉት ነበር። ከተደጋጋሚ ሙከራ በኋላ ባለሙያው ተሳክቶለት ይህ

ጥሬ ሥጋ ለመሸከምና ያለሰው ድካም ከቦታ ቦታ ለመዘዋወር የሚችል ፈጠራ ሥራ ተጠናቆ ትላልቅ መስተንግዶ በሚደረግ ጊዜ እንዴት እንዳገለገለ ለተመለከተው እጅግ የሚገርም ነበር። ከዚያን ጊዜ ጀምሮ ጥሬ ሥጋ ተሸክሞ ማቅረብና እንደተሸከሙ ማስቆረጥ ላንዴና መጨረሻ ጊዜ እንዲቀር አድርገዋል።

አንዳንድ ትላልቅ ሰዎች ይህንን ተንቀሳቃሽና በራሱ ንዝረት የሚሽከረከር የጠረጴዛም ቅርፅ ያለው የጥሬ ሥጋ ማቅረቢያ ሜንጦ አይተው ሲያወድሱ የፈጠራ ሃሳቡ ከማን እንደመነጨ እንኳን ፍንጭ ሳይሰጡ ባለሙያን አስጠርተዉ ይህንን ድንቅ ስራ የሰራዉ እሱ ነዉ ብለዉ ያስተዋዉቁና እንዲመሰገን ያደርጉት ነበር።

አባባ ፀሐዩ የተግባር ሰው (ፕራክቲካል) ነበሩ። ችግር ፈቺ መፍትሄ በማፈላለግ፣ የመፍትሄ ሃሳብ አለው የሚባል ሰው ካለ የትም ይሁን ፍለጋ በመሄድ፣ ጊዜያቸውን ሰጥተው ያንን ሰው በማዳመጥና ለስራ የሚጠቅመውን ዘዴ ፈልጎ በማግኘት የሚታወቁ ነበሩ። ከተማሩ ኢንጅነሮችና ፕላን አዋቂዎች ጋር ሊሰሩት ባቀዱት ስራዎች ላይ በቂ ምክክር ሳያደርጉ ወደ ሥራ የሚገቡ ሰው አልነበሩም። የዚህ ማስረጃዉ በሄዱባቸው ጠቅላይ ግዛቶች ሁሉ ያሰሯቸው የአርክቴክትና የዲዛይን ጥራታቸው የሚደንቁ ሕንጻዎች፣ ቤቶች፣ ትምህርት ቤትና ሆስፒታሎች፣ ቢሮዎችና የመዝናኛ ፓርኮች የሚገርሙን ነበሩ። በተለይም ደግሞ ለዋናና መግቢያ መንገዶች የነበራቸው ትኩረት፣ ለመሀንዲሶችና ግንበኞች መምሪያ እየሰጡ መንግሥት በቂ ገንዘብ ባይመድብም በትንሽ ገንዘብ ብዙ የልማት ሥራ ሰርተው ማለፋቸው የእኛ የልጆቻቸው ብቻ ሳይሆን ወደኋላ ተመልሶ ከታሪክ ለመማር ቅን ልቡና ላለው ትውልድ ሁሉ ቋሚ ምስክሮች ናቸው። እኔ እንደማስታውሰው የጋሙ ጎፋ ባለ ሙሉ ሥልጣን እንደራሴ በነበሩበት ዘመን የጋሞን ባህላዊ የቤት አሰራር ወግ ባካተተ መልኩ ዘመናዊ የመዝናኛ ጎጆዎች አሰርተው ነበር። ከሳቸዉ በፊት ጋሙጎፋ ይህንን በመሰለ ዲዛይን ዝመናንና ባህላዊ ወግን ያዋደደ የመዝናኛ ጎጆዎች የሰራ ያለ አይመስለኝም። ከሩቅ እንደምሰማው ከሆነ እነዚህ ትናንሽ ጎጆዎች እስካሁንም ድረስ የአባታችንን ስም ከማስጠራት አልፈው ቱሪስቶችን የሚማርኩ ተወዳጅ ያገር ቅርስ እሰከመባል የዘመን ተሻጋሪ ለመሆን በቅተዋል።

በተለያዩ ጊዜያትና ኢጋጣሚዎች የማላዉቃቸዉ ሰዎች፣ ብዙዉን ጊዜ የመሐንዲስነት ሙያ ያላቸው፣ የህክምና፣ የእርሻና በሌላም ሙያ የዶክተርነት ማዕረግ ያላቸው ስሜንና የአባቴን ስም ካረጋገጡ በኋላ ያስቆሙኝና ከአባቴ ጋር እንደ ሠሩና ብዙ የሰዉን ኑሮ የሚለዉጥ ጥያቄዎች እያነሱ ያወዩዋቸው እንደነበር ነግረዉኛል።

ደጃዝማች ፀሐዩ ዕንቆ ሥላሴ በአዲስ አበባ ዩኒቨርስቲ የቢዝነስ አድሚንስትሬሽን መምህር ፕሮፌሰር ዲ. ያንግ ጋር ሲሆን ያቀፉትም የዲ. ያንግን ልጅ ነው። ከፊት ለፊታቸው የሚታዩት ፀሐፊያቸው ቀኛዝማች ኃይሉ ሲሆኑ ፎቶውን ያነሱት ደግሞ በጅሮንድ ረታ ናቸው፡ ደብረ ማርቆስ 1959 ዓ,ም.

የተማረ ሰዉ እንደሚወዱና ለጥያቄያዋቻቸዉ መልስ ስንሰጥ በግሩም አዳማጭነታቸዉ ያደንቋቸው እንደነበር አጫውተውኛል። ጥያቄዎቻቸዉም ብዙዉን ጊዜ ሰዉ ከችግር የሚወጣበትንና ኑሮው የሚሻሻልበትን ዘዴ ለማወቅ እንደነበር ያስታውሳሉ። ምናልባት ይህንን የተማሩት ከእናታቸዉ ከእማማ ፍቅርቴ ኃይለ ሥላሴ ሳይሆን አይቀርም የሚል ግምት ይመጣብኛል። እማማ ፍቅርቴ በሀሰት ተከሰዉ ለታሰሩ፣ መሬታቸዉ ተወስዶባቸዉ ያለምንም መጠለያ በመንገድ ዳር የወደቁትን አይተዉ በፍፁም ማለፍ አይችሉም ነበር። በአማላጅነት ንጉሠ ነገሥቱ ችሎት እየሄዱ ይከራከሩላቸዋል፤ ንጉሠ ነገሥቱንም ይለምኑላቸዉ ነበር ።

አባባ ፀሐዩ በወንድና ሴት ልጆች መካከል ልዩነት መደረግ እንደማይገባውና ሴቶች ልጆች እኩል የትምህርትም ሆነ የሥራ ዕድል ሊኖራቸው ይገባል በሚል ገና የመንግሥት ኃላፊነት ከወሰዱበት የወጣትንት ዕድሜያቸው ጀምሮ ከተከራከሩት ጥቂት ሰዎች አንዱ ነበሩ። ሴቶች መኪና መንዳት እንዲማሩ ጥረዋል። እኔ ትንሽ ሆኜ እንዴት አባባ እናቴን አባዬን መኪና መንዳት እንድትማር ሲያበረታቷት እንደነበር አስታውሳለሁ። እንደ አባትም፣ ታናሽ እህትም ያሳደጓትን አክስቴን እትዬ አየለችን የዳንስ አስተማሪ ተቀጥሮላት እንድትማር ማድረጋቸውን እናታችን አባዬ ታስታውሳለች።

አባቴ ለአባዬ ለኛ ልጆቻቸዉ ወንድምና እህቶቻቸዉ ለመላዉ ቤተሰቦቻቸዉ በጣም ትልቅ ሀላፊነት የሚሰማቸዉ ለዘመዶቻችንና ለወዳጆቻቸዉም ሁሉ በመጨነቅና በማሰብ የሚሰጡት ምክሮች ለኑሮአቸዉ መሻሻል የሚያደርጉት አስተዋፅኦና ድጋፍ በግብር ያሳዩት ነዉ።

ለምሳሌ አንድ ቀን ምሳ እየበላን አንድ ወዳጃቸዉ የሆኑ ሰው ስለ ልጃቸዉ ያሳሳባቸውን ለአባቴ አጫወቱ፤ በደንብ ካዳመጧቸዉ በኋላ የወዳጃቸዉን ጭንቀት ለመቀነስ ይህ ሁኔታ "የልጆች እድገት ጎዳና" መሆኑን ተናገሩ" በመቀጠልም

"አታስብ ጊዜው ሲደርስ ሀላፊነቱን ይቀበላል፣ አባቴ በመድፍ ተመተዉ ሲወድቁ ወዲያው ትልቅ ሀላፊነት በትከሻዬ እንደተሸከምኩ ተሰማኝ። ከዚያ ከመጨረሻዎቹ ልጆቻቸው መካከል ወላንሳስ የት ናት? ታደሰስ የት ነዉ? ብዬ ጠየቅኩኝ። አባቴ ከደረሰባቸው የመድፍ ጉዳት የሚያገግሙና በህይወት እንደሚኖሩ ቢያዉቁ ኖሮ ይህንን ጥያቄ እኔ ሳይጠይቁኝ ሁሉንም እሳቸው ያደርጉት እንደነበር ወዲያው ተሰማኝ። በሞት እንዳሸለቡም ለእህትና ወንድሞቼ ኃላፊነቱ በትከሻዬ ላይ እንደወደቀ ተሰማኝ። ይህም ልጅ ጊዜው ሲደርስ ሀላፊነቱን ይቀበላል እርግጠኛ ነኝ " በማለት አፅናንተዋቸዋል።

አባቴ የሰዎችን አመለካከት በመከታተል፣ አነጋገራቸዉንና ለቀረቡላቸው ጥያቂዎች የሚሰጡትን መልስ በማመዛዘን ስለሰዎች የሚሰጡት አስተያየት ብዙዉን ጊዜ ትክክል ነበር። የሰዉ ጠባይ የማወቅ ችሎታ ነበራቸው። ለምሳሌ ያህል እሥር ቤቶችን እየተዘዋወሩ በሚጎበኙበት ጊዜ ከእስረኞቹ መካከል እየመረጡ ከብዙ ጥያቄና መልስ በኋላ ከእስር እንዲሊቀቁ ያደርጉ ነበር። ለእስር ያበቃቸውን ጉዳይ ራሳቸው ጠይቀው በመረዳት፣ በእስርም እያሉ የስራ ችሎታቸዉን፣ የጠባያቸውንና አዲስ ሀሳብ በፍጥነት በመቀበልና በመተግበር የሚያሳዩትን ትጋት በማየት እስራት ተቀንሶላቸዉ ከወህኒ ቤት ወደ መንግሥት ተቋም እንዲተላለፉና የቀረውን ጊዚያቸውን ከመንግሥት ሥራተኞች ጋር በመዋል ትምህርትና ሙያ እንዲቀስሙ ያደርጉ ነበር። ለምሳሌ የጋሙ ጎፋ ባለሙሉ ሥልጣን እንደራሴ በነበሩበት ወቅት ጋሼ አርጌቦ አበበ ገና በልጅነት ዕድሜዉ ከሽፍቶች ጋር ተደባልቆ ተገኝቷል በሚል ወህኒ ቤት ቢያገኙትም ባሳየዉ የስራ ፍቅር፣ የጠባዩን ልስላሴና ለሰው የነበረውን አክብሮት ታዝበው ኖሮ አስጠርተውት ካነጋገሩት በኋላ ከሳቸዉ ጋር ወደ ጎጃም እንዲሄድ ተስማምቶ ስራ ተሰጥቶት ከአባቴ ጋር እስከመጨረሻው ሳይለይ የቤተሰብ ያህል በፍቅር አብረን ኖረናል። ወጣቶች ወንጀል ሲፈፅሙ ምክንያቶቻቸው በርካታ ሊሆን እንደሚችል ግምት ውስጥ በማስገባት ከቅጣት ይልቅ ሊታረሙ የሚችሉበትን አማራጭ በማየት እድሜያቸዉ ለጋ ለሆነ ታራሚዎች አስተያየት አድርገዉ እስሩ ተቀንሶላቸዉ ሌላ የሙያ ሥልጠናና የስራ ዕድል እንዲመቻችላቸው ያደርጉ ነበር።

አባቴ ብዙ የቅርብ ወዳጆቹ ነበሩዋቸዉ። በተለይ ፀሀፊ ትዕዛዝ ወልደ ጊዮርጊስና ታናሽ ወንድማቸው አቶ መኰንን ወልደ ዮሐንስ በደስታና በሀዘንም ጊዜ ከቤተሰቦቻችን በአንድ ላይ አብረዉን አሳልፈዋል። የአባታችን ወዳጅ የአባባ መኰንን ባለቤት እማማ

ቆንጂት ዘውገ በቤተሰባችን የተወደዱና የተከበሩ ስለነበሩ የአባቴን ነፍስ ለማዳን አስበዉ "ለምን እጅዎን አይሰጡም ለዚህ ብለዉ ለምን ይሞታሉ?" ቢሏቸዉ "እሜቴ እርሶ ለኔ አስበው መሆኑን አዉቃለሁ፤ ፀሐዬ ሌባ ፀሐዬ ዉሸታም እየተባልኩ ልኑር?" ብለው መልሰዉላቸዋል።

ለኛም ለልጆቻቸው፣ ከኛም አልፎ ለመላው ቤተሰባችን፣ አባባ ፀሐዬ ኢትዮጵያንና ህዝቧን በሚችሉት ሁሉ በታማኝነት አገለግለዉ እንደ ወንጀለኛ እጅ መስጠት የሚባል ነገር የማይዋጥላቸው እንደሆኑ እናውቃለን። ሆኖም አባታችን ናቸውና በዚያ ሁኔታ ራሳቸውን ማጥፋታቸው ያሳደረብን ሃዘን እንዳለ ሆኖ የፀሐዬ ልጆች በመሆናችን ደግሞ ኩራታችንና በየትኛውም ሥፍራ የማን ልጅነታችንን የምንናገር ኩሩ ኢትዮጵያዉያን ለመሆን በቅተናል።

ቤተልሔልም ፀሐዬ

ነሐሴ 2013 ዓ.ም. (August 2021)

ምዕራፍ አራት

መደምደሚያ

ደጃዝማች ፀሐዩ ከልጅነታቸው ጀምሮ በቤተ መንግሥት እያገለገሉ ያደጉ፣ ለቀልጣፋ የሥራ አመራር የታደሉ ነበሩ። ለቀዳማዊ ኃይለ ሥላሴ በነበራቸው ገደብ የለሽ ፍቅርና ታማኝነት የሚታወቁ ነበሩ። ይህም ሆኖ ከልጅነታቸው ጀምሮ ከጸሐፊ ትዕዛዝ ወልደ ጊዮርጊስ ወልደ ዮሐንስ ጋር አብረው የኖሩና የሳቸው ዘመናዊ ሥልጣኔ አስተሳሰብና ያስተዳደር ቀልጣፋነት ተፅዕኖ ያሳደረባቸው ሰው ነበሩ። ከልዑል ራስ እምሩ ኃይለ ሥላሴ ጋር በነበራቸው የቅርብ ዝምድና ሕዝብ የማይበደልበትንና ፍትሕ የሚያገኝበትን አሠራር ያስተውሉ ነበር። ፊታውራሪ ተክለ ሃዋርያት ተክለ ማርያም የዝመናና ሕገ መንግሥታዊ አስተዳደር የነበራቸውን እውቀት ሲያደንቁ ይሰሙ ነበር።[51] ተሹመው በሄዱባቸው ክፍላተ ሃገር በጊዜው የነበረውን ሥርዓት አልበኝነት፣ ሽፍትነትና አልፎ ተርፎም ባሪያ ፍንገላን ሳይቀር መንጥረው በማስወገድ ይታወቃሉ። የሕግ የበላይነትን በቆራጥነት ለማስከበር ያደረጉት ጥረት በዚያን ጊዜ ባገሪቱ ከነበሩ የክፍለ ሃገር እንደራሴዎች አጉልቶ የሚያሳያቸው ለመሆኑ ዛሬም ድረስ በሕይወት ያሉ ሰዎች ምስክርነታቸውን ሰጥተውበታል።

ሌላው መታወቂያቸው፣ ለተማሩ ወጣቶች ክብር መስጠታቸው፣ ሐሳብና ምክራቸውን ለማዳመጥ ዳተኝነት ያልነበራቸው መሆኑ ነው። የተማረ ሰው የሳቸውን የሥልጣን ወንበር እንዲይዘው የሚመኙ እንደነበሩ በመረጃዎች በመደገፍ በዚህ መጽሐፍ ውስጥ ለማቅረብ ተሞክሯል።

ቀልጣፋ የሥራ አመራርና አዲስ አሠራርን የሚጠቅም ከመሰላቸው ለመቀበል የታደሉ እንደነበሩ አሳማኝ በሆኑና እስከዛሬ ምስክርነታቸውን በራሳቸው ሊናገሩ ከሚችሉ ስኬታማ የመሠረተ ልማት ተግባራቸው ማረጋገጥ ይቻላል። ከሠሯቸው ሥራዎች ሁሉ በምሳሌነት ሲታወስ የሚኖረው የጎጃም ክፍለ ሃገር ጠቅላይ ገዥ በነበሩበት በዚያን ዘመን ከአርሶ አደሩ እህል በገበያ ዋጋ ገዝተው፤ የረሃብ አደጋ

---

51 ስለ መሬት ሥሪት ጉዳይ በራስ እምሩ ኃይለ ሥላሴ ካየሁት ከማስታውሰው (አዲስ አበባ ዩኒቨርስቲ ፕሬስ፣ 2001 ዓ.ም.) እና በፊታውራሪ ተክለ ሐዋርያት ተክለ ማርያም ኦቶባዮግራፊ (የሕይወቴ ታሪክ) (አዲስ አበባ ዩኒቨርስቲ ፕሬስ፣ 1997 ዓ.ም.) ውስጥ፣ የመሬትን ሥሪት ከሥረ መሠረቱ የመለወጥ ሐሳብ እንደነበራቸው የሚጠቁም መረጃ ተጽፏል።

ለመከላከል በደብረ ማርቆስ ጎተራ ማሠራታቸውና በእህል ምርት ላይ የዋጋ ቁጥጥር እንዲኖር ማድረጋቸው ነው። ምንም እንኳን የጎጃም መሬት ለምነት የማያጠያይቅ ቢሆንም፤ ይሄ የጥንቃቄ ተግባራቸው ተጨምሮበት፣ በጠቅላይ ግዛቱ በወሎና ትግራይ የደረሰው ዐይነት የምግብ እጥረት አላጋጠመም። የዋጋ ግሽበትም አልተፈጠረም፤ ነጋዴው እህል በመደበቅም ሆነ የተሻለ ትርፍ ወደሚያገኝበት ክፍለ ሃገር በማሻገር፣ ሕዝቡን ለረሃብ ሊያጋልጥ የሚችልበት ሁኔታም በጎጃም አልተከሰተም። ከዚህ የተነሣ፣ በጎጃም ድርቅ ያጋጠማቸው አውራጃና ወረዳዎች ቢኖሩም፣ ሕዝብ አልተራበም። የወሎና ትግራይ ጠቅላይ ግዛት እንደራሴዎች ይህንን መሰል ቅድመ ዝግጅት አድርገው ቢሆን ኖሮ፣ በረሃብ ያለቁት በሙቶ ሺህ የሚቆጠሩ ዜጎቻችን አሰቃቂ ሞትና ሰቆቃ፣ ስደትና መፈናቀል መቀነስ ይቻል ነበር።

ደጃዝማች ፀሐዩም አንድም በደቡብ፣ በምሥራቅ ሆነ በምዕራብ ተወላጅ ከነበረው አራሽ ገበሬ የተነጠቀና ባራሹ ገበሬ ጭሰኛ ጉልበት የተመረተ ጤፍና ስንዴው የሚጫንበት የገጠር መሬት ካልነበራቸው ባለሥልጣኖች መካከል አንዱ ነበሩ። ይልቁንስ ባለቤታቸው ወ/ሮ አልማዝ ዘውዴ ከወላጆቿ የወረሰችው ሀብትና በሰሜንና ምስራቅ ሸዋ (አማራ ክልል) የእርሻ ሰብል የሚመረትበት መሬት ነበራት። በሀብትም አባዬ ወ/ሮ አልማዝ ከደጃዝማች ፀሐዩ የምትበልጥ ነበረች። እርግጥ አዲስ አበባ የሚከራይ ትርፍ ቤትና ቦታ ሲኖራቸው፤ በዘመኑ ብቅ ብቅ ብለው ከነበሩ ፋብሪካዎችና የማምረቻ ድርጅቶች አክስዮኖች ነበሯቸው። በተረፈ በከተማ እየኖሩ ብዙ ጋሻ መሬት ይዘው፣ በጭሰኛ እያሳረሱ፣ አብዛኛውን ብልጫ ምርት ለራሳቸው እያደረጉ፣ ባሰኛቸውም ጊዜ ተወላጁን ከገዛ መሬቱ እያፈናቀሉ ተንደላቀው ለመኖር ምርጫቸው ካደረጉት 'absentee landlords' የሚደመሩ አልነበሩም።

በብዙ ሰው አእምሮ ውስጥ ተቀርፆ የኖረው ሥዕል ደጃዝማች ፀሐዩንም ሆነ ወንድምና እህቶቻቸውን በጅምላ ኋላቀር፣ በአኗኗር ዘይቤያቸውም ከዘመና ጋር ትውውቅ የሌላቸው ፊውዳሎች አድርጎ የማየት ነው። ይህም ቀረብ ብሎ ሊያውቃቸው የሞከረ ባለመኖሩ ይመስለኛል። አንዳንድ የቤተሰብ ትዝታዎችን ለማስታወስ ያህል በዚያን ዘመን እጅግ ብርቅ የነበሩ ሞተር ብስክሌት የነበራቸው ደጃዝማች ወርቁ ዕንቆ ሥላሴና የእናቴ ታላቅ ወንድም የማነ ዕንቆ ሥላሴ ሲሆን፣ ለየማነ የገዙለትም ደጃዝማች ፀሐዩ ነበሩ። እንዳውም ከሙቶ አለቃ "በቀለ ጢሞ" (ሻምበል በቀለ ደምሴ) በፊት ከንጉሠ ነገሥቱ አሞቶሞቢል ፊት ቀድሞ በሞተር ብስክሌት አጃቢው የማነ ዕንቆ ሥላሴ ነበር። ሌላው ጋሼ ወርቁ፣ ታደሰና የማነ ዕንቆ ሥላሴ ዘመናዊ ካሜራ ከእጃቸው አይለይም ነበር። በተለይ የማነ ዕንቆ ሥላሴ ፎቶግራፍ ማንሣት 'ሆቢው' ስለነበር፣ ዘመዶቻችንን ብቻ ሳይሆን ተፈጥሮን፣ አእዋፋትን፣ የዱር አራዊትን፣ ከተሞችንና የመገበያያ ስፍራዎችን ፎቶ በማንሣትና በማሰባሰብ ይታወቅ ነበር። ይህን የመሰለው ዘመናዊነት በቤተሰቡ ላይ ተፅዕኖ አሳድሮ ስለነበር፣ በአንድ አጋጣሚ ሌላም ያልታሰበና ያልተጠበቀ ሁኔታ ፈጥሮ ነበር። ይህም በደጃዝማች ፀሐዩና ወ/ሮ አልማዝ መካከል ትዳር ለመመሥረት ዳር ዳር ሲባል የተከሰተውን፣ በየአጋጣሚው ትዝ ባለ

ቁጥር ቤተሰቡን ሲያዝናና የኖረ ታሪክ እናገኛለን።

ፀሐዩ በዐይን ካዩዋት አልማዝ ጋር በአካል ከመገናኘታቸው በፊት ከወላጆቿ ጋር ትውውቅ የነበረው ወርቁ ነበር። ወላጅ አባቷን ካፕቴን ዘውዴን ቤታቸው እየሄደ የሚጠይቅና እስከቤተኛነት የደረሰው እሱ ነበር። አልማዝም የወርቁ መመላለስ በታላቅ ወንድሙ ጉዳይ እንደሆነ ታውቃለች። እንዳጋጣሚ ሆኖ፣ ፀሐዩ ከአልማዝ ጋር በአካል ተገናኝተው ለመተዋወቅ በተያዘው ቀነ ቀጠሮ መሠረት ካፕቴን ዘውዴ ቤት መገኘት ሲገባቸው፤ በሥራ ምክንያት ከአዲስ አበባ ውጭ ይሄዱና በጊዜ ሳይመለሱ ይቀራሉ።

ፀሐዩ ለመገኘት ያልቻሉበትን ምክንያት ለማስረዳትና ከሳቸውም የተላከውን አልማዝን ለጋብቻ የመጠየቅ መልእክት ለማድረስ ተደጋግሞ ወደተመላለሰበት ቤት የሄደው ወርቁ ነበር። እሱም እንደወትሮው ቡናማ ቆዳ ጃኬቱን አጥልቆ፣ በአለባበሱ ሽክ ብሎ፣ በዚያ ዘመን ከቁጥራቸው ማነስ የተነሣ እንደ ብርቅዬ ይታዩ የነበሩትን ዐይነት የግል ሞተር ብስክሌቱን እየነዳ አልማዝ ወላጆች ግቢ ይደርሳል። አልማዝም ለጋብቻ ሊጠይቅ የመጣው ወርቁ አለመሆኑን ብታውቅም፤ አለባበሱና በዚህ ላይ ብርቅየዋን ሞተር ብስክሌት እየነዳ የመጣው ወርቁ የሚማርክ ሆኖባት፤ ጋብቻ ጠያቂው እሱም ቢሆን እሺ የማትልበት ምክንያት እንደሌለና ያን ዘመን በሷ ዕድሜ የነበሩ ለአቅመ ሄዋን የደረሱ ልጃገረዶችን የሚስብና የሚማርካቸው ምን እንደነበር እያነሣች፣ ታሪኩን ለልጆቿ እየነገረች ታስቃቸው ነበር። በመጨረሻው ፈቃደኛነቷን ለትዳር ጠያቂው እንዳሳወቀች፣ አባቷ ካፕቴን ዘውዴ ፀሐዩን ትማርበት ወደነበረው ልዕልት ዘነበወርቅ ትምህርት ቤት ወስደው ከአልማዝ ጋር ማስተዋወቃቸውን ትናገር ነበር። ይህ የሚያሳየው ዘር ቆጥሮ፣ ሥጋና አጥንት መትሮ ለጋብቻ ለሚጠይቅ የራስ የደጃዝማች ልጅ ሳይሆን ባለ ሞተር ብስክሌቱ ዘናጭ ወጣት ለአቅመ ሄዋን በደረሱ ወጣት ሴቶች ተመራጭ ያደርገው የነበረበት ዘመን ያንጊዜም እንደነበረ ያመለክታል። የሴቶች ልጆችንም ምርጫ የሚያከብርና ጋብቻ ጠያቂውንም በመኪናው ወስዶ ከልጁ ጋር የሚያስተዋውቅ ወላጅ እንደነበርም ይገልጻል። ለዝመና ተጋላጭነትን የሚወክሉ የባህልና ማቴሪያል ካፒታል ገና በዚያን ጊዜ ሴቱንም ወንዱንም እኩል ያማልል እንደነበርና ሴቶች ልጆችም የጋብቻ ምርጫቸውን በተመለከተ በወላጆቻቸው ጭምር ተፅዕኖ እስከማሳደር ድረስ አቅም እንደነበራቸው ያስረዳል። በመጨረሻም፣ ጋብቻው የሚፈጸመው በሁለቱ ፀሐዩና አልማዝ መፈቃቀድና ምርጫ እንደሚሆን ተወስኖ፣ ሠርጉ መደገስ ሲጀመር፤ ራስ አደፍርሰው ይናዱ የሚባሉ ዘመዳችን ሁለቱንም የተጋቢ ቤተሰቦች ያውቁ ነበርና ወደ ደጃዝማች ፀሐዩ እናት ቤት ይሄዱና፣ "እንዴት ነው ይህ ጉዳይ? ስንቆጥረው ከአምስት ቤት ያላለፈ ዝምድና ባላቸው ቤተሰቦች መካከል እንዴት ተብሎ ነው ጋብቻ የሚፈጸመው? ይህ ነገር የሚሆን አይደለምና መቅረት አለበት፣" ብለው ድግሱም እንዲቀር፣ ጋብቻውም እንዲሰረዝ ለመማፀን ይሞክራሉ። ደጃዝማች ፀሐዩና ወ/ሮ አልማዝ "እኛ ተፈቃቅደንና ወድደን ለምንፈጽመው ጋብቻ አምስትና ሰባት ቤት አላለፈም የሚል ዘር ቆጠራ አይከለክለንም፣" ብለው የሠርጉ መደገስ ሳይስተጓጎል ጋብቻቸውን ፈጽመዋል። ራስ አደፍርሰውም "ጉድ ነው! የዕንቁ ሥላሴና

የዘውዴ ልጆች ጋብቻ፣" ብለው ሳይዋጥላቸው ወደቀበና ቤታቸው ተመልሰዋል።

የዝመና ነገር ከተነሣ አይቀር፣ የዕንቆ ሥላሴ ልጆችና የአከስትና የአጎት ልጆች የተወሰነ ትውውቅ ነበራቸው። በውጭ ጸሐፊዎች የተተረጎሙ መጻሕፍት የማንበብ ፍቅር የነበራቸው ደጃዝማች ፀሐዩና ደጃዝማች ተስፋዬ ነበሩ። በፈረንሳይኛ የተጻፉ ከወታደራዊ ምህንድስና ጋር የተያያዙ የመማሪያና የማስተማሪያ መጻሕፍት በመመርመር፣ ደጃዝማች አእምሮ ሥላሴ ይታወቁ ነበር። በዕድሜ ትናንሽ የነበሩት ደጃዝማች ወርቁና ፊታውራሪ ክፍሌ ዕንቆ ሥላሴ ከፈረስ ግልቢያና ጉግስ ይልቅ የፖሎ ጨዋታ ፍቅር ነበራቸው። ሲቪሊያኖችን ወክለው የክብር ዘበኛ፣ ጦር ሠራዊትና የፖሊስ ሠራዊት ቡድኖችን በጃን ሜዳ ፖሎ ይገጥሙ ነበር። ይህንን የመሰለ የኑሮ ዘይቤ የነበራቸው ሲሆኑ፣ በዚያን ጊዜ ይደረግ የነበረውም የፖሎ ጨዋታ ውድድር ፈረንሳይና እንግሊዝ አገር ከሚደረገው ልዩነት እንዳልነበረው በዚያን ዘመን የነበሩ ሰዎች ይናገራሉ።

ደጃዝማች ወርቁ ዕንቆ ሥላሴ ሲቪሎችን ወክሎ ፖሎ ውድድር ሲሳተፍ።

በደጃዝማች ፀሐዩ ቤትም ቢሆን፣ እሳቸው ሃይማኖቱንና ፀሎቱን ያጥብቁ እንጂ ዘመናዊ የሙዚቃ መሳሪያዎችንና ዳንስ የሚያስተምሩ መምህራን ይቀጥሩ ነበር። ከሙዚቃ መሳሪያው ይልቅ ከዳንስ አስተማሪዎቹ ተጠቃሚ የነበረችው የእኔ እናት አየለች ብሩ ነበረች። ነገር ግን እዚያው ቤት ውስጥ የተማረችውን ዳንስ እንድትደንስና ዘፈንና ጨዋታም ታውቅ ስለነበር፣ እዚያው ቤተሰቡንም እሳቸውንም ጨዋታ

ሲያምራቸው እንድታዝናና ብቻ ነበር የሚፈቀድላት። ቀን ካልሆነ በስተቀር፣ ውጭ ወጥታ ከጓደኞቿ ጋር ዘፈንና ዳንስ ወዳለበት እንድትሄድ ደጃዝማች አይፈቅዱላትም ነበር። እንዳጋጣሚ በጓደኛ ማፍራት የታደለች ስለነበረች፤ ከእቴጌ መነን ት/ቤት ጀምሮ ጓደኛዋ የነበረችው ወ/ሮ እሌኒ አለማየሁ የቀዳማዊ ኃይለ ሥላሴ የመጨረሻው የማዕድን ሚኒስቴር የነበሩትን አቶ አማኑኤል አብርሃምን ልታገባ ለሚዜነት ከመረጠቻቸው መካከል የኔ እናት አንዷ ነበረች። ሠርጉ ሲቃረብ፣ የደጃዝማች ፀሐዩ ፈቃድ መጠየቅ ስለነበረበት በወ/ሮ እሌኒና በአቶ አማኑኤል አብርሃም በኩል ሰዎች መጥተው፣ ደጃዝማች እናቴን ለሚዜነት እንዲፈቅዱላት ይጠይቃሉ። እሳቸውም ከሰሟቸው በኋላ፣ ሠርጉ በስንት ሰአት እንደሚጀመርና ፕሮግራሙም እስከ ስንት ሰአት እንደሆነ እንግዶቹን ይጠይቃሉ። እንግዶቹም የቀኑና የምሽቱን ፕሮግራም ሲያስረዱ፣ ከማታው 12 ሰዓት በኋላ ደግሞ የዳንስ ምሽት ይቀጥላል ይሏቸዋል። እሳቸውም ካዳመጧቸው በኋላ ምንም ሳይመልሱላቸው ከሾፌሮቻቸው መካከል የራሳቸው የግል ሾፌር የነበረውን ጋሼ ደሳለኝን ይጣራሉ። እሱ የለም ሲሏቸው ሌላውን ሾፌር አስናቀ ጌታቸው ይጠሩና፤ "ኩኒ ሚዜነት ስለተጠየቀች፣ የሠርጉ ዕለት የምትወስዳት አንተ ነህ። የፈቀድኩላት እስከ አሥራ ሁለት ሰአት ነውና፣ ልክ አሥራ ሁለት ሰአት ሲሆን ይዘሃት ወደ ቤት እንድትመጣ፣" ይሉታል። ይህንን ስትሰማ የኔ እናት መቼም እንደሷ አንቀባረው ያሳደጉትና የጠየቀቻቸውንም ሆነ አማላጅ የምትላክበትን ጉዳይ እምቢ ብለዋት አያውቁምና፣ "ጋሽዬ ያን ሰዓትማ ዘፈንና ዳንስ የሚጀመርበት ነው፣ ባይሆን እስከ ምሽቱ ሁለት ሰአት ይፈቀድልኝ፣" ትላቸዋለች። "የዳንስ አስተማሪ የተቀጠረው ዘፈኑን እየሰማሽ እዚሁ ቤት እንድትደንሺ ነው እንጂ፣ በየሠርግ ቤቱ እየሄድሽ ለመደነስ አይደለም፣" ቢሏትም፤ እሷ እንደጠየቀችው እስከ ምሽቱ ሁለት ሰአት ተፈቅዶላት ወደ ሚዜነቱ ሄዳለች። እዚህ ላይ ልብ ሊባል የሚገባው፣ ለዝመና ተጋላጭነትን በተመለከተ የዕንቆ ሥላሴና ፍቅርተ ኃይለ ሥላሴን ልጆችንና ቤተሰቡን የተለዩ እንደማያደርጋቸው ነው።

ሌሎችም የደጃዝማች ፀሐዩ የቅርብ ዘመዶችና ወዳጆቻቸው ጭምር ለዝመና እጅግ አድርገው የተጋለጡ ነበሩ። ለምሳሌ ያህል ከአርበኝነት ወደ ሠራዊቱ በከፍተኛ የጦር መኮንንነትና አዛዥነት የተቀላቀሉትና ከፍተኛ የመንግሥት ሓላፊነት ላይ ተቀምጠው የነበሩት ለምሳሌም ያህል እንደጄነራል ዓቢይ አበበ፣ ጄነራል ተድላ መኮንን፣ ጄነራል ጃገማ ኬሎ፣ ደጃዝማች አሉላ በቀለና ደጃዝማች ገለታ ቆርቾን የመሳሰሉት በአኗኗር ዘይቤያቸው ከዝመና ጋር እጅግ አድርጎ የሚገርም ዐይነት ትውውቅ እንደነበራቸው ባካበቷቸው ባህላዊና ቁሳዊ ሀብት (ካልቸራል እና ማቴሪያል ካፒታል) ማስረጃነት ማረጋገጥ ይቻላል። ስለዚህም ከዝመና ጋር ምንም ትውውቅ ያልነበራቸው ፊውዳሎች እንደነበሩ ተደርጎ ይቀርብ የነበረው ትርክት በጥናትና እውቀት ላይ የተመሠረተ አልነበረም።

ደጃዝማች ፀሐዩ ያገሪቱ የመሬት ሥሪት አንድ ዐይነት ለውጥና መሻሻል ካልተደረገበት፣ መዘዝ ሊያስከትል እንደሚችል የገባቸው ሰው ነበሩ። መንግሥት እንጂ

ባላባቱና የቀድሞ አርበኞች ገበሬውን ከሚያርሰው መሬት ያሻቸውን የሚወስዱበት ሥርዓት አብቅቶ ገበሬው በሚያርሰው መሬት መጠን ለመንግሥት ግብር እየከፈለ፤ መንግሥትም ግብር ለከፈለው ገበሬ የደህንነት ዋስትናው መሆኑን በማሳወቅ ከባላባቱና አሳርሰው እንጂ አርሰው በልተው ከየማያውቁ የቀድሞ አርበኞችና ባላባቶች ሊገላግለው ይገባል የሚል አቋም ነበራቸው። እጅግ ሰፋፊ መሬት የያዙ ባላባቶችና የባላባት ልጆች የሚበቃቸውን ይዞታ ብቻ አቆይተው ከተማ ውስጥ ባላቸው ሀብትና ንብረት መተዳደር አለባቸው የሚለውን አቋማቸውን ከጎጃም ተዛውረው ከፋም ጠቅላይ ግዛት በሄዱበት ዘመን ተግባራዊ ለማድረግ ጊዜውና ሁኔታው ሳይገጣጠም በመቅረቱ ዕድሉን አላገኙም።

በጎጃም "ቀላድ መጣል" በሚል የተነሣው ተቃውሞ የመሬት ግብር በይዞታ አንድ ብር ከሃምሳ ለመሰብሰብ በጊዜው መንግሥት የወሰደውን ውሳኔ የሚወድቀው በሳቸው በክፍለ ሃገሩ እንደራሴ እንደሆነ ሳይታለም የተፈታ ነው። ይህም ሆኖ በክፍለ ሃገሩ፣ በሸዋና ጎጃም አርበኞች መካከል ከነበረው የሥልጣን ፉክክር ጋር በመያያዙና እነዚህንም ችግሮች ባግባቡ ለመፍታት ካለመቻሉ ጋር ተዳምሮ በብዙ ሺህ የሚቆጠር ገበሬ በተቃውሞ ተቀስቅሶ መስዋዕት እስከመክፈል ደርሷል። ከንብረት መውደም ያለፈ የሰው ሕይወት ጉዳይ ምንም ቢሆን ፀፀት መፍጠሩም ሆነ በጊዜው በሥልጣን ላይ የነበሩትን ሆነ ደጃዝማች ፀሐዩን ጨምሮ ማስጠየቁ አይቀርም። ስለዚህ የሚወቀሱበትንም ሆነ የሚመሰገኑበትን መርምሮ ሚዛናዊ ፍርድ መስጠት ይቻላል። ለምሳሌ ያህል የቀድሞው ጠቅላይ ሚንስትር ሻምበል ፍቅረ ሥላሴ ወግደረስ እኛና አብዮቱ በተባለ መጽሐፋቸው፣ የጎጃሙ ክፍለ ሃገር ጉዳይ በተዘከረበት ምዕራፍ ውስጥ፣ ደጃዝማች ፀሐዩ የሚመሰገኑበት ከሚወቀሱበት ምን ያህል ልቆ እንደሚገኝ ማቅረባቸውን ተመልሶ መቃኘት ይቻላል።

እኚህ ስመጥሩ ፀረፋሽስት አርበኛና ያገር ባለውለታ ምን ያህል ለፍትሕ የቆሙ፣ አድልዎ የሚባል ነገር የማያውቁና በሙስናም ሆነ የመንግሥት ሃብትን ለግላቸው በመጠቀም የማይጠረጠሩ ሰው እንደነበሩ የደርግ ባለሥልጣኖች ጭምር መስክረውላቸዋል። የደርግ ተቀዳሚና ምክትል ተቀዳሚ ሊቃነ መናብርት፣ የቋሚ ኮሚቴ አባላትን ሰብስበው የዐፄ ኃይለ ሥላሴ ባለሥልጣናትን ፋይል ይመረምሩ ነበር። የደርግ አባሎችን በጣም ያስገረማቸው፣ የፀሐዩ ልጆች ስም ከባለስልጣን ልጆች የመንግሥት ስኮላርሺፕ ተቀባዮች ዝርዝር ውስጥ አለመገኘቱ ነበር። ይህ ለቤተሰቡ አዲስ ነገር አልነበረም። ደጃዝማች በኃላፊነትም ላይ እያሉ፣ እንደተቀሩት ባለሥልጣናት ለልጆቻቸው የውጭ ትምህርት ዕድል ሰጥተውም ሆነ አሰጥተው ወደ ውጭ መላክ እንደሚችሉ ተጠይቀው፣ "እኔ ልጆቼን ከፍዬ አስተምራለሁ። በኔ ልጆች ፈንታ አባትና እናት ለሌላቸው ጎበዝ ተማሪዎች ዕድሉን ስጧቸው፣" በማለት መልስ መስጠታቸው ተደጋግሞ ሲነገር ሰምተናል።

ፍትሐዊነትን በሚመለከት በዚህ መጽሐፍ መደምደሚያ ሳይታወስ መታለፍ የማይገባው ጉዳይ ቢኖር፣ የሸዋ ጠቅላይ ግዛት እንደራሴ እያሉ ወንጀል የፈጸሙ የቅርብ ዘመዳቸውን ራሳቸው ለፍርድ አቅርበው፣ ወህኒ ከማውረድ ያልተመለሱ ሰው መሆናቸው ነው። የከፋ ክፍለ ሃገር እንደራሴ በነበሩ ጊዜ የእናታቸውን እኅት ልጅ ባልና ለታላቅ እህታቸው የጡት ልጅ የሙስና ጠባያቸውን ደርሰውበት ከክፍለ ሃገሩ ያባረሩ ሰው ናቸው። የመንግሥት ሠራተኞች እርስ በርሳቸው ሲቀላለዱ፣ "ፀሐዩ ቢያዩህ ዘብጢያ ያወርዱህ ነበር፣" ይባልላቸው ነበር። ከማንም በላይ ለሕሊናቸው ያደሩ በመሆናቸው ጃንሆይ ይቀየሙኛል ብለው ወደኋላ የማይሉ ስለመሆናቸው፤ "ዘውድ ያልደፋው ንጉሥ" በሚል ይታወቁ ከነበሩት ከጸሀፌ ትዕዛዝ ወልደ ጊዮርጊስ ሽረት ጋር የተያያዘው ታሪክ በቀረበበት ክፍል ተጠቅሷል። ሌላም ብርጋዲዬር ጄነራል ታደሰ ብሩ ከፈጥኖ ደራሽ አዛዥነታቸው በሹመት ብሔራዊ ጦር አዛዥ ሆነው ከሄዱ ብዙም ጊዜ ሳይቆይ ከ"ሜጫና ቱለማ መረዳጃ ማህበር" እና ከ"ኦሮሞ ብሔርተኝነት" ጋር በተያያዘ ተከሰው ወህኒ በወረዱ ጊዜ ባለቤታቸውና ልጆቻቸው መንግሥት ከሰጣቸው መኖሪያ ቤት ተፈናቅለው ተበትነው ነበር። በዚያን ጊዜ ለሜጀር ጄነራል ታደሰ ብሩ ባለቤትና ለልጆቻቸው ከደረሱላቸው መካከል አንዱ ደጃዝማች ፀሐዩ ነበሩ። የብርጋድዬር ጄነራል ታደሰ ብሩ ባለቤት የቅርብ ዘመዳቸው ቢሆኑም፣ ጃንሆይ ይቀየሙኛል ሳይሉ፣ ቀጨኔ አካባቢ ከሚገኘው ቤታቸው አንደኛውን አስለቅቀውላቸው ለተወሰነ ጊዜ እዚያ ተቀምጠዋል።[52] ይህንን ያነሣሁት ለሕሊና ታማኝነትና ፈሪሃ እግዚአብሔር ያላቸው እነኚህን የመሰሉ ሰዎች የብሔር፣ ሃይማኖትና ፖለቲካም ሆነ ከእግዚር በታች ይፈሩ የነበሩትን ንጉሠ ነገሥቱን ሳይቀር፣ አስፈላጊ ሲመስላቸው ከመዳፈር የማይመለሱ፣ በሰው ልጅነት ብቻ ማድረግ የሚገባቸውን ለማድረግ የማንንም በጎ ፈቃድ የማይጠብቁ እንደነበሩ ለማሳየት ነው።

በጎጃም ጠቅላይ ግዛት እንደራሴነት ዘመናቸው ሊታወሱባቸው የሚገቡትን ሌሎችም ሁለት ጉዳዮች እንደገና ማስታወስ ተገቢ ነው። አንደኛው "ፈለገ ግዮን" የሚባል የጎጃም መረዳጃ ማኅበር መመሥረታቸው ነው። ስለ"ፈለገ ግዮን" አመሠራረት ያለኝ መረጃ፣ ደብረ ማርቆስ አግኝቼ ካናጋገርኳቸው የቃለ ምልልሱ ተሳታፊ ብቻ በተናጠል ያገኘሁት አይደለም። የኔም ወላጅ አባት የዚያው ክፍለ ሃገር ተወላጅ በመሆኑ፣ ለ"ፈለገ ግዮን" የአባልነት መዋጮ የከፈለባቸውን ደረሰኞችና የተከፈለባቸው ቀናት ይመዘገብበት የነበረውን ማስታወሻ ደብተሩን ተመልክቻለሁ። ደጃዝማች ፀሐዩ

---

52 ብርጋድዬር ጄነራል ታደሰ ብሩ የፈጥኖ ደራሽ አዛዥ በነበሩበት ዘመን ኮልፌ ፈጥኖ ደራሽ ግቢ ይኖሩ ስለነበር፣ ልጆቻቸውን የቀድሞው ልዑል መኮንን ት/ቤት (በኋላ አዲስ ከተማ) በአንድ ነጭና አናቷ ላይ ሰማያዊ ቀለም በነበራት ኦፔል መኪና ሾፌር ያመላልሳቸው ነበር። በምሳ ሰአት ኮልፌ ድረስ መመላለስ ስለማይመች፣ የኔ ወላጆች ቤት እዚያው አቅራቢያ ስለነበር፤ እኛ ቤት ለምሳ የኔ አባት ይወስድ ይመልሰን ነበር። አንደኛው ልጃቸው አሁንም ስዊድን አአገር አልፎ አልፎ ስንገናኝ የሚያነሳልኝ በዚያን በልጅነታችን የኛ ቤት ወጥ ቤት የነበረች ጥሩነሽ የምትባል ሴት አደራ ተብያለሁ እያለች በጉርሻ መከራውን ታሳየው የነበረውን ቤተሰባዊ የፍቅር ጊዜ ነው።

የ"ሸዋ አማራ" ቢሆኑም "ፈለገ ግዮን"ን የመሠረቱት የጎጃም ክፍለ ሀገርን ተወላጅ የመሠረተ ልማት ፍላጎት በሚፈልገው መልክ ተደራሽ ለማድረግ የአጋዥነት ሚና እንዲኖረው በማሰብ ነው። ይህም በዚያን ዘመን በነጄነራል ይልማ ሽበሺ፣ ጄነራል ወልደ ሥላሴ በረካ እና ሌሎችም ሁብታም ነጋዴዎች ከነበሩት መካከል እነአቶ ተካ ኤገኖና ቀኛዝማች ሞላ ማሩ ተመሥርቶ ከነበረው እንደ "ሰባት ቤት ጉራጌና ወላሞ ሶዶ የመንገድ ሥራና መረዳጃ ማህበር" የተለየ አልነበረም። በአነ አቶ ኃይለ ማርያም ገመዳ፣ ኮሎኔል ዓለሙ ቂጤሳ፣ ጄነራል ጃገማና ጄነራል ታደሰ ብሩ ኅዳር 17 ቀን 1957 ዓ.ም. የተመሠረተውም "የሜጫና ቱለማ መረዳጃ ማኅበር" ምሥረታና ዓላማም ከነዚህ የተለየ አልነበረም። ስለ ሌፍተናንት ጄነራል ጃገማ ኬሎ የሕይወት ታሪክ በሚዘክረው የበጋው መብረቅ መጽሐፍ ገጽ 207 ላይ የሚነበበው "የሜጫና ቱለማ መረዳጃ ማህበር 'ወንድምህን እንደራስህ ውደድ...' የሚለውን መጽሐፍ ቅዱሳዊ ቃል መሠረት አድርጎ የልማት እንቅስቃሴዎችን ለማድረግና ልማትንና ብልፅግናን ለማምጣት የተቋቋመ ነው" የሚለው ይህንኑ ይመሰክራል። በዚህ ዐይነት መሠረታዊ ልማትን፣ ፍትሕንና ብልፅግናን ሳያበላልጡ እኩል ለሁሉም ተደራሽ የማድረጉ ተነሳሽነት፣ በኢትዮጵያዊነት ማዕቀፍ ውስጥ ተቻችሎና ተደጋግፎ ከግብ ለመድረስ የታሰበ እንደነበር አያጠራጥርም። ከዚህ የተለየ ድብቅ ዓለማ የነበራቸው ጥቂቶች እንደነበሩ ባይካድም፣ የሁሉንም ተነሳሽነት በዚህ መልክ ለመፈረጅ በቂ መረጃ ይዞ መነሣት ይጠይቃል።

ሁለተኛው ከደጃዝማች ፀሐዩ፣ ከራሳቸው የግል ማህደራቸው የተገኘው ጉዳይ ነው። ይህም በኢትዮጵያና በሱዳን በኩል ያለው ድንበር ታውቆ ሳይከለል መቆየት ያሳስባቸው እንደነበር ይመሰክራል፤ በዚያው የጎጃም ክፍለ ሃገር ጠቅላይ ገዥ በነበሩበት ዘመን በኤርትራ፣ ትግራይ፣ ጎንደር፣ ኢሉባቡርና ከፋ ያሉትን የጠረፍ ግዛት አስተዳዳሪዎችን ሰብስበውና ከአገር ግዛት ሚኒስቴር የጠረፍ አስተዳደር ሓላፊ ከነበሩት ጄነራል ቃለ ክርስቶስ አባይ ከሚባሉ ጋር በመተባበር በጠረፍ ግዛቶች አካባቢ በመዘዋወር፣ የኢትዮጵያ ዳር ድንበር በግልፅ ታውቆ እንዲከለልና ካርታው እንዲነሣ ማድረጋቸው ነው። ካርታውም በግል ማህደራቸው ይገኝ እንደነበርና ይህንን የግል ማህደራቸውን ያዩት ሰው የተነሳውንም ካርታ በኢ.ህአዴግ ዘመን አግኝተውት ዩኒቨርስቲ እንዲረከበው ማድረጋቸውን ከሰጡት የምስክርነት ቃል ማግኘት ችያለሁ። የድንበር መከለል ጉዳይ ዛሬም ድረስ ያልተቋጨ ችግር መሆኑ ሲታይ በዚያን ዘመን ይህ ጉዳይ እንዲሁ በእንጥልጥሉ እንዳይቀር ካርታው እንዲነሣ እስከማድረግ የደረሱበት ጉዳይ ለአገር ባለውለታነታቸው ተጨማሪ ምስክር ነው።

ውትድርና የሚጠይቀውን ጥበብና አነጣጥሮ ተኳሽነት በሚመለከት በምሳሌነት የሚጠቀሱ ነበሩ። አባታቸው በደፈጣ ውጊያ፣ እንዲሁም በአደን ስመ ጥሩ እንደነበሩ በቀኛዝማች ታደሰ ዘወልዴ ቀሪን ገረመው መጽሐፍ በሰፊው የተነገረና ፀሐዩም ከአባታቸው ከግራዝማች ዕንቆ ሥላሴ ባንትይዳኝ እንደተማሩት በዚሁ መጽሐፍ ተወስቷል። በሰላሙ ጊዜ በአገር አስተዳደር ሥራ ላይ እያሉ ከጠላት ወረራ በፊትም ሆነ በኋላ ከሚያውቋቸውና ከፍተኛ የጦር አዛዥነት ማዕረግ ላይ ከደረሱ ጄነራሎችና

የጦር አዛዦች ጋር ወታደራዊ ነክ ጉዳይ ላይ ይወያዩ ነበር። ከእነኚሁ ዘመዶቻቸውና ወዳጆቻቸው መካከል በተለይ ጄኔራል ዓቢይ አበበና ጄኔራል ተድላ መኮንን ከጠላት ወረራ በኋላ ወደ ሠራዊቱ የተቀላቀሉና በዘመን ብዛትም ከፍተኛ የሚሊተሪ ስትራተጂ ችሎታ ያካበቱ ሲሆኑ፤ ደጃዝማች ፀሐዩ የነበራቸው ወታደራዊ እውቀት ይደንቃቸው እንደነበር በቤተሰብ አካባቢ ሲነገር ይሰማ ነበር። እንዳውም ባንድ ወቅት የጎጃም ክፍለ ሃገር እንደራሴ እያሉ የሳቸውን ቤተሰብ፣ ለጉብኝት ደብረ ማርቆስ መጥተው የነበሩትን የጸሐፊ ትዕዛዝ ወልደ ጊዮርጊስን ታናሽ ወንድም የአቶ መኮንን ወልደ ጊዮርጊስን ቤተሰብና በጎጃም የታወቁ አርበኞች ከሚባሉት መካከልም አንዳንዶቹን አስከትለው የአባይን ሸለቆ ይገበኙ ነበር። ጉብኝቱም እንደ ሽርሽርም ስለነበር እዚያው ሸለቆው ውስጥ አዳር ሆኖ፣ በማግስቱ ወጥተው በጣም ለጥ ያለ ሜዳ ላይ ሲደርሱ፤ ከጎጃም አርበኞች መካከል የነበሩት አንዱ "እዚህ እኮ ነው በላይ ዘለቀ ከፋሺስቶች ጋር የተዋጋው፣ የጨረቃው ጦርነት የተደረገው እዚህ ቦታ ነው፣" ብለው ሲናገሩ ደጃዝማች ፀሐዩ ያዳምጣሉ። ከዚያ ምንም ሳይናገሩ ያንን ለጥ ያለ ሜዳና አካባቢውን፣ ግራ ቀኙን በእግራቸው በመዘዋወር ይቃኙና "በላይ ዘለቀን የመሰለ ስመ ታላቅ አርበኛ እዚህ ኮረብታ የሌለበት፣ ለመመሸግና ምሽግ ይዞ ለመከላከል በማይመች ለጥ ያለ ሜዳ ላይ እንዴት ጠላትን ይገጥማል። በዚህ በየጨረቃው ጦርነት ብዙ የበላይ ዘለቀ ተከታዮች ከባድ ጥቃት የደረሰባቸው ለዚህ ይሆናል፣" ይላሉ። የዚህ ጊዜ የጎጃሙ አርበኛ መለስ ያደርጉና፣ "በበላይ ዘለቀ ላይ ጠላት ድንገት ደርሶበት ይሆናል፣" ብለው ምክንያቱን ለማስረዳት ሲሞክሩ፤ በአርበኞች መካከል ክርክር አይቀርምና፣ ደጃዝማች ፀሐዩ መልሰው "ቢሆንም ጥቃቱንና የረገፈውን የሰው ሕይወት ለመቀነስ፣ በላይ ዘለቀ ከዚህ ቦታ በተቻለ በፍጥነት ማፈግፈግ ነበረበት፣" ይላሉ። የጎጃሙም አርበኛ "አዎን፣ እርግጥ ነው፣ ቢሆንም በዘዴ ማፈግፈግ ይገባ ነበር፣" ብለው፣ በመጨረሻ በወታደራዊ ስትራቴጂክ ግምገማው ከደጃዝማች ፀሐዩ ጋር ይስማማሉ።

አነጣጥሮ ተኳሽነትን በተመለከተ፣ ፈረንጅ አገር ተምሮ የመጣ የዘመኑ ምሁር ተኩስ ሲሰማ የሚበረግግ እንጂ ጠመንጃ ተቀብሎ አነጣጥሮ ለመተኮስና ዒላማ ለመምታት የሚችል አይመስላቸውም። በአንድ አጋጣሚ የእናታቸው የገጠር መሬት ወደሚገኝበት ሙሎ ወደሚባል ስፍራ እንግዶችን ውሎ ገብ ሽርሽር ይዘው ሄደው ከመመለሳቸው፣ ወደ ሽርሽር በወጡ ቁጥር እንደተለመደው የዒላማ ተኩስ ውድድር ይደረጋል። አብረዋቸው ከሄዱት እንግዶች መካከል አማቻቸው የደጃዝማች ወርቁ ዕንቁ ሥላሴ ሚስት ታላቅ ወንድም ልጅ (በኋላ ደጃዝማች) ካሣ ወልደ ማርያምና በዚያኑ ዘመን ትምህርታቸውን ጨርሰው የተመለሰው ዶ/ር ጌታቸው ኃይሌ ነበሩ። የመጀመሪያውን ዒላማ ሳይስቱ የመቱት ደጃዝማች ፀሐዩ ተራውን ለሁለቱ እንግዶቻቸው ከመልቀቃቸው በፊት "ይኸ የተማረው ሁሉ ተኩስ አያውቅም፣" እያሉ ቀልደው ነበር። እሳቸው እንደቀለዱት ሳይሆን ዶ/ር ጌታቸው ኃይሌ አነጣጥሮ ተኳሽነታቸውን ዒላማውን በመምታት በማስመስከራቸው፣ ደጃዝማች አስተያየታቸውን ቀይረው "ለካስ ከተማረውም ተኩሶ የማይስት ጀግና አይጠፋበትም፣" ብለው ቀልደዋል።

የደጃዝማች ፀሐዩ አነጣጥሮ ተኳሽነታቸው እንዳለ ሆኖ በተዋህዶ ክርስትና እምነት የነበራቸው ፅናት ከብረት የጠነከረ ነበር። ገና በልጅነታቸው ጣልያን ኢትዮጵያን በወረረበት ጊዜ ከአባት እናታቸው፣ ወንድምና የአክስትና አጎት ልጆቻቸው ጋር በዱር በገደሉ በመንከራተት ታላቅ የአርበኝነት ተጋድሎ ሲፈፅሙ እንደባታቸው የፀሎት መጽሓፋቸውና መስቀላቸው አልተለያቸውም። ደጋግመው የደሙና የቆሰሉ ብቻ ሳይሆኑ አባታቸውንና ታናሽ ወንድማቸውን በጦር ሜዳ ያጡ ናቸው። ከጠላት ወረራ በኋላ አገራቸውን በተሰማሩት የሃላፊነት ቦታ ሁሉ አገራቸውን ያገለገሉ ነበሩ። ለቀደማዊ ኃይለሥላሴ ንጉሠ ነገሥታዊ አገዛዝ ያላቸው ታማኝነትና በተለይም ለንጉሠ ነገሥቱ የነበራቸው ፍቅር በሰፊው ተገልጿል። ይህም ሆኖ ዘመናዊ ሥልጣኔና ልማት የሕዝብን ሕይወት ሊለውጥ እንደሚችል በማመን ተሹመው በሄዱበት ሁሉ ለልማት የነበራቸውን ትጋት በተጨባጭ አስመስክረዋል።

የምደመድመው በመጽሐፉ መግቢያ የጠቀስኩትን መልሼ በመድገም ነው። የደጃዝማች ፀሐዩን ታሪክ የመጻፍ ውሳኔ ቀላል እንዳልሆነና ለኔ ለቤተሰቡ አባል ኩራትም ፈተናም እንደነበር አንባቢ ይገነዘበዋል ብዬ ተስፋ አደርጋለሁ። ኩራትነቱ እንዳለ ሆኖ፣ ሚዛን ጠብቆና ቅቡልነት ያለው በማስረጃ የተደገፈ ታሪክ ማቅረብ ልፋቱም ፈታኝነቱም ቀላል ባይሆንም፤ ከረጅም ዘመን ጀምሮ ያሰብኩበትና መረጃ ያሰባሰብኩበት ስለነበር፤ ዕድሜና ጤና ሰጥቶኝ በልጆቻቸውና በመላው ቤተሰብ ተቀባይነት ያለው ታሪክ ለማቅረብ መቻሌን እንደመታደል ቆጥሬዋለሁ። በተለይ ከፊታውራሪ ክፍሌ ዕንቆ ሥላሴ ጋር አብረን 4ኛ ክፍለ ጦር የፖለቲካ እስረኞች በነበርንበት ዘመን ስለቤተሰባችን ታሪክ ላውቅና ልመዘግብ ዕድል አግኝቻለሁ። እናቴም ብትሆን ደጃዝማች ፀሐዩ ያሳደጓትና ያቀርቧት ስለነበር፤ እሷም ራሷ የመረጃ ቋት ልትሆነኝ ችላለች። ምንም እንኳን ከመጀመሪያው ቤተሰቡ ተስማምቶበት የተጀመረ ውጥን ባይሆንም በመጨረሻው የቤተሰቡን በተለይም ደግሞ የልጆቻቸውን ቅቡልነትና ርካታ ያገኘ ታሪክ በመሆኑ ደስተኛ ለመሆን በቅቻለሁ። የራሴ የሆነው ትልቁ ተግዳሮት ሚዛን ጠብቆ፣ በመረጃ አሰባሰብም በጥንቃቄ ተሞልቶ፣ መረጃዎቹንም ባግባቡ በመተርጎም ላይ ተመሥርቶና ከግል ስሜት ርቆ ቅቡልነት ያለው ታሪክ ማቅረብ የመቻሌ ጉዳይ ነበር። ለዚህም ምክንያቱ አንድም በተማሪው ንቅናቄና በግራ ድርጅቶች ታሪክ ውስጥ፣ አነሰም በዛም፣ ተሳትፎ የነበረኝና ወላጆቼ፣ አጎቶቼና አያት ቅድመ አያቶቼ ተጠቃሚ የነበሩበትን ሥርዓት በመርገም ውድቀቱን ለማፋጠን ስታገል የነበርኩ ሰው ነበርኩ። በሌላ በኩል ደግሞ ደጃዝማች ፀሐዩ ላይ እኔም ደርሼባቸው፣ የትምህርት ዘመን በሚያበቃበት ወራት አብሬ በመኖር ፍትሐዊነታቸውን፣ በልማት ሥራ የተጠመዱ መሆናቸውንና በውሳኔ አሰጣጥም ቀልጣፋነታቸውን ለማስተዋል ዕድል አግኝቻለሁ። ለእምነታቸውና ለሕሊናቸው የቆሙ እንደነበሩ ሕይወታቸው ያለፈበት ታሪክ በራሱ ምስክር ነው። እንደ ሰው ደካማ ጎኖችም እንደነበሯቸው በዚህ መጽሐፍ ውስጥ ተወስቷል።

የደጃዝማች ፀሐዩ ታሪክ ገና ብዙ ያልተነገሩና የታሪክ ተመራማሪዎች

ተመልከተዋቸው፣ አጭርም ሆነ ረጅም ጽሑፍና ጥናት የሚያቀርቡባቸው ታሪኮቻቸው ስብስብ በወመዘክር ቤተ መጻሕፍት ቤት ይገኛል። ስለዚህም ቀሪውንና ያልተነገረውን ታሪካቸውን ሌላም የቤተሰባችን አባል ወይም ደግሞ የዘመድናም ሆነ የቅርብ ወዳጅነት የሌለው ተመራማሪ ሊመለከተውና ሊጽፍበት ይችላል። በኔ በኩል የነበረኝ የፖለቲካ እምነትም ሆነ ቤተሰባዊነት ሳያሸንፈኝ ታሪካቸውን፣ በተቻለኝ መጠን፣ በማስረጃ አስደግፌ እና ሚዛኑንም ጠብቄ ለማቅረብ ሞክሬአለሁ። ከዚህ በኋላ ፍርዱን ለአንባቢ ትቼዋለሁ።

ተፈጸመ

ከደብረ ማርቆስ መረጃ ምንጮቼ ጋር ለመታሰቢያ የተነሳናቸው ፎቶግራፎች

ከግራ ወደ ቀኝ አቶ ፀሐይ ሰዋሰው የመጽሐፉ ደራሲና ሻለቃ ብዙ አዳም እንየው

ከግራ ወደ ቀኝ መሪጌታ ሊባኖስ የተመኘ፣ አቶ ፀሐይ ሰዋሰውና ደራሲው

ከግራ ወደ ቀኝ አቶ ፀሐይ ሰዋሰው፣ አቶ ተሠራ አስማረና የመጽሐፉ ደራሲ.

ፊታውራሪ ክፍሌ ዕንቆ ሥላሴ

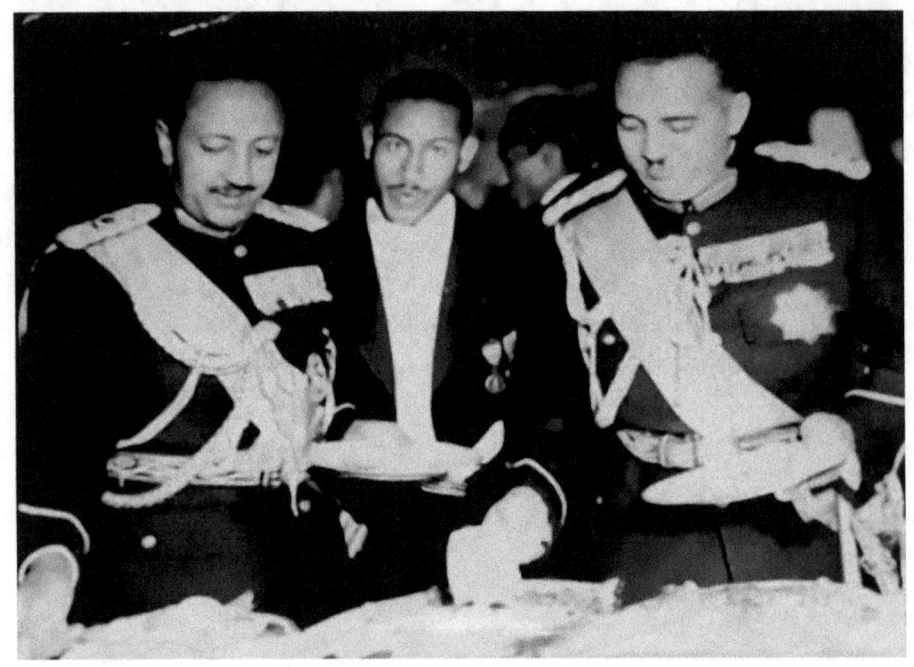

ከግራ ወደ ቀኝ ልዑል መርዕድ አዝማች አልጋ ወራሽ አስፋው ወሰን ኃይለ ሥላሴ፣ ፊታውራሪ ክፍሌ ዕንቆ ሥላሴና ልዑል መኮንን ኃይለ ሥላሴ

ቀዳማዊ ኃይለ ሥላሴ ምን እንደጣለባቸው አይታወቅም ከወንድሞቹና ከሌሎች ከፍተኛ ባለሥልጣን እንደ ሰው የሚያቀርቡትና የሚወዱት ሰው ነበር። ጨዋታና ቀልድ ሲያምራቸው ፊታውራሪ ክፍሌን ያስጠሩ እንደነበር በቤተ መንግሥቱ አካባቢ በነበሩት ባብዛኛው ይታወቃል። "ጃንሆይ ልብስና ጫማቸውን ለሰው መስጠት አይወዱም። ለኔ ግን ይሰጡኝ ነበር። ከጫማቸው ትልቅነት በስተቀር የቀረው ልብሳቸው ሁሉ ይሆነኝ ነበር። እጄ ላይ ያደረግሁትም ሰአት እሳቸው የሰጡኝ ነው፣" እያለ ያጫውተኝ ነበር። ፊታውራሪ ክፍሌ ወንድሞቹና የአክስቱ ልጅ ደጃዝማች አእምሮ ሥላሴ በደርግ ላይ በሸፈቱም ጊዜ አብሮ አልሸፈተም። ደጃዝማች ፀሐዩም በነሐሴ 1966 ራሳቸውን ከገደሉ በኋላና ወንድሞቹም፣ ያክስቱም ልጅ ደጃዝማች አእምሮ ሥላሴ በሕዳር ወር 1967 ዓ.ም. ከተገደሉ በኋላም እሱን የነካው ሰው አልነበረም። ከእናቱ ጋር አጥር ብቻ

በሚለየው መኖሪያ ቤቱ ይኖር ነበር። ቀዳማዊ ኃይለ ሥላሴን ደርግ የገደላቸው በነሐሴ 20 ቀን 1967 ዓ.ም. ሲሆን፤ በዚያው ሳምንት በኮሎኔል መንግሥቱ ኃይለ ማርያም የታዘዙ የደርግና ዘመቻ መምሪያ ጽ/ቤት ወታደራዊ መኮንኖችና የደህንነት ሠራተኞች መጀመሪያ ወደ እናቱ ቤት በመሄድ “የደጃዝማች ፀሐዩን ታናሽ ወንድም፣ ፊታውራሪ ክፍሌን እንፈልጋለን፣” ማለታቸውንና እሱም በዚያን ሰአት በመኖርያ ቤቱ ስለነበር ወደዚያው ተመርተው “ለምርመራ ወደ ደርግ ጽሕፈት ቤት ለመውሰድ” እንደመጡ ይነግሩታል። ሊወስዱት የመጡበትን ምክንያት ሲጠይቃቸው፣ “የደጃዝማች ፀሐዩ ታናሽ ወንድም” መሆኑን፣ “ጃንሆይ ሲሞቱ ሃዘን መቀመጡን” ይነግሩታል። እሱም “መቼም የደጃዝማች ፀሐዩ ወንድም መሆኔ ወንጀሉ ምንድነው? ጃንሆይ ሲሞቱስ ያላዘንኩ፣ ማን ሲሞት ላዝን ነው? አሳድገውኛል። በእጃቸው በልቻለሁ። ለሰው መስጠት የማይወዱትን ልብሳቸውን የሚሰጡት ለኔ ነው። አሁንስ ቢሆን ጥቁር ከረባቴን መቼ ቀየርኩና ነው፣” ብሎ ይመልስላቸዋል። ይዘውት ከቤት ከመውጣታቸው በፊትም፣ በሳሎኑ ግድግዳ ላይ ተሰቅሎ የነበረውን የቀዳማዊ ኃይለ ሥላሴን ፎቶግራፍ ለምን እንዳላወረደ በቁጣ ጠይቀውት፣ ያላወረደበትንና የማያወርድበትን ምክንያት ጭምር ይነግራቸዋል። “ከሳቸው በፊት የነበሩትን ነገሥታት ፎቶ አላወረድኩም። የሳቸውንም አላወርድም። ከሳቸው በኋላ የሚመጡትን መሪዎች ዕድሜ ከሰጠኝ በሳሎኔ ግድግዳ መስቀሌ አይቀርም። ለልጅና ልጅ ልጆቼ ማን እንደሆኑ፣ ከመቼ እስከመቼ ኢትዮጵያን እንደመሩ፣ በዘመናቸው የሠሩትን ደግ ሥራና ያጠፉትን መጥፎ ሥራ የማስተምርበት ነውና፣ እናንተ አውርዳችሁ መክስከስ ትችላላችሁ፣ እኔ ግን አላደርገውም፣” ብሏቸው፤ ወደ ደርግ ምርምራ ክፍል፣ ከዚያም ወደ 4ኛ ክፍለ ጦር ወስደውታል። መቼም የረጅም ዘመን እስራት ፈታኝና ከራስ አልፎ በቤተሰብ ላይ ያስከተለው ችግርና ፈተና ከባድ መሆኑ አያጠራጥርም። በቤተሰብና በትዳር ላይ ጭምር ያደረሰው መከራ ከባድና የሚገፋ አለመሆኑ የታወቀ ነው። በቀዳማዊ ኃይለ ሥላሴ መንግሥት እስከ ሚንስቴር ድረስ የሚደርስ፣ በፖሊስ ሠራዊትም ሆነ በመከላከያ ውስጥ ከፍተኛ ማዕረግና ሓላፊነት የነበራቸው ሰዎች ደርግን ይቅርታ የሚጠይቅ ደብዳቤ ጽፈው፣ ስማቸውንና ፊርማቸውን እያኖሩ ማመልከቻቸውን እስከማስገባት የደረሱበት ጊዜ ነበር። አንዳንድ በሚኒስትር ሹመትና በንጉሠ ነገሥቱ ልዩ ካቢኔ የጸጥታና ደህነነት ሃላፊ የነበሩ፣ እስከ ጄነራል ማዕረግ የደረሱ ሳይቀር፣ ማመልከቻ ማስገባት ብቻ ሳይሆን፤ የኢሠፓ አባላት ልዩ ዩኒፎርም በቤተዘመዶቻቸው በኩል አሰፍተው እያስመጡ፣ እዚያው 4ኛ ክፍለ ጦር በእስረኝነት እየለበሱ፣ ለደርግና በተለይም ለኮሎኔል መንግሥቱ ያላቸው አድናቆትና ታማኝነት በእስር ቤቱ አስተዳደር በኩል እንዲደርስላቸው ያደርጉ ነበር። በዚህ ድርጊታቸው የማይስማሙትን ደግሞ እስከመወረፍና መተናኮል ደርሰው ነበር። በዚሁ ጊዜ ገደማ፣ የይቅርታ ማመልከቻውን በማርቀቅና በመጻፍ፣ በእስር ቤቱ አስተዳደር በኩል እንዲደርስ ግንባር ቀደም ሚና የተጫወቱ አንድ የቀድሞ ሚንስትር ከፊታውራሪ ክፍሌ ጋር እስከ መጋጨት ይደርሳሉ። እኚሁ ሚንስትር “እርሶ ከማን በልጠው ነው ይቅርታ የማይጠይቁት?” ይሉታል። እሱም “እኔ ጃንሆይ አጠፉ ብዬ ደርግን ይቅርታ የምጠይቅ ሰው አይደለሁም። ወንድሞቼን ገደለ ብዬም አይደለም። በእጃቸው

በልቻለሁ። አሳድገውኛል። ይችን አንዲት ሕይወቴን ለማዳን ስል፣ ጃንሆይ በድለዋል ብዬ ደርግ ዘንድ የምከሳቸውና ይቅርታ የምጠይቅ ሰው አይደለሁም። ይቺን አንገቴን ያዩዋታል አቶ .... ? ያቺን ጃንሆይ ሲሞቱ ያሰርኳት ከራባት ቀርታ ገመድ ገብቶባት ብንጠለጠልባት እመርጥ እንደሆን እንጂ ይቅርታ አልጠይቅም፣" ብሎ መልሶላቸው፤ ለረጅም ጊዜ ተኳርፈው አብረውን ታስረው የነበሩ ጳጳሳት አስታርቀዋቸውል። በመሐሉም ደርግ ጽሕፈት ቤት ተጠርቶ፣ ለምን ይቅርታ እንዳልጠየቀ ተጠይቆ፤ አንድ በጭካኔው የሚታወቅ መርማሪ "ምን ብለህ ይቅርታ ትጠይቃለህ አንተማ!! የበላኸው ጮማና የጠጣኸው ጠጅና ውስኪ አይንህ ላይ ይመጣብሃል፣" ሲለው፤ ፊታውራሪ ክፍሌም "ጮማው፡ ጠጁና ውስኪው አሁንስ መች ቀረና ነው?" ቢለው፤ "ቆይ አንተ ገና ጥጋብህ አልበረደልህም" ብሎ እንደመለሰለት አጫውቶናል። ፊታውራሪ ክፍሌ ከሰባት አመት በኋላ፣ አብረን ከነበርነበት 4ኛ ክፍለ ጦር እስር ቤት ተወስዶ ከእነአቡነ ቴዎፍሎስ፣ ደጃዝማች ሐረጎት አባይ፣ ደጃዝማች ካሣ ወልደ ማርያም፣ ከእነኃይሌ ፊዳና ብርሃነ መስቀል ረዳ ጋር ተገድሏል። ደርግን ምህረት ጠያቂዎችም ሌላው እስረኛ ሲፈታ አብረው ተፈቱ እንጂ፣ በተደጋጋሚ ወደ ደርግ ሲልኩት የነበረው የይቅርታ ደብዳቤ አልስፈታቸውም። ታሪኩን ዳር ለማድረስ ያህል ፊታውራሪ ክፍሌ ማታውኑ አብረን ከነበርንበት ሊወሰድ፣ ቀን ላይ እናቱ (ቅድመ አያቴ) ያረፉበት አርባቸው ስለነበር፤ እኔና እሱ አንድ ላይ ሆነን አስታውሰናቸው ነበር። የዚያኑ ዕለት ማታውኑ ተጠርቶ ወደ ደርግ ጽሕፈት ቤት ሲወሰድ ለእናቱ አርባ ማግስት ለቅሶ ላይ እንዲገኝ በምህረት የሚፈቱት ነበር የመሰለው። መላው የፖለቲካ እስረኛም የመሰለው ይኸው ነበር። ግን አልነበረም።

ዋቢ ምንጮች

ስብሃት ገብረ እግዚአብሄር። *የትረካ ጥበብ (ከ1966-2003 ኢ.ም.)*። አዲስ አበባ፤ አሣብ አሳታሚ። 2013 ዓ.ም.። ገፅ 118-119

መንገሻ ሥዩም (ልዑል ራስ)። *የትውልድ አደራ*። አዲስ አበባ፤ የኢትዮጵያ አካዳሚ ፕሬስ። 2011 ዓ.ም.።

ሙሉጌታ ሉሌ። *በዕዳ የተያዘ ሕዝብ* መስከረም 2010. አታሚ Far Eastern Trading Inc.

አንድነት መጽሔት።። "የፕሮፌሰር አሥራት ወልደየስ የህይወት ታሪክ።" አንድነት መጽሔት፤ 2ኛ ዓመት፣ ቁጥር 6፣ ገፅ 3። ሰኔ 17 ቀን 1987 ዓ.ም። የተገኘበት የመረጃ ቋት *http://www.ethiopatriots.com/pdf/Pro-Aserat-Woldeyes-Tarik2019-20*።

ከበደ ተሰማ (ደጃዝማች)። *የታሪክ ማስታወሻ*። አዲስ አበባ፤ አርቲስቲክ ማተሚያ ድርጅት። 1992 ዓ.ም.።

ታደሰ ዘወልዴ (ቀኛዝማች)። *ቀሪን ገረመው*። አዲስ አበባ፤ ሜኖ ማተሚያ ቤት።1960 ዓ.ም።

_______። *የቤተ-አስኳል ታሪክ*። አዲስ አበባ፤ ሜኖ ማተሚያ ቤት። 1963 ዓ.ም.።

ዘውዴ ረታ። *የቀዳማዊ ኃይለ ሥላሴ መንግሥት ከ1930-1955*። አዲስ አበባ፤ ሻማ ቡክስ። 2005 ዓ.ም.።

_______። *የኤርትራ ጉዳይ*። አዲስ አበባ፤ ሴንትራል ማተሚያ ቤት። 1992 ዓ.ም.።

ፋንታሁን እንግዳ። *ታሪካዊ መዝገበ-ሰብ ከጥንት እስከ ዛሬ*። አዲስ አበባ፤ ብርሃንና ሰላም ማተሚያ ድርጅት። 2003ዓ.ም.።

ፍቅረ ማርቆስ ደስታ። *ጃገማ ኬሎ፣ የበጋው መብረቅ፤ የሕይወት ታሪክ*። አዲስ አበባ፤ ማስተር ማተሚያ ቤት። 2002 ዓ.ም.።

ፍቅረ ሥላሴ ወግደረስ (ሻምበል)። *እኛና አብዮቱ*። አዲስ አበባ፤ ፀሐይ አሳታሚ። 2006 ዓ.ም.።

Bahru Zewde A History of Modern Ethiopia, 1855-1991 (Addis Ababa, Addis Ababa University Press, 2002 p. 217)

Daniel Dejene Checkol: Land Tenure and Socioeconomic Structures in DÄBRÄ MARQOS (GOJJAM), ETHIOPIA: c.1901-1974. Submitted in accordance with the requirements for the Degree of Doctor of Philosophy In the Subject of History. At the University of South Africa (UNISA)

Gebru Tareke. *Ethiopia: Power & Protest: Peasant Revolts in the Twentieth Century.* Lawrenceville, NJ: Red Sea Press. 1996.

Pearce, Jeff. *Prevail: The Inspiring Story of Ethiopia's Victory over Mussolini's Invasion, 1935-1941.* New York: Skyhouse Publishing. 2014.

Seyoum Haregot. *The Bureaucratic Empire. Serving Emperor Haile Selassie.* New Jersey: Red Sea Publisher. 2013.

መጠቁም

ሀ

ሁሴን እስማኤል 143

ሃምሳ አለቃ መንግሥቴ ውድነህ 112

ሃብተአብ ባይሩ. *See* ተድላ ባይሩ

ሃይማኖት ረታ 44

ሃገረ ሕይወት 34

ለ

ለማ ፍሬው 137

ለፊታውራሪ ተክለሃዋርያት ተክለማርያም 164

ሊሙ 47

ሌተና ኮሎኔል መንግሥቱ ሃይለ ማርያም 66

ልዑል አልጋ ወራሽ አስፋ ወሰን 8

ሐ

ሐዲስ አለማየሁ 44

መ

መሪ ጌታ 68

መሪ ጌታ ሊባኖስ የተመኘ 68

መሪ ጌታ ይሁኔ ወርቅነህ 83

መርሃ ቤቴ 3

መተከል (ጃግኔ) 60

መቶ ዓለቃ ሣህሌ ዕንቆ ሥላሴ 7

መንዝ 3

መንግሥቱ ካሣ 84

መኮንን ሀብተወልድ 41

ሙሉጌታ ሉሌ 49

ማረቆ 16

ማዕረገ ህይወት 34

ሞጣ 60

ሠ

ሣህሉ ድፋዩ 36

ሥዩም ሃረጎት 29

ሥዩም ሐዲስ 45

ረ

ራስ ኃይሉ 68

ራስ ኃይሉ በለው 55

ራስ አምሩ ኃይለ ሥላሴ. *See* አስለፈች ኃይለ ሥላሴ

ራስ ካሣ ኃይሉ 8

ራስ ደስታ ዳምጠው 8

ራስ ጎበና ዳጨው 6

ሰ

ሰለሞን መብራቴ 131

ሰላሴ 6
ሰብለ ወንጌል ሃይሉ 89
ሰንጢ 136
ሲዳሞ 16
ሳህላን. See ሳህላን (ረቡዕ ገበያ)
ሳምሶን 35
ሴንጆር መኪና 61
ስብሃት ገብረ እግዚአብሄር 181
ስዊድን 45
ሶደሬ 45
ሶፊኔ 3

ሸ
ሻለቃ ብዙ አዳም እንየው 88
ሻምበል ፍቅረሥልልሴ ወግደረስ 29

ቀ
ቀላድ መጣል 58
ቀኛዝማች ሞላ ማሩ ማሩ 171
ቀኛዝማች ሰውነቴ 58, 64
ቀኛዝማች ቢሰነብት አድገሁ 58
ቀዳማዊ ኃይለ ሥላሴ 5, 29
ቁልቋል ማርያም 68
ቅድስት ሥላሴ ካቴድራል 35

በ
በላይ ሃይለ ማርያም 85
በላይ ዘለቀ 55
በሻህ ፀጋዬ 75
በቀለ ወያ 26
በጅሮንድ 33
በጅሮንድ ረታ 57
ቢትወደድ መንገሻ ጀምበሬ 55
ቢትወደድ ነጋሽ በዛብህ 55
ባህር ዳር 60
ባላምበራስ አበበ. See ራስ አበበ አረጋይ
ባርያ ንግድ 37
ባንትይዳኝ. See ባንትይዳኝ ፀሐዩ
ባንቼወሰን 55
ባንዳ 16
ቤልጂግ 70
ቤተ ልሔም 35, 183
ቤተ መንግሥት 5
ቤተ-እስኳል 3
ብሔር/ብሔረሰብ 37
ብሩ ቦጋ 137
ብርክታዊት 35
ብርጋድዬር ጄነራል ለሜሳ 144
ብቸና 57
ቦት ጨማ 71

ተ
ተሰራ አስማረ 59
ተካ ኤገኖ 171
ተዋበች ዕንቆ ሥላሴ 5
ተድላ መኮንን 12
ተጉለት 3
ተግባሩ በየነ 55
ተፈሪ ሻረው 34

ታምራት ላይኔ 96
ታምራት ወልደሰማያት 26
ታደሰ ዘወልዴ 7

ቸ
ቺፍ ኤግዜኩቲፍ 46

ሀ
ኃይለ ማርያም. See ኃይለ ማርያም ማማ
ኃይለማርያም ገመዳ 171
ኃይለየሱስ ፍላቴ 55

ነ
ንጉሥ ነገሥቱ. See ንጉሥ ነገሥት
ንጉሥ ተክለ ሃይማኖት 55

አ
አለማጡ 55
አለባቸው 40
አሉላ በቀለ 14. See ደጃዝማች አሉላ በቀለ
አልማዝ ዘውዴ 35
አማራ 3
አምሃ አበበ 143
አምቦ 34
አርሶ አደር 37
አርበኛ. See አርበኝነት
አርበኞች 33
አርበኞች ት/ቤት 37
አሰላ. See አሰላ ጅሩ
አስካላ ጎበና 6

አበበ ረታ 44
አበቦች ኃይለ ሥላሴ 10
አበበ ወልደሰማያት 26
አባ ቦጊቦ 137
አባይ 56
አብማ ማርያም 88
አብማ ሰንበቴ ቤት 92
አብዮት 44
አካለ ወርቅ ሃብተውልድ 36
አያሌው ደስታ 55
አደሴ 3
አዲስ አበባ 5
አዲስ አበባ ዩኒቨርስቲ ተማሪዎች ማህበር (አአተማ) 131
አዲስ ዘመን 9
አዳፍሬ ወረጀርሶ 6
አድዋ 4
አግዴቦ 40
ኢ.ህኢፓ 95
ኢ.ትዮጵያ ወይም ሞት 45
ኢ.ትዮጵያ ዕንቆ ሥላሴ 14
ኢ.ትዮጵያ የጀግኖች ማኀበር 14
ኢ.ጣልያ. See ኢ.ጣልያ ፋሽስት
ኤርትራ 46
እልፍዳኛ 55
እሱ ባለው ዘውዴ 101
እነዋሪ 8
እንዳልካቸው መኮንን 45
አርምያ 3

ኦሮሞ 6

ከ

ከምባታና ሃዲያ 5
ከግራዝማች ዐንቆ ሥላሴ ባንትይዳኝ 2
ካሣ ከቢደ 66
ካሰች ካብትህ ይመር 93
ኮሎኔለ አለሙ ቂጤሳ 171
ኮሎኔል ታምራት ይገዙ 125
ኮሎኔል ገብረ መድህን አስሄል 47

ω

ወሊሶ 3
ወላንሣ 16, 20
ወንድይፍራው ወሬኛ ይልማ 65
ወዳጄ 35
ወጨፎ 69
ውቾግራ 16

ዐ

ዓለም ሃብቱ 44
ዐንቆ ሥላሴ ፀሐዩ 35

ዘ

ዘረኝነት 34
ዘውዴ ሬታ 29, 50
ዘውዴ ኃይለ ማርያም ማሞ 45
ዘውዴ ደርሰህ 57
ዛምን 44

የ

የም 137

የካቲት 1966 44
የፀሐዩ ሕንጻ 134
የፀሓይ ሕንጻ 131
የፍኖተ ሰላም 57
ያገር ፍቅር አንድነት ማህበር 45
ይልማ ታደስ መብራቴ 131
ይፋት 3
ይፍሩ ባንትይዳኝ 7

ደ

ደርግ 3
ደብረ ሊባኖስ 89
ደብረ ማርቆስ 44
ደብረ ብርሃን 6
ደብረ ታቦር 60
ደጃዝማች ተስፋዬ ዐንቆ ሥላሴ 10
ደጃዝማች ከቢደ ተሰማ 11
ደጃዝማች ክፍሌ እርገቱ 69
ደጃዝማች ክፍሌ ዳዲ 69
ደጃዝማች ወርቁ ዐንቆ ሥላሴ 5
ደጃዝማች ደረጄ መኮንን 66
ደጃዝማች ገለታ ቆሪቾ 131
ደጃዝማች ገብረዮሃንስ 47
ዲሞትፈር 70
ዳሞት 3
ዳኔኤል አበበ 6
ዳንኤል ደጄኔ 59
ዶ/ር ግዛው ፀሐዩ ዐንቆ ሥላሴ 37

ጀ

ጀኔራል ታደሰ ብሩ 171
ጀኔራል ወልደ ሥላሴ በረካ 171
ጀኔራል ይልማ ሽበሺ 171
ጁሊያና 126
ጃርሶ 9
ጃንጀሮ 137
ጃገማ ኬሎ 29
ጄኔራል ቃለ ክርስቶስ አባይ 97
ጄኔራል በረከት 139
ጄኔራል አብይ አበበ 51
ጅማ 5, 69

ገ

ገሙ ጎፋ 43, 51
ገምባሌ 71
ገብረ መድህን 60
ጉልት 57
ጊዜያዊ ወታደራዊ አስተዳደር ደርግ 44
ጊዳቦ ጊዮርጊስ 6
ግንደበረት 37
ጎጠኝነት 34

ጠ

ጠላት ንብረት 34
ጤና ጥበቃ ሚንስቴር 43
ጥሩ ወርቅ 55
ጥቁር አንበሳ 14

ፀ

ፀሐይ ሰዋሰው 94, 95
ፀሐፊ ትዕዛዝ አክሊሉ ሃብተ ወልድ 36
ፀረ-ፋሽስት 2

ፊ

ፊለገ ግዮን 97
ፊንታሁን እንግዳ 8
ፊታውራሪ ታደሰ ዕንቆ ሥላሴ 7
ፊታውራሪ ኃብተ ጊዮርጊስ ዲነግዴ. *See* አባ መላ
ፊታውራሪ ይፍሩ ባንትይዳኝ 4
ፍቅረ ማርያም ይናዱ (አባ ተሜን) 26
ፍቅርተ ኃይለ ሥላሴ 2, 6
ፍትህ አምላክ እጅጉ 98
ፍቼ 6

ፐ

ፕሮፌሰር አሥራት ወልደየስ 48

www.ingramcontent.com/pod-product-compliance
Lightning Source LLC
LaVergne TN
LVHW010210070526
838199LV00062B/4529

* 9 7 8 9 1 5 1 9 8 7 0 7 1 *